டாக்டர் வைகுண்டம் கதைகள்

மூன்றாம் பாகம்

டாக்டர் வைகுண்டம் கதைகள்

மூன்றாம் பாகம்

ஜெயராமன் ரகுநாதன்

எழுத்து பிரசுரம்

Title : Doctor Vaigundam Kathaigal - Part 3
Author's Name : Jayaraman Raghunathan

Published by Ezutthu Prachuram

Ezutthu Prachuram
(An imprint of Zero Degree Publishing)
No. 55(7), R Block, 6th Avenue,
Anna Nagar,
Chennai - 600 040

Website: www.zerodegreepublishing.com
E Mail id: zerodegreepublishing@gmail.com
Phone : 89250 61999

Ezutthu Prachuram First Edition: January 2023
ISBN: 978-93-88860-98-7
TITLE NO EP: 415

Cover Design & Layout: Vijayan, Creative Studio

என்னுரை

டாக்டர் வைகுண்டம் முந்தைய பாகத்தில் இப்படி எழுதியிருந்தேன்:

“.......வாழ்நாளில் டாக்டரிடமும் ஆஸ்பத்திரிக்கும் போய் வராதவர்கள் குறைவே. எல்லோரும் டாக்டர்களிடம் சென்ற, ஆஸ்பத்திரியில் அட்மிட் ஆகி ஆபரேஷன் பண்ணிக்கொண்டு என கசப்பான பல அனுபவங்களைச் சுமந்துகொண்டு ஏக்கப்படுகிறோம். இங்கு மட்டுமில்லை, ஹெல்த் கேர் என்னும் மருத்துவ வசதிகள் பற்றிய கவலை அமெரிக்காவிலும் ஐரோப்பாவிலும் மிக அதிகம்.

நம் உடல் உபாதையின் மூல காரணத்தைச் சரியாகக் கண்டு பிடித்து, சரியான மருந்து கொடுத்து சொஸ்தமாக்கிவிட மாட்டாரா, அதற்கு சல்லிசாக காசு வாங்கிப் போதும் என்று சொல்லிவிட மாட்டாரா, இல்லை காசு செலவழியட்டும், ஆனா குணப்படுத்திவிட்டால் போதும் என்ற ஏக்கம்

விரவிக்கிடப்பதை கண்கூடு. என் குடும்பத்தில் ஆறு பேருக்கு மேல் கான்சரில் மடிந்ததால். இதையெல்லாம் பார்த்து, வலித்து, அலுத்துவிட்ட எனக்குமே உள்ள இந்த ஏக்கத்தைத் தீர்க்க டாக்டர் வைகுண்டம் என்னும் கற்பனை ஆசாமியைத் தோற்றுவித்து எழுத ஆரம்பித்தேன்.

கதையைப் படித்த பின்னார் எனக்கு வந்த பின்னூட்டங்களில் இது மாதிரியான டாக்டர் உடனடித் தேவை என்னும் ஏக்கம் பரவலாக உயிர்ப்புடன் இருப்பதை உணர முடிந்தது. வைகுண்டத்தை புத்திசாலியான, மிடுக்கான, நேர்மையான காசுக்கும் பதவிக்கும் அடிபணியாத கஷ்டங்களுக்குத் தோள் கொடுக்கும் ஒரு மனிதராக சித்தரித்து எழுத எழுத, வைகுண்டம் நிஜமானவரா என்று பலரும் நம்பும் அளவுக்கு மனதைக் கவர்ந்தவரானார். இது என் எழுத்தால் ஏற்பட்டது என்னும் கர்வத்திற்கு இடமே இல்லை. இது போன்ற ஒரு உண்மைத் தேவை இருப்பதுதான் காரணம் என்பது எவ்விதப் பாசாங்குகளும் இல்லாமல் எனக்குத் தெரிகிறது.

படித்த பலரும் “புத்தகமாகப் போடுங்கள்! எனக்கு இப்பவே ஒரு காப்பி ஆர்டர் செய்துவிட்டேன்!” என்று ஆதரவு தெரிவிக்க, அடுத்தடுத்து இதோ மூன்றாவது பாகமும் வெளிவந்துவிட்டது.

இந்த முறை எழுதின கதைகளில் காலக்குழப்பம் வருகிறதே என்று பார்க்க வேண்டாம்! டாக்டர் வைகுண்டத்துக்கும் அவருடன் பணிபுரியும் மற்றவர்களுக்கும் வயதே ஆகாது! மேலும் அவரைச் சுற்றியுள்ளவர்களுக்கும், முக்கியமாக வைகுண்டத்தின் மனைவி, மகன் மகள் ஏன் அவருடன் பணிபுரிகிறவர்களுக்கும் கூட அவரின் மனிதாபிமானம் *rub off* ஆகி எப்படி நோய்வாய்ப்பட்டவர்கள் பயனுறுகிறார்கள் என்றும் எழுதியிருக்கிறேன். இன்னும் ஒரு படி மேலே போய் கிழக்கிந்திய கும்பினி காலம், ராஜராஜ சோழன் காலம் ஏன், பெருமாளே நேரில்...... விவரம் இப்போது வேண்டாம், நீங்களே படியுங்கள், ...வரையிலும் போய் வைகுண்டத்தின் முன்னோர்களின் கதைகளையும் சொல்லியிருக்கிறேன்.

நேர்த்தி என்பதன் மறுபெயராக விளங்கும் *Zero Degree Publications* மீண்டும் அதை நிருபிக்கும் வண்ணம் அழகாக அச்சிட்டு வெளியீடு செய்தமைக்காக திரு ராம்ஜிக்கும் வடிவமைத்த மற்ற தொழில் நுட்பர்களுக்கும் என் மனமார்ந்த நன்றி.

ஸ்வெட்டர் தேவையாக இருக்குமோ என்று சந்தேகப்படவைக்கும் சென்னையின் நவம்பர் மாதக் குளிர் காலை,

ஜெயராமன் ரகுநாதன்
Mobile: +91 99406 32646
Email: jraghu1956@gmail.com

பொருளடக்கம்

“சாரே ஜஹான் சே அச்சா...”

சூரியன் சோம்பேறித்தனமாக மேலேறிக்கொண்டிருந்த, இன்னும் சில்லிப்பு விலகாத அதிசய சென்னைக் காலை எட்டு மணி. எதிரே சென்டிரல் ஸ்டேஷன் எப்போதும்போல அவசரப் பரபரப்பு, ஆட்டோக்காரர்களின் அடாவடி, ஓலா, யூபரின் புதுவிதமான ரவுசு என்று அன்றைய தினத்துக்குத் தயாராகிக்கொண்டிருந்தது. இங்கே கார் பார்க்கில் அவருக்கென ஒதுக்கப்பட்டிருந்த இடத்தில் அழுக்குப் பச்சை நிற பெரிய வண்டி மரியாதை இன்றி சற்றே கோணலாக நின்றிருப்பதைப் பார்த்து லேசான எரிச்சல் கொண்டார்.

“ஹூ தெ ஹெல்...”

ஆரம்பித்தவர் அது ராணுவ வண்டி என்பதையும் அதில் யூனிஃபார்ம் அணிந்த டிரைவர் பல் குத்திக்கொண்டு இருப்பதையும் பார்த்து நிறுத்தி, அவனருகில் போனார்.

“வண்டிய எடுக்கறியா? இது என்னோட பார்க்கிங் எடம்!”

இவரின் உடை, மிடுக்கு அதிகார தோரணையைக் கண்ட ராணுவ டிரைவர் கொஞ்சம் பரபரத்து “அபி நிக்லேங்கே சாப்” என்று வண்டியை நகர்த்தி இடம் தர, இவரின் ஹோண்டா சிடி சல்லென்று நுழைந்து நின்றது.

பின் சீட்டிலிருந்து கைப்பையை எடுத்துக்கொண்டு விறுவிறு நடையில் வாசலை அடைந்தபோது சவரி ரெடியாக இருந்தான்.

"குட் மார்னிங் சார்!"

"ம்!"

முதல் மாடியேறி லேண்டிங்கில் திரும்பி இன்னும் பத்துப் படிகள் மேலே போய் காரிடாரில்...

சட்டென்று கோபம் கொண்டார்.

ஒழுங்கில்லாமல் கூட்டம் அங்கும் இங்கும் நகர்ந்தவாறு அல்லாடிக்கொண்டிருக்க உரத்த குரலில் இடி முழங்கியது.

"யார் இங்க அட்டெண்டண்ட்?"

இரண்டு நர்ஸ்கள், ஒரு ட்யூட்டி டாக்டர் இரண்டு ஆர்வக்கோளாறு பேஷண்ட் எல்லோரும் இவரிடம் நெருங்கினர்.

டீயைக் குடித்துக்கொண்டிருந்த அட்டெண்டர் செபாஸ்டியன் அதை மேலே கொட்டிக்கொண்டு அரக்கப் பரக்க ஓடிவந்தான்.

"என்ன பண்ற காலங்கார்த்தால? வர்ர பேஷண்ட்ஸ ஒழுங்கா வரிசையா அனுப்பறதில்லையா?"

இதற்குள் அங்கே உட்கார்ந்திருந்த ஒரு ராணுவ சோல்ஜர் விறைப்புடன் எழுந்து, நோயாளிகளை வரிசைக்கிரமமாக நிற்க வைத்தான். ஒரு வயதானவரை அப்படியே உட்கார்ந்து கொள்ளச்செய்தான். கைக்குழந்தை பெண்களை சாய்ந்துகொள்ள இடமளித்தான். பிறகு மெதுவாகப்போய் வயதான ஆசாமியின் - மூக்கும் மோவாயும் அவன் ஜாடை - பக்கத்தில் அமைதியாக நின்றுகொண்டு இவரைப்பார்த்து மரியாதை கலந்த புன்னகை அளித்தான்.

இவர் செபஸ்டியனைப் பார்த்து இன்னொரு உறுமல். இப்போது அந்த சோல்ஜரிடம் சென்றார்.

"யாரு பேஷண்ட், அப்பாவா?"

இவரே எதிர்பார்க்காமல் ஒரு சல்யூட் அடித்து ராணுவக்

குரலில் எஸ் ஸார் என, சிலர் சிரித்தார்கள்.

இன்னொரு உறுமல் அனைவரும் அடங்கினர்.

தளர்ந்து கிட்டதட்ட அரைக்கண் மூடிய நிலையில் தன் மகன் மேல் சாய்ந்திருந்த பெரியவரைப்பார்த்தார்.

செபஸ்டியனிடம் "இவரை அந்த நாற்காலியில் உட்கார வை. நீ பக்கத்திலேயே இரு!"

சொல்ஜரிடம் பேசினார்.

"வாங்க என்னோட!"

இரண்டாம் மாடியில் தன் அறையில் சோல்ஜருடன் நுழைந்தபோது ப்யூலா கம்ப்யூட்டரில் ஏதோ நிரடிக்கொண்டிருந்தாள்.

"ப்யூலா! முதல் மாடியில செபாஸ்டியனோட பெரியவர் ஒருத்தர் நிக்கறார். அவினாஷ்ட்ட சொல்லி அவர அட்டெண்ட் பண்ணச்சொல்லு! வாங்க சோல்ஜர்!"

அறைக்குள் நுழைந்து பையை சைட் டேபிள் மேல் வைத்து, பின்பக்கம் திரும்பி ஸ்ரீரங்கம் ரங்கநாதர் படத்தை சேவிப்பது போல ஒரு சைகை காட்டிவிட்டு சுழல் நாற்காலியில் உட்கார்ந்தார்.

"உக்காருங்க!"

"சார் எம்பேரு சரவணன்! ஏ எஸ் ஐ சி ஆர் பி எஃப் சார்! த்ரீ ராங்க் ஷெவ்ரான் ஹவில்தாருக்கு சமம்!"

"என்ன கம்ப்ளெயிண்ட் அப்பாவுக்கு?"

"நான் செங்கல்பட்டுலேர்ந்து வரேன் சார்! அப்பாவுக்கு லிவர் ஃபெய்ல்யூர்னு அங்கித்து டாக்டருங்க சொன்னாங்க! இங்க ஜி ஹெச்சுக்கு வரச்சொன்னாங்க! லெட்டர் குடுத்துவுட்ருக்காய்ங்க!"

"கொண்டாங்க!"

வாங்கிப்படித்தார்.

“க்ரானிக் லிவர் ஃபெய்ல்யூர்!”

“என்னங்க?”

“அப்பாவோட லிவர் மொத்தமா டாமேஜ் ஆகியிருக்கே! என்ன வேலை செஞ்சார்? அதிகம் குடிப்பாரோ?”

“இல்லீங்க! குடிப்பழக்கமெல்லாம் கிடையாது! அவர் வெவசாய நெலத்துல வேலை செய்வார். செங்கல்பட்டு டாக்டருங்க சொன்னாங்க! அதான் இங்க வந்தேன்!”

“சரி, இருப்பா! ப்யூலா?”

“எஸ் புரொஃபசர்?”

“ஹெபடாலஜிஸ்ட் இன்னிக்கு ட்யூட்டி யாருன்னு பாரு! வரச்சொல்லு! ரைட் நௌ! அண்ட் ப்யூலா! நம்ம சரவணனுக்கு ஒரு டீ சொல்லு!”

“இல்லீங்க டாக்டர்! நான் டீ காபி சாப்டறதில்ல!”

“குட்! ஆமா எங்க ட்யூட்டி? இப்ப அப்பா உடம்புக்காக லீவுல வந்திங்களா?”

“ஆமா! இல்லைங்க!”

என்னப்பா சொல்றே ஆமாவா இல்லியா?”

மோகனமாகச் சிரித்தார்.

“சாரிங்க! எனக்கு ட்யூட்டி காஷ்மீர்ல கங்கன்னு ஒரு எடம்! கிராமம்தான் சார், புல்வாமா டிஸ்ரிக்ட்டுல எனக்கு ரெகுலர் ட்யூடி. ஆனால் ரெண்டாயிரத்துப் பதினாறுல புர்ஹான் வாலி செத்தாருங்களே அந்த ஆபரேஷன் கால்ம் டவுன்னுட்டு அதுக்கு போயிருந்தேங்க!”

“நெறைய சேதமோ?”

“ஆமாங்க! தொண்ணூறு சிவிலியன் செத்தாங்க, பல செக்யூரிட்டி போலீஸுங்களும் எறந்தாங்க! மூணு மாசம் அந்தப் பகுதியே ரொம்ப பதட்டமா இருந்ததுங்க! நீங்கள்ளாம் பேப்பருல படிச்சிருப்பீங்க!”

“அடேயப்பா! ரொம்ப ஆபத்தில்லையோ?”

”நம்ம நாடாச்சுங்களே, பாதுகாக்க வாணாவா? ஆபத்தெல்லாம் பார்த்தா உள்ள பூந்துடுவாங்க சார்! அப்ப எங்க நிம்மதியா வாழ முடியும்!”

பெரியவரின் முகத்தில் உண்மையான பாராட்டுத் தெரிந்தது.

“யெஸ், யூ ஆர் ரைட்! அப்பாவுக்காக லீவுல வந்தியா?”

“ஒரு மாசம் ரெகுலர் லீவுல வந்தேங்க! போன வாரம்தான் அப்பா வலி வலின்னு துடிச்சாரு! அதான் செங்கல்பட்டு ஆஸ்பத்திரிக்கு இட்டுட்டு போனேன். டெஸ்டெல்லாம் எடுத்தாங்க! லிவர் ரொம்ப டாமேஜ் ஆயிடுச்சுப்பா! நீ சென்னையில ஜிஹெச்சுக்குப் போன்னுட்டு லட்டர்ல்லாம் தந்தாங்க!”

“படிச்சேன் படிச்சேன்!”

அவினாஷும் ஹெபடாலஜிஸ்ட் அரவிந்தும் வந்துவிட்டனர்.

“இந்த பேப்பர்ஸ், ரிப்போர்ட்ஸ் படிங்க!”

இருவரும் படிக்க, பெரியவர் கண்களை மூடிக்கொண்டிருக்க, சரவணன் ஒருவித கலக்கத்துடன் பார்த்துக்கொண்டிருந்தான்.

“என்ன ப்ரோக்னோஸிஸ்?”

அரவிந்த தயக்கமில்லாமல் சொன்னார்.

“அப்டமினல் பெயின், அரிப்பு, டார்க் யூரின் கலர், மஞ்சள் ஸ்கின்... சிம்ப்டம்ஸ் ரொம்ப தெளிவா இருக்கே புரொஃபசர்!”

அவினாஷ் புகுந்தான்.

“லிவர் ஃபெயில்யுர்! அக்யூட்டா இல்ல க்ரோனிக்கான்னு பாக்கணும்!”

“க்ரோனிக்தான்! லிவர்ல ஸ்காரிங்குன்னு ரிப்போர்ட் சொல்றதே! அரவிந்த்?”

“சாராயமா புரொஃபசர்?”

“இல்ல இல்ல! விவசாயி! அதனால கெமிக்கல்ஸ் சுவாசிச்சதுனால இருக்கலாம்!”

“பல வருஷங்களா உள்ள போயிருக்கணும்! லெவல் ஆஃப் க்ரானிக் ஸ்டேட் பாரு! பைல் டக்ட் சுத்தமா பாதிச்சிருக்கு!”

“பைலரி சிர்ரோஸிஸ்!”

“வயசு வேற அறுவத்தஞ்சு! டிரான்ஸ்ப்ளாண்ட் பண்ணியாகணும் புரொஃபசர்!”

பெரியவர் சரவணனிடம் ஆதுரத்துடன் பேசினார்.

“த பாருங்க சரவணன்! உங்கப்பாவுக்கு கல்லீரல் முழுசுமா பாதிச்சிருக்கு. அதனால வேற லிவர் வெக்கணூம்! அதான் லிவர் டிரான்ஸ்ப்ளாண்ட்ன்னுவாங்களே!”

“அய்யோ செலவாகுங்களா ரொம்ப?”

“சரவணன்! இல்ல இல்ல நீ ஆர்மிப்பா! உனக்கு நாங்க செலவு வைப்போமா? ஒரு செலவும் ஆகாது!”

“அப்பாவோட உயிருக்கு ஆபத்துங்களா?”

“இப்படியே விட்டா ரொம்ப நாள் தாங்காதுப்பா! டிரான்ப்ளாண்ட் பண்ணித்தான் ஆகணும்!”

“எனக்கு இன்னும் ஒரு வாரந்தானே லீவ் பாக்கி இருக்கு! இப்ப இருக்கற நெலமையில லீவ் கெடைக்காதுங்களே!”

“அதெல்லாம் நீ ஏன் கவலைப்படறே? நாங்க எல்லாத்தையும் பாத்துக்கறோம். நீ கவலைப்படாத ஊருக்குப்போ. நா உனக்கு செய்தி அனுப்பறேன்! ஆமா, இங்க யார்னா உறவுக்காரங்க இருக்காங்களா?”

“அப்பாரோட தங்கச்சி, அதான் என் அத்தை இங்க சென்னையில இருக்காங்க டாக்டர்!”

“நாளைக்கு அவங்கள அழைச்சிட்டு வா. அப்பாவை இன்னிக்கே அட்மிட் பண்ணிக்கறேன்! ஆமா அவங்க வீடு எங்க சென்னையில?”

“ வால்டாக்ஸ் ரோடுங்க!”

“நல்லது! பக்கத்துலதான்! நீ தைரியமாப் போ சரவணா! நீ எங்களுக்காக அங்க பார்டர்ல கஷ்டப்படறே! உனக்காக நாங்க இதக்கூட செய்ய மாட்டோமா?”

“டாக்டர்! நா ட்யூட்டில இருக்கற எடம் ரொம்ப தொலவுங்க! ஒரு அவசரத்துக்கு என்னை காண்டாக்ட் பண்ணக்கூட முடியாதுங்களே! அதான் கவலையா இருக்கு?”

“அதெல்லாம் நா பாத்துக்கறேன்! நீ கவலையே படாத போய் வா!”

சரவணன் நன்றியுடன் டாக்டரை வணங்கிவிட்டு எழுந்து போக பெரியவர் வாத்ஸல்யத்துடன் சொன்னார்.

“போய் அப்பாவைப் பார்த்துப் பேசிட்டு போ சரவணா!”

அடுத்த நிமிடம் இங்கே பெரியவரின் தோரணையே ஸ்விட்ச் போட்டாற்போல் மாறியது.

ப்யூலா! டிபார்ட்மெண்ட் ஹெட்ஸ் எல்லாரையும் கூப்பிடு! கான்ஃபரன்ஸ் ரூமுக்கு வரச்சொல்லு!”

”எத்தனை லிவர் டிரான்ஸ்ப்ளாண்ட் கேஸ் வெய்ட்டிங்?”

ஹெப்பாட்டைடிஸ் தலைவர் பேசினார்

“மூணு பேர் புரொஃபசர்!”

“டோனார்ஸ்?”

“ஓர்த்தர் கூட இல்ல!”

“மத்த ஹாஸ்பிட்டல்ல நெலமை?”

“திருச்சில ஒண்ணு வெய்ட்டிங், மதுரைல ஒண்ணு! ஆனா எங்கியும் டோனர்ஸ் இல்ல!”

“டோமினோ லிவர் டிரான்ஸ்ப்ளாண்ட் சான்ஸ் இருக்கா?”

“சாரி புரொஃபசர்! அமிலாய்டோஸிஸ் கேஸூம் இல்லியே!”

"ஓகே! லெட் மீ ஸீ! அரவிந்த்! பெரியவர டிரான்ஸ்ப்ளாண்ட்டுக்கு ரெடி பண்ணு!"

மீண்டும் அறைக்குள் வந்தவுடன் ப்யூலாவைக் கூப்பிட்டார்.

"சீஃப் மினிஸ்டர் ஆஃபீஸுக்கு ஃபோன் பண்ணு!"

"வணக்கம் மாணிக்கம்! நா......!"

"தெரியும் புரொஃபசர் சொல்லுங்க! தலைவர்ட்ட பேசணுமா?"

"நோ நோ! அவர தொந்திரவு பண்ண வேண்டாம்!"

"தொந்திரவா? நீங்க போன் பண்றீங்கன்னா ஏன் என்கிட்ட கொடுக்கலைன்னு என்னைச் சாடுவாரு!"

"எனக்கு உங்க கிட்டதான் ஒரு ஹெல்ப் வேணும்!"

"சொல்லுங்க புரொஃபசர்!"

"அர்ஜெண்ட்டா ஒரு லிவர் டோனர் வேணும்! என் கேஸோட MELD ஸ்கோர் கிட்டத்தட்ட 36! நம்ம கவர்ன்மெண்ட் ஆஸ்பிட்டல்ல டோனரே இல்ல! அதனால நீங்க மெர்க்குரி இல்லைன்னா காஸ்மோ ஹாஸ்பிட்டல்ல பேசி லிவர் டோனர் எனக்கு பிரியாரிட்டில கொடுக்கச் சொல்லணும்!"

"உடனே பேசறேன் புரொஃபசர்! போன வாரங்கூட மெர்க்குரி சேர்மன் நம்ம சி எம்மப்பார்க்க வந்திருந்தாரு! ஏதோ ஸ்டார் ஹெல்த் இன்ஷுரன்ஸ் பத்தி கேட்டாரு!"

"தாங்க் யூ மாணிக்கம்!"

"அய்யோ நீங்க போய் தாங்க்ஸெல்லாம் சொல்லிட்டு..! இவளோ அர்ஜெண்ட்டா கேக்கறீங்கன்னா யாரோ பெரிய வி ஐ பியாத்தான் இருக்கணும்!"

"ஆமா முக்கியமான ஆசாமிதான்! நாட்டுக்கு முக்கியமான ஆசாமி!"

மெர்க்குரி ஹாஸ்பிட்டல்ல டோனர் இல்லாததும் காஸ்மோவில் ஒரு டோனர் இருந்ததும் ஆனால் அவர் ஒரு அரபு நாட்டு ஷேக்கிற்காக ரிசர்வ் செய்யப்பட்டிருந்ததும், அவரின்

MELD ஸ்கோர் இருபது கூட இல்லை என்பதாலும் முதன் மந்திரி ஆஃபீசிலிருந்து வந்த ஆர்டரினாலும் அந்த டோனர் ஜிஹெச்சுக்கு அனுப்பப்பட்டதும் வெறும் விவரங்கள்.

இன்னொரு காலை.

"அரவிந்த்! பேஷண்ட் எப்படி இருக்காரு?"

"நல்லா இருக்காரு புரொஃபசர்! அபார முன்னேற்றம்!"

"என்ன இம்யுனோ சப்ரெஸண்ட்ஸ் குடுத்திருக்கீங்க?"

"சைக்ளோஸ்பிரின் புரொஃபசர்!"

"நோ! டாக்ரோலிமஸ் போடுங்க! அதுதான் பெட்டெர்னு ப்ரூவ் ஆயிருக்கு! டையட் சொல்லிட்டீங்களா? சக்கரை, உப்பு எல்லாம் குறச்சலா இருக்கணும்! லோ கொலஸ்ட்ரால்! திராட்சைப்பழமே கூடாதுன்னு சொல்லு! கால்ஷியம் அண்ட் பாஸ்ஃபரஸ் நெறைய குடுக்கணும்!

"சரி புரொஃபசர்!"

"குட்! போஸ்ட் ஆபரேடிவ் இன்ஸ்டிரக்ஷன்ஸெல்லாம் குடுத்தாச்சா?"

"நீங்க சொன்னா மாதிரி முழுநேர நர்ஸ் போட்டாச்சு! கூட இருக்கற அவரோட தங்கைக்கு எப்படியெல்லாம் பாத்துக்கணும்னு டிரெய்னிங் தர்ராங்க!"

"அது மட்டும் போறாது! வீடு இங்க வால்டாக்ஸ் ரோடுலதான்! அவர் டிஸ்சார்ஜ் ஆனதும் ரெண்டு வாரத்துக்கு மூணு வேளையும் நர்சிங் அட்டெண்டர் அனுப்பிடு, அதுக்கான சார்ஜ் நானே தரேன்!"

"டாக்டர்! எல்லா நல்ல காரியங்களும் நீங்க மட்டுமே செய்யணுமா? நாங்களும் சேர்ந்துக்கறோமே?"

"ஓகே! மோர் தி மெர்ரியர்!"

இப்போது ப்யூலா பெரியவரை நெருங்கினாள்.

"என்ன ப்யூலா? என்ன கவர்?"

"என்னோட காண்ட்ரிப்யூஷன் புரொஃபசர்!"

ஒரு கணம், ஒரே ஒரு கணம் பெரியவர் முகத்தில் இளகின பார்வை. அடுத்த கணம் கூர்மை.

"ப்யூலா! எனக்கு டெல்லியில சேனா பவன்னு ராஜாஜி ரோடுல ஆஃபீஸ் இருக்கே அங்க லைன் போட்டுத்தா!"

"இண்டியன் ஆர்மி ஹெட்குவார்ட்டர்ஸ்! சேனா பவன்?"

"மேஜர் ஜெனெரல் ஷெகாவத்துடன் பேச முடியுமா?"

"எம் ஜி இப்போதுதான் கேம்ப்பிலிருந்து திரும்பினார். முக்கிய மீட்டிங்கில் இருக்கிறார்!"

"நான் டாக்டர் வைகுண்டம் சென்னையிலிருந்து என்று சொல்லுங்கள்!"

"டாக்டர் வேகுண்ட..."

"வைகுண்டம்! டாக்டர் வைகுண்டம்!"

"டீக் ஹை ஜி!"

இந்திய நாட்டின் பாதுகாப்பையே நிர்ணயிக்கும் பல பெரிய தலைகள் மிக முக்கியமாக பேசிக்கொண்டிருந்த அறைக்கதவை தயங்கினபடி திறந்து ஒரு ஆர்டர்லி உள்ளே நுழைய, தலைமை நாற்காலி ஷேகாவத் பேசுவதை நிறுத்தினார். முகத்தில் கடுகடுப்பு.

"க்யா ஹை? க்யோன் இத்னா ஜல்தி? மீட்டிங் சல் ரஹா ஹைன்னா! குப்தா! அவனை வெளியே போகச்சொல்!"

அதற்குள் அந்த ஆர்டர்லி குப்தாவை நெருங்கி காதில் சொன்னான்.

"மேஜர் ஜெனெரல்! யாரோ டாக்டர் வைகுண்டமாம்! உங்களுக்கு கால்! சென்னையிலிருந்து?"

"ஓ டாக்டர் வைகுண்டம்? சென்னை? அவர் எனக்கு யாரோ இல்லை! கனெக்ட் ஹிம் க்விக்! சாரி ஜெண்டில்மென்! இந்த போன் நான் பேசியே ஆகவேண்டும்!"

“ஹலோ டாக்டர்ஜி! ஆப் கைஸே ஹைன்?”

“.......................”

“ஹான்! மாஜி ஈஸ் ஃபைன்! வெரி ஃபைன்! எல்லாம் உங்களுடைய மருத்துவத்தால்தானே!”

“.............................”

அடுத்த சில நிமிடங்களுக்கு அந்தப் பக்க பேச்சை உன்னிப்பாகக் கேட்டார். முன் இருந்த பேப்பரில் ஏதோ எழுதிக்கொண்டார். போனை வைத்தவுடன் தனக்கு அடுத்திருந்த பிரிகேடியரிடம் பேசினார்.

“இப்போது புல்வாமா பேஸ், சி ஆர் பி எஃப் ஃப் யாரு?”

“ஸ்பெஷல் டைரக்டர் ஜெனெரல் ராஜிவ் ராய் பட்நாகர்!”

“ஓகே! பட்நாகர் கோ போன் மெ கனெக்ட் கர்தீஜியே! அபி!”

“பட்நாகர்! நான் மேஜர் ஜெனரல் ஷெகாவத்! நீங்கள் எனக்கு ஒரு உபகாரம் செய்யவேண்டும். உங்களின் ஆஃபீசர் ஒருவரை கங்கன் கிராமத்துக்கு அனுப்பி அங்கே போஸ்டிங்கில் இருக்கும் ஏ எஸ் ஐ சர்ரவண..ம்..யெஸ்.. சரவணனுக்கு ஒரு மெசேஜ் சொல்லணும்! அவனுடையா அப்பாவுக்கு லிவர் டிரான்ஸ்ப்ளாண்ட் வெற்றிகரமாக முடிந்துவிட்டது. அவர் நலமாக இருக்கிறார். இன்னும் ஐந்து வருடம் அவரின் உயிருக்கு உத்திரவாதம் உண்டு. இதுதான் மெசேஜ். உங்களின் ஆஃபீசர் இந்த மெசேஜை தனிப்பட்ட முறையில் சரவணனுக்குத் தெரிவிக்க வேண்டும். அவர் திரும்பி வந்த்தும் எனக்கு ஃபோன் செய்து விடுங்கள்!”

”டாக்டர் வைகுண்டம்! இன்க்ரெடிபிள்!”

மேஜர் ஜெனரல் ஷெக்காவத் முணுமுணுத்துவிட்டு உடனே உறுமினார்.

“சைலன்ஸ் பாய்ஸ்! கெட் பேக் டு தி மீட்டிங்!”

ஜம்மு காஷ்மீர் மாநிலத்தில் புல்வாமா பிளாக்கில் தரைக்கு 1588

அடி உயரத்தில் இருக்கும் கங்கன் கிராமத்தில் மைனஸ் மூணு புள்ளி ஆறு டிகிரி குளிரில் அந்த மத்தியான வேளையில் ட்யூட்டி பார்த்துக்கொண்டிருந்த சிஆர்பிஎஃப்-பின் அஸிஸ்டண்ட் சப் இன்ஸ்பெக்டர் சரவணன், ஒரு பெரிய வண்டி வந்து நிற்பதையும் அதிலிருந்து அவனை விடப்பல ராங்குகள் உயர்ந்த ஆஃபிசர் ஒருவர் தன்னை நோக்கி வருவதையும் சற்றே திகிலுடன் பார்த்தான்.

கரை கடந்த புயல்

மொட்டை கோபுரம் என்றும் ராயகோபுரம் என்றும் ஒரு காலத்தில் சொல்லப்பட்ட ஸ்ரீரங்கத்தின் பெரிய கோபுரத்தை அடையும் தெருவில் இன்று வரிசையாக ட்ராவெல்ஸுகளும், ஜெராக்ஸ் கடைகளும், இவ்விடம் சூடான பால் கிடைக்கும் என்னும் டீ கடைகளும், யாத்ரீகர்களை அழைத்து வந்த ஆம்னி பேருந்துகளும் நிறைந்து கிடக்க, தொள்ளாயிரத்து அறுபதுகளில் இந்த இடம் எப்படி இருந்தது என்பது கொஞ்சம் சிக்கலான விவரணையாகப்போய்விடும் என்பதால் விட்டுவிடுவோம்.

ராயகோபுரத்திலிருந்து தி ஹையர் செகண்டரி ஸ்கூல் ஃபார் பாய்ஸ்க்கு போக பல வழிகள் உண்டு. அம்மா மண்டபம் பக்கத்து பங்களாக்களிலிருந்து போகும் பையன்கள் கூட ராயகோபுரம் வரை வந்து விட்டுப்போவதுண்டு.

“தெனோம் பள்ளியூடத்துக்குப் போறச்சே ராயகோபுரம் வழியாப்போய் கோபுரத்த தரிசனம் பண்ணிட்டு அப்படியே கெழக்கா போய்டணும்!”

“போம்மா! சுத்து வழி!”

“சொன்னா கேக்கணூம்! தெனோம் கோபுர தரிசனம் கோடி புண்ணியம் தெரியுமா?”

"கோபுரம் எங்கம்மா இருக்கு? மொட்ட கோபுரந்தானே இருக்கு?"

"இருக்கற கோபுரத்த தரிசனம் பண்ணேண்டா! ஆனா முடுக்கு தெரு வழியாப்போய்ட வாண்டாம்! ரெண்டாம் கோபுரத்துக்கு அண்டையில சித்திர வீதி வழியாப்போ!"

"ஏம்மா?"

"எல்லாத்துக்கும் மறிச்சு மறிச்சு கேழ்வி கேளு! சொன்னத்தச் செய்டா!"

வக்கீலாத்து மாமி தன் புள்ளைக்குச் சொல்லுவது போல பல வீடுகளிலும் அப்படித்தான் சொல்லி பையன்களை ஸ்கூலுக்கு அனுப்புவது வழக்கம். ஏழெட்டு பையன்களாகச் சேர்ந்துகொண்டு பேசிக்கொண்டே, காலில் தென்படும் சிகரெட்டுப் பொட்டி, "செயலான" வீட்டில யாரோ வாங்கிச் சாப்பிட்டுவிட்டு வீசி எறிந்த கிளாக்ஸோ பிஸ்கெட்டுப் பாக்கெட், டிஜிபி கடை வாசலில் கிடக்கும் லைஃப் பாய் சோப்பின் கனமான பேப்பர், காலியான நசுங்கின ரெமி பவுடர் டப்பா, டாக்டர் ரங்கபாஷ்யம் கிளினிக் வாசலில் தென்படும் பச்சை நிற குளூகோஸ் காலி டப்பா போன்ற வஸ்துக்களைக் காலால் தட்டி ஃபுட்பால் ஆடிக்கொண்டே ஸ்கூல் போய்ச்சேருவார்கள்.

அந்தப் பையன்கள் கீழச் சித்திரை வீதியைத் தாண்டி முடுக்குத் தெருவைத் தவிர்த்து ஒன்றிரண்டு தெருவை விட்டு கிழக்காக ஸ்கூல் நோக்கிப் போகும் ஒரு தெருவில் நுழைந்து பேசி ஆரவாரமாகச் சிரித்துக்கொண்டே நடந்து போவார்கள்.

அது ஏன் முடுக்குத் தெருவை தவிர்க்க வேண்டும் என்று கேட்டால் நான் என் சுந்தர்ராஜ சித்தப்பா சொன்ன கதையைத்தான் சொல்ல வேண்டும்.

"அடேய்! அங்கல்லாம் போப்படாதும்பாடா! அதுல முழுக்க முழுக்க கோவில் தாசிகள்லாம் இருப்பாளாம்!"

"அவா இருந்தா என்ன சித்தப்பா?"

"போடா போக்கத்தவனே! நம்ம கோமளி மாமி தம்பி வரதன் இருக்கானே, அவன் தென்னூர்லேர்ந்து ராலே சைக்கிள்ள ஓட்டிண்டு வந்து வாராவாரம் ரங்கநாதரை தரிசனம் பண்ணிண்டு போய்ண்டு இருந்தான். மூணாம் வருஷம் சைக்கிள்ள வந்தவன் கால் முட்டி வலிக்கறது, செத்த உக்காரலாமேன்னு அந்தத் தெருவுல ஒரு ஆத்து திண்ணையில உக்காந்திருக்கான். நம்ம வரதன், நீதான் பாத்திருக்கியே, ஆள் வேற உசரமா வெள்ளை வெளேர்னு இருப்பானா? போறாத்துக்கு கோவிலுக்கு வரோமேன்னு ஜரி வேஷ்டி கட்டிண்டு இருக்கான். அப்ப வாசல்ல வந்த பொம்மனாட்டி இவனப்பாத்துட்டு ஜரி வேஷ்டி, ராலே சைக்கிள், அந்த காலத்துல ராலே சைக்கிள் வெச்சுண்டிருந்தா நீ மிராசுடா தெரியுமோனோ, என்ன நெனச்சாளோ, "வாங்கோ! உள்ள வந்து இளப்பாறப்படாதா"ன்னுருக்கா! இது அசமஞ்சம் ஒரு வா தேர்த்தம் வாங்கி குடிக்கலாம்னு உள்ள போயிடுத்து! அங்க பார்த்தா ஏழெட்டு பொம்மனாட்டி நிக்கறாளாம்! பயந்தடிச்சுண்டு வெளில ஓடி சைக்கிள எடுத்துண்டு பஞ்சாப்பறந்துட்டான்!அன்னிக்கு ரங்கன் தரிசனம் இல்லாமயே தென்னூருக்கு விட்ருக்கான் சவாரி!"

சொல்லிவிட்டு இடி இடி என்று சிரிப்பார். எங்களுக்குதான் அப்போதெல்லாம் முழுசா புரியல!

சட்டங்கள் எல்லாம் வந்த பிறகு அந்த முடுக்குத் தெரு பார்ட்டிகள் தொழிலெல்லாம் நின்று போய், சிதறி இறைந்து போய்விட்ட சில குடும்பங்கள் வேற சில தெருக்களிலும் குடிவந்துவிட்டார்கள். ஆனால் அவர்களுடைய பழங்கதை இன்றளவும் மறக்கப்படாமல் சுத்து வட்டார குடும்பங்கள் அவர்களை ஒதுக்கியே வைத்திருந்தார்கள்.

"ஏண்டி நம்ம தெருதான் கெடச்சுதாமா இதுகளுக்கு? இஞ்ச வந்து கூத்திலே இருக்காப்ல தளுக்கிண்டு இருக்குகளே! நம்மாத்து பிராமணரை அடக்கி வெக்கணுமேடி! ஒண்ணு சொல்லிப்டேன் அவாளுக்கு அன்னம் தண்ணின்னு ஒரு ஆத்திலேர்ந்து போப்படாது!"

அன்றும் அப்படித்தான்.

பையன்கள் ஸ்கூலுக்குப் போகும்போது ஒதுக்கப்பட்ட ஒரு வீட்டு வாசலில் சின்னப் பெண் ஒன்று, ஆறோ ஏழோ வயது இருக்கலாம், கழுத்தில் போட்டுக்கொண்டிருந்த மாலையை வாயில் கவ்விக்கொண்டு நின்றது. பேசிச் சிரித்து ஆடி ஓடிக்கொண்டிருந்த இவர்களைப்பார்த்து சிரிக்க, பையன்கள் “வாடா வாடா! நிக்கப்படாது! அம்மா கொன்னுப்பிடுவா” என்று வேகமாக நகர்ந்தார்கள். மஞ்சள் ஸ்ரீசூர்ணம் இட்டுக்கொண்டிருந்த அந்தப் பையன் மட்டும் சற்று நின்று சிறுமியைப் பார்த்தான். நல்ல பட்டுப் பாவாடை ஆனால் கசங்கியிருந்து. அவள் கண்களில் ஏக்கமோ? நிச்சயம் தெருவில் சக பெண் குழந்தைகள் அவளை விளையாட்டுக்குச் சேர்த்துக்கொள்ள மாட்டார்கள். இவர்களின் குதூகலத்தைப் பார்த்து முகத்தில் மலர்ச்சியுடன் சிரிக்க, இவனும் சினேகமாகப் புன்னகைத்தான்.

தினமும் இவர்கள் ஸ்கூலுக்குப் போகும் நேரம். சரியாக வாசலுக்கு வந்துவிடும். ஆவலோடு பார்க்கும் அந்தச் சிறுமியின் ஏக்கம் நிறைந்த முகம் அந்தப் பையனுக்கு என்னவோ போல இருக்கும். மற்ற பையன்கள் அந்த வீடு வந்தவுடன் தாண்டி ஓடும்போது, இவன் மட்டும் மெதுவாகவே நடப்பான். அப்படியே அந்தச் சிறுமியைப் பார்த்து வாத்ஸல்யப் புன்னகையைத் தருவான். அதற்காகவே இவன் தினமும் அந்தத் தெருவிலேயே போக ஆரம்பிக்க, சிறுமி கொஞ்சம் சுவாதீனத்துடன் இவனைப் பார்த்து மலர மலரச் சிரிக்கும். இவனும் தைரியம் பெற்று சில நாட்கள் கையை ஆட்டுவான் பதிலுக்கு அதுவும் ஏதோ பரிசு கிடைத்த சந்தோஷத்தில் கையை ஆட்டும்.

இன்னொரு நாள் இவன் போகும்போது அது கையாட்டி இவனைக் கூப்பிட்டது.

“இந்தா இது உனக்குன்னு எடுத்து வெச்சேன்!”

விலை உயர்ந்த சாக்லெட் ஒன்று!”

“உனக்கு வாண்டாமா?”

“நான் சாப்ட்டாச்சு! இது உனக்கு தான்!”

“உம்பேர் என்ன?”

“நிம்மி!”

நிம்மின்னு ஒரு பேரா?”

“நிர்மலா! நிம்மின்னு கூப்டுவா?”

சரி லேட்டாச்சு! நா ஸ்கூலுக்குப் போகணும்!”

அடுத்த நாள் இல்லை, இரண்டாம் நாளும் இல்லை. மூன்றாம் நாள்தான் அது நடந்தது.

அவசரமாக ஸ்கூலுக்குக் கிளம்பிக்கொண்டிருந்தான். பாட்டியின் ஸ்ரார்த்துக்காக வீடு தயாராகிக்கொண்டிருந்தது. அன்றும் அப்பா யாரோ கட்சிக்காரனுடன் ஆஃபீஸ் அறையில் பேசிக்கொண்டிருந்தார். காலையிலேயே வந்துவிட்ட ஜூனியர் சாஸ்திரிகள் இரண்டு பேர் வாழையிலையில் தொன்னை தைத்துக்கொண்டிருந்தார்கள்.

“அம்மா! நாழியாறதும்மா! டிஃபன் பாக்ஸ் கட்டிக்கொடேன்?”

“கொழந்தே! இன்னிக்கு பாட்டி தெவசமாச்சே! நீ போய் கொல்லப்பக்கம் அம்புஜம் இருக்கா பாரு. அவட்ட சாதமும் மோர் மிளகாயும் ரெடி பண்ணச்சொல்லியிருக்கேன். சாப்ட்டுட்டு போ. இன்னிக்கு ஒரு நா மத்தியான பெல் அடிச்சதும் ஒரே ஓட்டமா வந்து ஸ்ரார்த்த சாப்பாடு சாட்டுட்டு போய்டணும் என்ன?”

“என்னம்மா இன்னிக்கு மத்தியானம் சயன்ஸ் கிளாஸ்மா! லேட்டா போனா ராகவாச்சாரி சார் வீறிப்பிடுவார்!”

“சமத்துடா கொழந்தே! அம்மா சொன்னா கேப்பியாம்! பாட்டி ஸ்ரார்தத்துக்கு பேரன் சாப்பிடாம எப்படி சொல்லு? நா எல்லாம் ரெடியா வெச்சிருக்கேன்! நீ வந்தவுடனே பரிமாறிடறேன். அள்ளிப்போட்டுண்டு ஓர்ரே ஓட்டம்! என்ன?”

ஸ்கூலில் மத்தியானம் மணி அடித்தவுடன் ஒரே ஓட்டமாக ஓடிவந்து சாப்பிட்டான்.

“ந்தாடா கொழந்தே! அதிரசத்தைத் தின்னுண்டே ஓடு பார்க்கலாம்!”

சமையல்கார மாமி கொடுத்த அதிரசம் ஒன்றைக் கையில் வாங்கிக்கொண்டு வாயில் டுப் டுப்பென்று டிராக்டர் சப்தம் போட்டுக்கொண்டு திரும்ப ஸ்கூலுக்கு ஓடும்போதுதான் அந்த வீட்டு வாசலில் வயசான பெண்மணி நின்றுகொண்டிருந்தாள். சற்று தூரத்திலிருந்து பார்த்தபோது ஏதோ புலம்புவதுபோல தெரிந்தது. சின்னப் பெண்ணைக் காணவில்லை. டிராக்டர் வேகம் குறைந்து நிதானித்தது.

“சித்த யாரானு வாங்களேன்! எம்பொண்ணு வலியில துடிக்கறா? மாமா! மாமி! யாரானு வாங்களேன்!”

சுத்து வட்டார வீடுகளில் அமைதி. சில வீட்டு ஜன்னல் இருட்டில் உற்றுப்பார்த்தால் சில முகங்கள் தெரியக்கூடும். ஆனால் யாரும் வாசலுக்கு வரவில்லை. இவனைப் பார்த்தும் அந்த வயசான பெண்மணி பேசினாள்

“அம்பி! செத்த இங்க வாடா! எம்பொண்ணுக்கு வயத்த வலின்னு துடிக்கறா? ஒதவி பண்ணேன்!”

டிராக்டர் இப்போது எஞ்சின் ஆஃப் ஆகிவிட்டது. புரியாமல் தயங்கிப்பார்த்தான். நின்றான்.

“அம்பி! ஒனக்கு புண்ணியமாப்போகும்! ஆத்துல சின்னக் குட்டியத் தவிர ஆரும் இல்ல! என்னாலயும் வலியில துடிக்கறவள தனியா விட்டுட்டு எங்க போகமுடியும் சொல்லு!”

“என்ன பண்ணணும் பாட்டி?”

“கீழச்சித்திர வீதியில டாக்டர் ரங்கபாஷ்யத்த கூப்பிட்டுண்டு வரணும்! எனக்கு என்ன பண்றதுன்னே தெரியல! செத்த ஒத்தாசை பண்ணுடா அம்பி!”

அந்தப் பையன் யோசித்தான். ஸ்கூலுக்கு லேட்டாகும். வீட்டினுள் எட்டிப்பார்த்தான். ஒரு மத்திம வயதுப்பெண் வயிற்றைப்பிடித்துக்கொண்டு முனகிக்கொண்டிருக்க, பக்கத்தில் மலங்க மலங்க முழித்தவாறே சின்னப் பெண். சட்டென்று

வெளியே ஓட்டி கீழச் சித்திரை வீதிக்குப் பறந்தான்.

டாக்டர் ரங்கபாஷ்யம் டேபிளின் மேல் காலைத் தூக்கிப் போட்டுக்கொண்டு ஈசானிய விட்டத்தில் ஒரு சிலந்தி மெல்ல நகருவதை வேடிக்கை பார்த்துக்கொண்டிருக்கும்போது ‘படட பட’வென க்ளினிக்கின் கதவு தட்டப்பட்டது.

“கிருஷ்ணா! போய்ப் பாரேண்டா!”

ஒன்றும் நடக்கவில்லை.

மீண்டும் பட பட.

“கிருஷ்ணா! எங்கடா போய்த்... ஓ! சாப்பிடப் போறேன்னியா? வரேன் வரேன்! கதவை ஒடைச்சுடாதீங்கோ!”

கதவைத் திறந்தால் அந்தப் பையன்.

“அடேய்! வக்கீலாத்து அம்பியாடா? என்னத்துக்கு இப்படி கதவ போட்டு ஆதி தாளம் வாசிக்கறே?”

“மாமா அவசரம்!”

“என்னடா? என்ன ஆச்சு? யாருக்கு?”

“ஒரு மாமி அந்த கிழக்குத்தெரு பக்கமா வீட்டுல...”

“அங்கல்லாம் எங்க நீ போற? இப்ப ஸ்கூலனா இருக்கணும் நீ? நரசிம்மாச்சாரி தெரிஞ்சா சிண்டைப்பிச் சுப்பிடுவாரே?”

“இல்ல மாமா! அவாத்து மாமி வயத்த வலின்னு துடிக்கறா? பாட்டி என்னாண்ட ஒத்தாச பண்ணச்சொன்னா?”

“அதான் ஸ்கூல விட்டுட்டு ஓடி வந்தியா? அவாளுக்கெல்லாம் பாவம் பாக்கப்படாதுடா! நீ போ ஸ்கூலப் பார்க்க!”

“இல்ல மாமா! மாமி பாவம்! பாட்டிக்கு தனியா என்ன பண்றதுன்னு தெரியல! நீங்க டாக்டர்தானே! செத்த வரலாமே!”

“அட! என்னடா இப்படிப் போட்டுத் தாக்கற? இரு இரு உடம்பு சமாச்சாரங்கற? நா டாக்டருக்குப் படிச்சவன்! ஞாயமா இருக்கணுமே! இரு வரேன்!”

சடெடென்று உள்ளே போய் லெதர் பையை எடுத்துக்கொண்டார். கிளினிக்கை பூட்டினார். சைக்கிளை எடுத்தார்.

"ந்தாடா இந்தப் பையை வெச்சுண்டு பின்னால உட்காரு!"

வாசலில் அலமந்து நின்றுகொண்டிருந்த பாட்டி இவர்களைப் பார்த்து முகம் மலர்ந்தார். டாக்டர் விடுவிடுவென உள்ளே போனார்.

பையன் வாசலிலேயே நின்றான். பத்து நிமிடங்கள். டாக்டர் வெளியில் வந்தார். வானத்தைப் பார்த்தார். யார் வீட்டு வாசலில் டெலிபோன் கம்பி ஓடுகிறது என்று கவனித்து அங்கே போனார்.

அவர் கதவைத் தட்டுவதும் ஆசாமி வெளியில் வருவதும் ஏதோ பேச்சும் கொஞ்சம் விவாதமும் தெரிய டாக்டர் வீட்டினுள் புகுவது தெரிந்தது. இன்னும் சில நிமிடங்கள். டாக்டர் வெளியே வந்துவிட்டார்.

"இந்தாம்மா! சீரங்கம் கவர்மெண்ட் ஆஸ்பத்திரிக்கு போன் பண்ணியிருக்கேன். இப்ப உடனே வண்டி வந்துரும். அங்க போணும்!"

"டாக்டர்! தெய்வாதீனமா நீங்க வந்தேள். எனக்கு ஒண்ணுமே தெரியாது! செத்த ஒதவி பண்ணுங்கோ டாக்டர்!"

"பண்றேம்மா! நீங்க ரெண்டு மூணு நாள் தங்கறதுக்கு வேண மட்டும் துணி மணி எடுத்துண்டு ஆத்த பூட்டிண்டு ரெடியா இருங்கோ! நானும் கூட வரேன்! டேய்! அம்பி! உன் வேல ஆயிடுத்து! ஸ்கூலுக்கு ஓடு!"

"மாமிக்கு ஆபத்து ஒண்ணும் இல்லியே?"

"அதெல்லாம் நா கவனிச்சுக்கறேன்! நீ கௌம்பு! நரசிம்மாச்சாரி பெரம்புல மாட்டிக்காத! போ போ!"

இப்போது அந்தப்பாட்டி கண்ணில் நீருடன் சொன்னாள்.

"நன்னா இருப்பேடா அம்பி! சமயத்துக்கு ஒத்தாச பண்ணியிருக்கே!"

லேசான நிம்மதி கிடைத்ததில் டிராக்டர் எஞ்சின் மீண்டும் ஸ்டார்ட் ஆகி, ஒரு அரைவட்டம் அடித்து, லேசாகப்புழுதியைக்கிளப்பி ஸ்ரீரங்கம் பாய்ஸ் ஸ்கூல் பக்கமாய் ஓடிப்போனது.

அடுத்த சில நாட்களுக்கு அந்த வீட்டு வாசலில் யாரும் இல்லை. பூட்டினபடியே இருந்தைப்பார்த்தான் பையன். ஆறாம் நாளோ ஏழாம் நாளோ ஸ்கூலுக்குப்போகும் போது பார்த்தால் மீண்டும் அந்தச்சின்னப்பெண். கூட வந்த பையன்களிடம் "நீங்கள்ளாம் போங்க! நா இதோ வரேன்" என்று சொல்லிவிட்டு சிறுமியை நெருங்கினான்.

"நிம்மி! அம்மா எப்படி இருக்கா?"

"சரியாப்போச்சு!"

பேச்சுக்குரல் கேட்டு வயதான பெண் வெளியே வந்தாள்.

"வாடா அம்பி! தெய்வம் மாதிரி அன்னிக்கு ஒத்தாச பண்ணினே! வா உள்ள வா! மாமி உன்னைப்பாக்கணும்னு சொல்லிண்டு இருந்தா!"

பையன் தயங்கியபடியே உள்ளே நுழைந்தான் இருட்டாக இருந்தது. டெட்டால் வாசனையும் ரசம் கொதிக்கும் வாசனையும் சேர்ந்து வந்தது. ஏதோ ஒரு வீட்டில் துணி அடித்துத்துவைக்கும் சப்தம். சன்னமான ஜன்னல் வெளிச்சத்தில் அந்த அறையில் மத்திம வயதுப்பெண் படுத்திருந்தாள். மூக்கில் பேசரி மின்னியது.

"வாடா கொழந்தே! நீதான் அன்னிக்கு ஒத்தாச பண்ணினியாமே! சமத்துக்கொழந்தைடா! இந்தா வாங்கிக்கோ!"

ஒரு கிளாக்ஸோ பிஸ்கெட் பாக்கெட்டை நீட்டினாள்.

"வாண்டாம் மாமி! எனக்கு ஸ்கூலுக்கு லேட்டாறது! நா போறேன்!"

"பரவால்ல! வாங்கிக்கோ! பசங்களுக்கும் குடுத்துட்டு நீயும் சாப்பிடு!"

பையன் தயங்கியபடியே வாங்கிக்கொண்டான்.

“யாராத்து பையன் நீ?”

“அம்மா மண்டபம் வக்கீலாத்து...!”

“அட! அம்மா மண்டப பங்களாவாத்து பையனா? நல்ல மனசுடா ஒனக்கு! நன்னா இருப்பே!”

“பாரும்மா! அந்த வக்கீலாத்துப்பையானாம் இது? துளிக்கூட கர்வமே இல்லாம நமக்கு எப்படி ஒத்தாச பண்ணியிருக்கு! பேர் பெத்த குடும்பமாச்சேடா உங்க குடும்பம்! நீயும் நன்னா படிச்சு பெரிய வக்கீலாகி தாத்தா அப்பா மாதிரி பேரெடுக்கணும், என்ன?”

“இல்ல மாமி! நா வக்கீலுக்குப் படிக்கப்போறதில்ல! டாக்டருக்குத்தான் படிக்கப்போறேன்!”

“பாத்தியா இத! என்னமாப் பேசறது! படிரா படிரா! உம் மனசுக்கு டாக்டரானா இன்னும் எத்தனையோ பேருக்கு ஒத்தாசையா இருப்பேடா! நன்னா இர்ரா கொழந்த!”

இப்போது அந்த வயசான பெண் கேட்டாள்.

“ஏண்டா உன்ன அம்பி அம்பின்னே கூட்டுண்டு இருக்கேன்! உம்பேர் என்னடா?”

....

“என்ன நிர்மலா! நேத்து முக்கியமான ஃபங்ஷன்! உங்களக்காணூமே?”

“என்ன பண்றது ப்யூலா! ஸ்டான்லியில நேத்து செமினார், ஏ ஆர் டி எஸ் இன் பேஷண்ட்ஸ் வித் செப்ஸிஸ்! அது முக்கியம் நீ போயாகணூம்னுட்டாரு பெரியவர்!”

“பிரமாதமா பேசினார்! நம்ம ஜெனரல் ஆஸ்பத்திரியியோட ரெகார்ட், இவ்வளவு சின்ன வயசுல அவர் டீனா அப்பாயிண்ட் ஆனது!”

“என்ன பேசினார் ப்யூலா?”

"தான் இந்த அளவுக்கு உசந்ததுக்குக் காரணம் படிப்போ அனுபவமோ அறிவோ மட்டுமில்ல. நெறைய நல்ல மனுஷங்களோட ஆசிர்வாதம்தான்னு நெகிழ்ந்து போய்ச்சொன்னாரு!"

புயல், இடியுடன் கதவு படாரென வெடித்துத் திறந்தது.

"நிம்மி! இங்க என்ன பண்றே? நேத்து நீ செமினாருக்குப் போய்ட்டு வந்த ரிப்போர்ட் எனக்கு இன்னும் வரல. அங்க பெட் நம்பர் நாப்பதுல அவினாஷ் தனியா மன்னாடிண்டு இருக்கான்! ஜஸ்ட் கெட் மூவிங்! ப்யூலா! நா கேட்ட ரெஃபரன்ஸ் எடுத்தியா?"

புயல் கரை கடந்து அறைக்குள் போனது.

“என் பெயர் வசுந்தரா...!”

காலை மணி பதினொன்று இருக்கலாம்.

ரிசப்ஷன் பெண் கையிலிருந்த ரிப்போர்ட்டைப் பார்த்துவிட்டு “ந்தாம்மா! நீ மொத மாடியில கடைசிக்குப் போ. அங்க டேபிள் போட்டு நர்சம்மா இருப்பாங்க! அவங்களைப் பாருங்க!” என்று ஒரு மத்திம வயதுப் பெண்ணிடம் - பெரிய குங்குமப் பொட்டு, கண்களைத் தாண்டி ஈஷின கறுப்பு மை - சொல்லிக்கொண்டிருக்கும்போது “எக்ஸ்க்யூஸ் மீ” என்னும் மெல்லிய குரல் இடைமறித்தது.

ரிசப்ஷன் நிமிர்ந்து பார்த்தது.

ஐம்பதுக்கு மேல் சொல்லிவிடலாம். சின்ன வயதில் அழகாக இருந்திருக்கக்கூடிய பெண். உயர்தர புடவை. காதில் ஒருவித முதிர்ச்சியான பளபளப்பில் வெண்மையான ஸ்டட். ப்ளாட்டினமாகக்கூட இருக்கலாம். கழுத்தில் அதே உலோகச்செயின். முகத்தில் களைப்பு, வயதான, வலி அனுபவித்த பணக்கார களைப்பு.

ரிசப்ஷன் பெண்ணிடம் ஒரு பொறாமை கலந்த மரியாதை மாற்றம் தெரிந்தது.

“என் பெயர் வசுந்தரா! போன வாரம் லெட்டர் போட்டிருந்தேன்!”

“லெட்டர் பத்தி எனக்குத் தெரியாது மேடம். இப்ப என்ன வேணும்?”

“ஒரு டாக்டரைப் பார்க்கணும்!”

“என்ன கம்ப்ளெயிண்ட்?”

“ஒரு கம்ப்ளெயிண்ட்டும் இல்லை!”

“அப்ப ஏன் டாக்டர்?”

“அதான் சொன்னேனே, லெட்டர் போட்டிருந்தேன்!”

“மேடம்! உங்க லெட்டர் யாருக்கு போச்சுன்னு எனக்குத் தெரியாது. டாக்டர் பேர் சொன்னா என்னால உங்களை கைட் பண்ண முடியும்!”

“சாதாரணமா லெட்டர் யாருக்குப் போகும்?”

“எங்க அட்மின் சீஃபுக்குத்தான்!”

“அவரைப்பார்க்கலாமா?”

“ஓகே! நீங்க இந்தக்காரிடார் வழியா போனா அங்க மாடிப்படி வரும். முதல் மாடியில ரெண்டாவது ரூம். முதல் ரூமுக்குள்ள போய்டாதீங்க. அது டீனோட ரூம்!”

“தாங்க் யூ!”

வசுந்தரா மெதுவாக நடந்து படியேறி லாண்டிங்கில் நின்று சற்று ஆசுவாசப்படுத்திக்கொண்டு மீண்டும் படியேறி முதல் ரூமைத்தாண்டி “ப்யூலா! வேர் ஈஸ் அவினாஷ்.” என்ற ஒரு குரல் சன்னமாக ஒலிப்பதைக் கேட்டு நடந்து இரண்டாவது அறையில் நுழைந்தார்.

“ஓ நீங்கதானா அந்த லெட்டர் எழுதினது? இதெல்லாம் யாரு நெனவு வெச்சு எழுதறாங்க! அதுவும் ஜெனரல் ஆஸ்பத்திரின்னா திட்டறவங்கதான் அதிகம்!”

“இல்லை மிஸ்டர்...?”

“சௌரிராஜன்!”

“யெஸ் மிஸ்டர் சௌரிராஜன்! என் அனுபவம் அப்படி! அதை மறப்பது நன்றியில்லையே!”

சுத்தமான ஆங்கிலம்.

“உங்களுக்கு காஃபி சொல்லட்டுமா?”

“சரி! எனக்கும் தாகமாத்தான் இருக்கு!”

“துரை! காண்டீன்லேர்ந்து காபி! சக்கரை போடாம வாங்கி வா!”

வசுந்தரா சிரித்தார்.

சௌரிராஜன் அந்த லெட்டரை கையில் வைத்துக் கொண்டிருந்தார். எழுதின பெண்மணி எதிரே உட்கார்ந்திருக்க கனிவுடன் அவளைப்பார்த்தார்.

மிக நேர்த்தியாக எழுதப்பட்ட நெகிழ வைக்கும் வாக்கியங்கள் கொண்ட லெட்டர்.

”என் பெயர் வசுந்தரா. கடந்த 32 வருடங்களாக நான் ஒமானில் இருந்தேன். கணவரின் வேலை காரணமாக எனது 24ஆவது வயதில் அங்கே போய்விட்டேன். சாதாரணமாக ஒமான் செல்கிறவர்கள் வருடத்திற்கு ஒரு முறையாவது இங்கே வெக்கேஷன் என்று வந்துவிடுவதுண்டு. என்னால் அப்படியெல்லாம் வர முடிந்ததில்லை. நான் ஒரு ஆன்க்கிலோசிங் ஸ்பாண்டிலைடிஸ் பேஷண்ட். என்னால் ப்ளேனின் சீட்டில் எல்லாம் மூன்று நான்கு மணி நேரம் உட்கார்ந்து வரமுடிந்ததில்லை. ஏன் வீட்டிலேயே அவஸ்தைதான். பசி இருக்காது. லோ கிரேட் ஃபீவர் பாதிப்பொழுது. வெயிட் குறைந்து குறைந்து ஏறும். அனீமியா லாஸ் ஆஃப் ஐயார்ன்! மூச்சு விட சிரமப்படும்! அவஸ்தை மகா அவஸ்தை! ஆனால் போன மாதம் வேறு வழியின்றி ஒமானிலிருந்து திரும்ப வந்துவிட்டேன்.

என் கணவர்...! சரி, இங்கே வேண்டாம்!

எனக்கு பத்தொன்பது வயதில் கல்யாணம். முதல் குழந்தை கருவுற்றிருந்தபோது ஆரம்பித்தது அந்த ஸ்பாண்டிலைடிஸ்! என்ன காரணம்? எனக்கு பிறப்பிலேயே ஹெச் எல் ஏ பி 27 ஜீன்களாம்! பல டாக்டர்களைப்பார்த்த பின் இங்கே, அதான் ஜெனரல் ஆஸ்பத்திரிக்கு வந்தேன். எனக்குச்சரியாக வில்லை. இன்று வரை நோய் தீரவில்லை. ஆனாலும் என்னால் இந்த ஆஸ்பத்திரியை மறக்க முடியவில்லை.

எனக்கு நன்றாக நினைவு இருக்கிறது.

அன்று வெள்ளிக்கிழமை. கார்த்திகை தீபம். வீட்டில் விளக்கேற்றி ஒவ்வொரு அகலாக வாசலில் வைக்கும்போது இடுப்பில் சுரீரென வலி தாக்கியது. எண்ணெய் சரிந்து கொட்ட, மண் அகல் விழுந்து உடைய நான் கீழே பரவினேன்.

அன்றிலிருந்து ஒரு வருஷம், பார்க்காத டாக்டரில்லை, போகாத ஆஸ்பத்திரி இல்லை. என்னென்னவோ மருந்து மாத்திரை, ஃபிசியோதெராப்பி, டிராக்ஷன்...

ம்ஹூம்! ஒரு பிரயோஜனமும் இல்லை. பிறகுதான் இங்கே வரச்சொல்லி ஒரு டாக்டர் சிபாரிசு செய்தார்.

இந்த ஆஸ்பத்திரிக்கு வந்தேன் எனக்கு குணமாகிவிட்டது என்று சொல்லுவதற்காக நான் இந்த லெட்டரை எழுதவில்லை. ஏனென்றால். அதான் முன்னமே சொன்னேனே, எனக்கு குணமாகவில்லை. ஆனால் இங்கே எனக்கு ஏற்பட்ட அனுபவம் என்னை இந்தக் கொடூர நோயைச் சமாளிக்க உதவின. இந்த ஆஸ்பத்திரியில் எனக்குக் கிடைத்த அனுபவம்தான் கடந்த 32 வருஷங்களாக இந்த நோயைக் கட்டுக்குள் வைத்திருக்க என் மனதால் முடிந்தது என்று சொல்வதற்காகவே எழுதுகிறேன். அப்புறம் எனக்கு “அவனை”ச் சந்திக்க வேண்டும்.

அப்படி என்ன நடந்தது? யாரைச் சந்திக்க வேண்டும்? சொல்கிறேன்.

இங்கே வந்து அட்மிட் ஆன இரண்டாம் நாள் எனக்கு

எம் ஆர் ஐ எடுக்க ர்யூமடாலஜிஸ்ட் அழைத்துக்கொண்டு போனார். அந்த டெக்னீஷியன் என்னைப்படுக்க வைத்து ஸ்கான் எடுக்க வாகாய் அந்த ஸ்கானிங் டேபிளின் மேல் அப்படி இப்படி அசைத்து சரியான பொசிஷனுக்கு கொண்டு வர முற்பட்டபோது எனக்கு உண்டான வலி சொல்லி மாளாது. பல்லைக்கடித்து பொறுத்துக்கொண்டேன். அப்படியே பெல்ட் போட்டு என்னை ஸ்கான் சேம்பரின் உள்ளே அனுப்பினார்கள். அசையாமல் படுத்திருக்க வேண்டுமே. கடவுள் பெயரைச்சொல்லிக்கொண்டே படுத்திருந்தேன். சில நிமிஷங்களில் வலி கொஞ்சம் கொஞ்சமாக அதிகரித்தது. தட்டையான ஸ்கான் மேஜை என் நடு முதுகில் அழுந்தி அழுந்தி வலியின் இம்சை கட்டுக்கடங்காமல் போனது. கடுமையில் கண்களில் கண்ணீர் வர, அடக்கிக்கொள்ள முயன்றும் முடியவில்லை. இருவது நிமிஷங்களுக்குப் பிறகு ஸ்கான் சேம்பரிலிருந்து என் ஸ்ட்ரெச்சர் வெளியே இழுக்கப்பட்டது. ஏதோ ஐ வி காண்ட்ராஸ்ட் மாற்ற வேண்டும் என்றார்கள். வலி எல்லை மீறிக்கொண்டிருக்க என்னால் கண்ணீரை அடக்க முடியாமல் கன்னங்களில் வழிந்த போதுதான் அது நிகழ்ந்தது.

ர்யூமடாலஜிஸ்டுக்கு பக்கத்தில் நின்றிருந்த அந்த ஹவுஸ் சர்ஜன் சின்னப் பையன் - என் வயதுதான் இருக்கும், இல்லை ஓரிரு வருடங்கள் பெரியவனாக இருக்கலாம் - என்னிடம் வந்து என்னை அப்படியே அள்ளித்தூக்கி மேஜை மேல் என் முதுகுப்பக்கம் படாமல் உயர்த்தி வைத்துக்கொண்டான். அந்தக் கணம் என் வலி சட்டென்று குறைந்து போய் ஒரு நிம்மதி படர, வலியின்மை என்னும் நிலை எனக்கு மிகப்பெரிய அமைதியைத் தந்தது. அப்படியே சில நிமிடங்கள் என்னை அணைத்துத் தூக்கிய அந்த இளைஞனின் முகத்தைக்கூட நான் அப்போது பார்க்கவில்லை. அவன் என் காதுகளில் “இன்னும் கொஞ்ச நேரந்தான்! சரியாகிவிடும்! உங்களின் பொறுமை பாராட்டத்தக்கது” என்று சுத்தமான ஆங்கிலத்தில் முணுமுணுத்தான்.

அவன் ஏதோ வானிலிருந்து வந்த தேவதூதனாய், என்னை அதீத வலியிலிருந்து விடுதலை அளித்தவனாய்த் தோன்றினான்.

இன்றும் பல இரவுகளில் அந்த அணைப்பும் என் முழு வெயிட்டையும் தன் மெல்லிய கைகளில் தாங்கிக்கொண்ட அந்த ஹவுஸ் சர்ஜனின் ஸ்பரிசமும் அந்தச்செயல் மூலம் அவன் அளித்த அமைதியும் எனக்கு மிக மிக அருகாமையில் இருப்பதுபோலத் தோன்றும். பல இரவுகளில் வலி எல்லை மீறிப்போகும்போது அந்தக்கணங்களை மனதில் கொண்டு வருவேன். அப்போதே ஒரு அமைதி படரும். வலியின் கடுமை குறைந்தாற்போல உணருவேன்.

“இதுல என்ன பெரிசா இருக்கு” என்று கேட்கத்தோன்றலாம். இந்த வலியின் கொடூரம் ஆன்கிலோசிங் ஸ்பாண்டிலைடிஸ் இருப்பவர்களுக்குத்தான் தெரியும். சுட வைத்த கூர்மையான ஊசி வைத்துக்குத்துவது போல ஆரம்பித்து பிரஷர் எடுக்கும் ஸ்ஃபிக்மொமானோமீட்டரில் பாதரசம் ஏறுவது போல சரசரவென மேலேறி நடுமுதுகில் தாக்கும் வலி மூளையில் கேட்கும், கேட்டுக்கொண்டே இருக்கும். ஒவ்வொரு அசைவுக்கும் புது வலியின் குட்டி ஒன்று புறப்பட்டு ..ஆம் அதே பாதரச ஏற்றம், அப்புறம் வலி வலி இன்னும் வலி!

அப்படிப்பட்ட வலியிலிருந்து சில நிமிடங்கள் விடுபடுவது, சில நிமிடங்கள்தான் என்றாலும், அந்த விடுதலை, அந்த ரிலீஃப்...... அப்ப்பா!

என்னுடைய வலியை தானும் உணர்ந்தவனாக அந்த இளைஞன் எனக்கு உதவ முற்பட்டது என் நினைவை விட்டு இன்று வரை அகலவே அகலவில்லை. எத்தனையோ நாட்களில் அந்த இளைஞனின் முகத்தை நினைவில் கொண்டு வர முயன்றிருக்கிறேன். அவனின் ஸ்பரிசமும் அவனுடைய அண்மையும் மனதில் திடமாக இருப்பது போல அவன் முகம் என்னவோ எனக்கு நினைவிலேயே வரவில்லை. பல முறை இதுபோல கடிதம் எழுதிக்கேட்க வேண்டும் என்று எழுத ஆரம்பித்து பாதியிலேயே நிறுத்தியிருக்கிறேன்.

ஏனென்றால், என் கணவர்....சரி வேண்டாம்.

இதோ ஒரு வழியாக சென்னை வந்துவிட்டேன். 32 வருடங்கள்!

எத்தனை நாட்கள்! அந்த இளைஞன் இன்னமும் இங்கே இருப்பானோ என்று கூடத்தெரியாது. ஹவுஸ் சர்ஜன் முடித்து அவன் எங்கே வேண்டுமானாலும் போயிருக்கலாம். வேறு ஆஸ்பத்திரி, வேறு மாநிலம், வேறு நாடு எங்கே வேண்டுமானாலும் போயிருக்கலாம். ஆனாலும் மனதில் அந்த ஆசை. அவனுக்கு நன்றி சொல்லிவிட வேண்டும் என்னும் ஆசை. என்னவோ பூர்த்தி அடையாமல் அவ்வப்போது முள்ளாய்க்குத்தும் உறுத்தலின் வெளிப்பாடான அந்த ஆசை.

உங்களால் உதவ முடியுமா?"

கடிதம் முடிந்திருந்தது.

சௌரிராஜன் இப்போது வசுந்தராவைப் பார்த்தார். காஃபியைக் குடித்த வசுந்தராவின் முகத்தில் குழந்தையைப் போன்ற ஆவல் தெரிந்ததைக் கவனித்தார்.

"உங்களிடம் கேட்டால் நீங்கள் ரிகார்ட்ஸைப் பார்த்து ஒரு வேளை அவன் எங்கே இருக்கக்கூடும் என்பதை எனக்குத் தெரிவிக்கலாமே என்னும் எதிர்பார்ப்பில் வலியையும் அவஸ்தையையும் பொருட்படுத்தாமல் வந்துவிட்டேன்!"

வசுந்தராவின் சுத்த ஆங்கிலத்தில் பணிவும் எதிர்பார்ப்பும் ஆவலும் தெரிந்தது.

"எங்களால ஆன உதவியைச்செய்யறோம் மேடம்! அந்த ஹவுஸ் சர்ஜன் பேரு தெரியுமா?"

"அதான் சொன்னேனே, தெரியாது!"

"பரவாயில்ல! எந்த வருஷம் நீங்க இங்க அட்மிட் ஆயிருந்தீங்கன்னு சொல்ல முடியுமா?"

"நைண்டீன் எய்ட்டிஎயிட், ஜூலை!"

"கிவ் மீ சம் டைம் மேடம். செக் பண்ணிண்டு வந்து சொல்லிடறேன்!"

சௌரிராஜன் எழுந்து உள்ளே போனார்.

வசுந்தரா நாற்காலியில் சாய முற்பட முதுகில் பளீரென்று வலி ஆரம்பித்தது. மாடிப்படி ஏறியதால் இருக்குமோ? அந்த வலி, எப்போதும் காலையில் வருமே அதே வலி. சுள்ளென்று சொடக்கி இழுத்தது. வசுந்தரா நாற்காலியில் ஒரு பக்கமாக சாய்ந்தாள். வலியின் தீவிரம் இன்னும் இழுத்துப்போட்டது. நெற்றிப்பொட்டில் விண் விண்ணென்று தெறித்தது. ஒரு மாதிரி மயக்கமான நிலையில் கண்களை மூடிக்கொண்டாள். அவள் முகம் போகிற போக்கை பார்த்து எதிரே ஏதோ ஃபைல் எடுக்க வந்த நர்ஸ் சட்டென்று ஓடி வருவதற்குள்...

"ப்யூலா! எத்தனை தரம் கேட்டேன்? இன்னுமா அந்த ஃபைல் கிடைக்கல? என்ன பண்றான் சௌரி! க்ராஸ்லி இனெஃபிஷியண்ட் பீபிள்!"

விடுவிடுவென்று தன் ரூமிலிருந்து அட்மின் ரூமுக்குள் நுழைந்த பெரியவர் நாற்காலியில் சரிந்து கொண்டிருந்த வசுந்தராவைப்பார்த்து பதறி,"வாட்ஸ் திஸ்? யாரு இது? என்ன பண்றீங்க எல்லோரும்?" என்று சத்தமிட்டுக்கொண்டே வசுந்தராவை அப்படியே தூக்க....

"இவந்தான்! இவந்தான்!"

வலிக்கு இடையிலும் வசுந்தரா முணுமுணுக்க சௌரிராஜனுக்கு ரிகார்ட்ஸைத் தேடவேண்டிய அவசியமே இல்லாது போயிற்று.

உற்றது சொல்லல்...

1986

மாமரத்தின் வளைந்த கிளையில் ஏசகேடாக உட்கார்ந்துகொண்டு கையில் இரண்டு மாங்காய்களுடன் சிறுவன் திண்டாடிக்கொண்டிருக்க, அவனின் அண்ணன் என்னும் பதினாலு வயதுப் பையன் ரகசியம் என்று நினைத்துக்கொண்டு சத்தமான குரலில் "போடுரா கீழ! போடு! போட்டுட்டு சட்டுனு எறங்கி ஓடியா! யாரோ வர்ர சத்தம் கேக்குது!" என்று அவசரப்படுத்தின அதே நேரம் மாந்தோப்பின் ஸ்வத்வாவத், மைனர் பண்ணையார், கோவில் தர்மகர்த்தா, பெரிய பண்ணை சுவாமிநாது தன் அள்ளக்கை குடை பிடிக்க அங்கேயே வந்துவிட்டார்.

சுவாமிநாது உள்ளூர்ப்பெரிய மனுஷர். ஏகத்துக்கும் நிலபுலம், தோட்டம் துரவு, சொத்து. திருவண்ணாமலைக்கு அருகாமை, அருகாமை என்ன அருகாமை, பதினாறு கிலோமீட்டர் தொலைவுதான், வடக்கரிம்பலூர் கிராமம். அந்தக்கிராமத்தில் எல்லா விளை நிலங்களுமே கிட்டத்தட்ட சுவாமினாதுவுக்குப் பாத்தியதை ஆனதுதான். ஊர் ஆசாமிகள் அவருக்கு சேவகம் செய்துதான் வயிறு வளர்த்தார்கள். படித்த பிள்ளைகள் விட்டால் போறும் என சென்னைக்கும்

செங்கல்பட்டுக்கும் திண்டிவனத்துக்கும் நகர்ந்துவிட, படிக்காத ஆட்கள் சுவாமினாதுவின் விரலிடுக்கில் அமிழ்ந்து நாட்களை ஓட்டிக்கொண்டிருந்தனர்.

உங்களுக்கு முழுக்க முழுக்க ஃப்யூடல் பின்புலம் புரிந்திருக்கும்.

சுவாமிநாதுவின் தாத்தா சம்பாதித்த சொத்து. அப்பா நீலகண்டன் ஒரு நயா பைசா அதிகம் சேர்க்கவில்லை. ஆனால் ரங்காட்டம், ரங்கம்மாளோட ஆட்டம் என்று சொத்தை நாசம் பண்ண எல்லா விதத்திதலும் முயன்றார். சுவாமிநாதுவுக்கு பன்னண்டு வயசிலேயே அப்பாவின் ஜாலக்கெல்லாம் பிடிபட்டுப்போக, தன் மாமாவின் சகாயத்தில் பிதுரார்ஜிதம் அது இது என்று மைனர் சூட் போட்டு இருக்கும் சொத்து பத்துக்களை காபந்து பண்ணி, மேஜரான கையோடு தானே முன்னின்று பாத்தியதை எடுத்துக்கொண்டு நிர்வாகம் பண்ணத்தொடங்கினார். மனிதருக்கு கொள்ளிக்கண். வேட்டுப்போட்டாலே அசராமல் இருப்பவர், எட்டணா காசு கீழே விழுந்தால் “ஆர்ரா அது” என்று குரல் கொடுப்பார்.

தோட்டத்துக்கு போனாரெல்லாம் சும்மா அப்படியே சுத்திட்டு வரதெல்லாம் இல்லை.

“ஏண்டா! நேத்தைக்கு பார்த்தேனே அந்த அணிப்பிள்ளை கெளைக்கு அந்தால நாலு பழம் இருந்துதே! ஆர்ரா அத எடுத்தது?”

இது தென்னையோ பலாவோ இல்லை. எலுமிச்சை மரத்துக்கே! கண்ணாலேயே அளந்து சொல்லிவிடுவார்.

“த பாரு மருதமுத்து! முன்னூத்தி எழுபது பழத்துக்கு மேல வரணும். ஜாஸ்தி இருந்தா நீ எடுத்துண்டு போயேண்டா!”

பல வருஷங்களாக மருதமுத்துவுக்கு ஒத்தை எலுமிச்சம்பழம் கிடைத்தாக சேதி இல்லை.

”இருவது பழம் கொறையரதேடா! பறிக்கும்போது இடுப்புல கட்டிண்டியா? எங்க வேஷ்டிய அவுத்து ஒதறு, பாப்பம்!”

இப்பேர்ப்பட்ட சாமிநாது கொரக்களி சொன்னது போல

சரியாக மாங்காய்த்திருட்டு நடக்கும்போது வந்துவிட்டார்.

"ஆர்ரா அது? மாங்க்காத்திருடனா? போடா சிங்கம்! போய் அவனப்புடி!"

அள்ளக்கை குடையை வீசி எறிந்துவிட்டு மரத்தை நோக்கி வர, அண்ணங்காரன் பயத்தில் தம்பியை அம்போவென விட்டு ஓட, மரத்தின் மேலிருந்த தம்பிப்பையன் சிக்கினான்.

2020

ஜெனரலாஸ்பத்திரி. மதியம் மணி பனிரெண்டரை. அவினாஷ் பிஸியாக இருந்தான்.

"நிம்மி! ப்ளட் யூரின் நைட்ரொஜென் பாத்தாச்சா?"

செக்!

சீரம் கிரியாடினின்?"

செக்

எஸ்டிமேட் ஜி எஃப் ஆர்?"

செக்!

"சரி! நீ லாப் ரிப்பொர்ட்ட எடுத்துண்டு என் ரூமுக்கு வர்ரியா? அதுக்குளள நா காண்டீன்ல ஒரு டீ குடிச்சுட்டு....!"

"அவினாஷ்! நோ வே! யூ டூ ஆர் கமிங் வித் மி! திஸ் ஈஸ் யுவர் பேஷண்ட்!"

"நிம்மி! நிம்மு! ப்ளீஸ்!"

"டேய்! என் ஹஸ்பண்ட் கேட்டா உன்னைக்கொன்னுடுவான்!"

"ஓகே! டாக்டர் நிர்மலா அவர்களே! ப்ளீஸ்!"

"ஒழிஞ்சு போ! ஆனா பத்தே நிமிஷத்துல வரணும்!"

"யூ ஆர் ய லவ்வபிள் ராட்சஷி!"

அவினாஷ் டீயின் சூட்டைத்தணிக்க ஊதின அதே கணம்

ஃபோன் அடித்தது.

“என்ன ப்யூலா? பெரியவரா?”

“இல்ல! நீ உடனே எமர்ஜென்சிக்கு ஓடு! அங்க ஆளுங்கட்சிக்காரங்க ஒரே ரகளை!”

பெரியவர்?”

“அவர் இன்னிக்கு சாயங்காலம் தான் வருவார். மார்னிங் ஹெல்த் செக்ரட்டரியோட மீட்டிங். லஞ்சுக்கு அப்புறம் எம் எம் சியில ஆடாப்ஸி கிளாஸ்!”

“ஓ சரி! ஐயாம் ரன்னிங்!”

எமர்ஜென்சி அல்லோலகல்லோல பட்டுக்கொண்டிருந்தது. எங்கும் கரை வேஷ்டி பரபரப்பு. அருகாமையில் ஸ்ட்ரெச்சரில் வெள்ளை வேஷ்டி சட்டையுடன் கழுத்தில் விரலகல செயினுடன் டை அடித்த மீசையும் முன் வழுக்கைத்தலையும் கொண்ட அரசியல்வாதி வலியில் வயிற்றைப்பிடித்து அனத்திக்கொண்டிருந்தார்.

“நகருங்க! டாக்டர் வந்தாச்சு!”

“எங்கய்யா போனீங்க! இத்தினி நாழியா? தலைவர் துடிச்சுக்கினு இருக்காரு! இன்னா ஆஸ்பத்திரி இது! நம்ம திருண்ணாமல ஃபண்டாஸ்பத்திரியே பெட்டர் போல!”

“ஏய் சும்மா இர்ரா! டாக்டர் பாருங்க! எங்க மாவட்டத்தலைவரு! காலைய்லேர்ந்து வயித்து வலில துடிக்கிறாரு!”

அவினாஷ் பரபரப்பானான்.

“சவரி! பேஷண்ட்ட பெட்ல போடுங்க! ஆவ்ரில்! கெட் மீ தெ லாப் டீம்!”

ஆசாமியின் வயிற்றைத்தடவி அமுக்கிப்பார்த்தான்.

“அய்யோ வலிக்குது டாக்டர்! தாங்கலியே!”

தலைவர் அரை மயக்கத்தில் அனத்தினார்.

"என்ன சாப்டாரு நேத்து? லிக்கரா?"

"ஆமாங்க! டெய்லி சாப்பிடறது உண்டுங்க!"

"வலி எப்பலேர்ந்து?"

"ராவுக்கு கொஞ்சம் அசதியா இருக்குன்னாரு! ஹார்லிக்ஸ் குடிச்சாரு. மூணு மணிக்கு இன்னாவோ வலிக்குதுடான்னாரு! அத்தோட நிக்காம வலி! ஒரு தரம் வெளிக்கி போய்ட்டு வந்தாரு. ஒண்ணும் வர்லடா! குசுவாப் போகுதுன்னுட்டு வந்து படுத்தாரு! அப்பத்திலேர்ந்து வலி குறையவே இல்லைங்க!"

"எங்க வலின்னாரு?"

"மேல் வுத்துல டாக்டர்!!

"சரியாச்சொல்லுங்க! வவுத்திலயா இல்ல மார்லயா?"

"வவுறுன்னுட்டுதான் பொலம்பினாரு! த்ருண்ணாமல டாக்டரு கூட வவுறுதான்னு அட்ச்சு சொன்னாரே!"

"டாக்டரே வயித்து வலிதான்னாரா?"

"குடி அதிகமாப்போய் இரைப்பையில புண்ணு முத்திப் போச்சுன்னாரே!"

"அந்த டாக்டர் தந்த லெட்டரக்குடுங்க!"

"*...severe pain in the upper abdomen, Pain spreading to the back, Upset stomach vomiting. Complained lack of appetite. Swollen belly by examination. Suspect perforated ulcer.......*".

"அவரு என்ன ட்ரீட்மெண்ட் குடுத்தாரு?"

"வலி குறைய ஊசி போட்டுவிட்டாரு. ஏதோ வவுத்த பிடிச்சு அமுக்கிப்பாத்துட்டு "எனக்கு ஒண்ணும் சரியா புரிபடல. வவுத்துப் புண்ணுதான் சீரியஸ் மாதிரி இருக்கு. ஜென்லாஸ்பத்ரிக்கு போய்டுங்கன்னுட்டாருங்க! இந்த லெட்டரக் குடுத்து விட்டாரு! அதான் தூக்கி ஆம்புலன்ஸில போட்டு ஓடியாந்தோம்!"

அதற்குள் லாபொரட்டரி டீம் வந்துவிட அவினாஷ் படபடத்தான்.

“கம்ப்ளீட் பிளட் கவுண்ட், லிவர் என்சைம் அண்ட் பான்கிரியாடிக் என்சைம், ஐ மீன் அமிலேஸ் அண்ட் லைபேஸ்! க்விக்! யூரினரி அனாலிஸிஸூம் வேணும்!”

அவினாஷ் இப்போதுய் வந்தவர்களைப் பார்த்தான்.

“கூட வந்தவங்க தவிர மீதிப்பேர் உடனே வெளியே போங்க. இது எமர்ஜென்ஸி வார்ட், இங்க கூட்டம் கூடக்கூடாது, ப்ளீஸ்!”

கரை வேட்டிக்கூட்டம் மெல்ல நகர்ந்தது. சிலர் காண்டீன் பக்கமும், சிலர் சிகரெட்டுக்காக வெளியேவும் நகர, செயலான சில ஆசாமிகள் நின்றனர்.

“அண்ணனை பாத்துக்கிடுவாங்க! ஒரு நா வெச்சிருந்து குளுகோஸ் ஏத்தினாக்க தெளிவாய்டுவாரு! நாம இங்க இருந்து என்ன பண்ணப்போறம்! எனக்கு வால்டாக்ஸ் ரோடுப் பக்கம் ஒரு வேல. ஒன்னவர்ல வந்துர்ரேன்!”

“அண்ணே! நா கூட புதுப்பேட்டையாண்ட லெதர் வந்திருக்குதாம். போய் பார்த்துட்டு ரெண்டு ரெண்டரைக்கு இங்கன இருப்பேன்!”

“லேய்! சின்சாமி! நீ இங்கியே இருந்து கூப்ட கொரலுக்கு போய்ப்பார்த்துக்கிடு! அண்ணன் தேறினதும் நானே நல்ல விதமாச்சொல்லி ரெவின்யூ ஆஃபீஸூல வேல வாங்கித் தரச் சொல்லுதேன்!”

”டேய்! ஜோசப்ப வண்டி எடுக்கச்சொல்லு! இங்கன பக்கத்துல புகாரின்னு பிரியாணி ஓட்டல் இருக்குதாமே” என்னும் குரல் தேய்ந்து மறைய, திருவண்ணாமலை மாவட்டச்செயலாளர் இன்னும் சில மணி நேரங்களில் இறக்கப்போகும் நிலமை தெரியாமல் வந்தவர்கள் தத்தம் ஜோலிக்குத் திரும்ப, சின்சாமி மட்டும் ரெவின்யூ ஆஃபீசில் கிளார்க் வேலை எதிர்பார்ப்புடன் காத்திருந்தான்.

அவினாஷ் ராஜாராமுடன் பேசினான். அவர்தான் ஜெனரல் ஆஸ்பத்திரியின் காஸ்ட்ரோ-இண்டஸ்டைனல் ஸ்பெஷலிஸ்ட்.

“என்ன ராஜா, எப்படி தெரியுது?”

“சிம்ப்டம்ஸ் பாத்தா அப்படிதான் தெரியுது அவினாஷ்! திண்டிவனம் டாக்டரும் எழுதியிருக்காரே! அதுவும் க்ரானிக்கா இருக்கும் போல! இதுக்குள்ள லிவர்ல பூந்து அரிக்க ஆரமிச்சுடுத்து போலத்தெரியுது! இவ்ளோ வலி இருக்கே!

“பிளட் டெஸ்ட் பாத்தீங்களா?”

“அவ்வளவு தெளிவா இல்ல அவினாஷ்! பட், நாமதான் பாக்கறோமே, வேறென்ன இருக்க முடியும்?”

“எக்ஸ்ரே ஒண்ணு எடுத்துடலாமா?”

“பேஷண்ட் இருக்கற கண்டிஷன்ல அவர எக்ஸ்ரே எடுக்க வெக்கறது கஷ்டம் அவினாஷ்! மைண்ட் யூ, இந்தக்கேஸுல எரக்ட் அப்டமினல் ஷாட் வேணும்! சாத்தியமே இல்ல! அண்ட் வி ஆர் லூசிங் ப்ரெஷியஸ் டைம்!”

1986

அடுத்து நடந்த விவரங்களை விவரிப்பது கொஞ்சம் சிரமம்.

தொள்ளாயிரத்து எண்பத்தாறாம் வருஷ சங்கதியானதால் நீங்கள் கொஞ்சம் அந்தக் காலகட்டத்தை நினைவில் நிறுத்தி புரிந்துகொள்ள வேணும். இன்னொன்று சமாச்சாரம் நடந்த இடம் சென்னையில் இல்லை என்பதை மேலேயே சொல்லிவிட்டேன்.

சின்னப்பையனை மரத்தில் கட்டி வைத்து கன்னத்தில் முதுகில் கோட்டை அறையாக அறைந்ததும் போதாமல் கட்டவிழ்த்து விடும்போது சுவாமிநாது பின் பக்கமாக எட்டி உதைத்ததில் அவன் நாலடி தள்ளி குப்புற விழுந்தான். அவன் போதாத காலம் சற்றே கூரான கருங்கல் காதுக்கு மேல் பகுதியில் சொருகி, டெம்போரல் எலும்பு பொடியாகச்சிதைந்துபோய்விட்டது.

அவனை எமர்ஜென்சியில் கவனித்த திருவண்ணாமலை பிரைமரி ஹெல்த் செண்டர் டாக்டர் “சீரியஸ் கேஸ்!

உடனே சென்னை ஜி ஹெச்சுக்குப்போகணும்! ஆனாலும் எனக்கு நம்பிக்கை இல்லை" என்றுதான் சொன்னார். வாயிலேயே நுழையாத ஓடாரினோலிக்யுவேரியா என்று அந்த டாக்டர் சொல்லியிருந்தாலும் க்ரோனிக் ஹெடேக் என்று சொல்லும்போது விழிப்பது போலவே தான் அந்த விவசாயக்கூலிகுடும்பம் விழித்திருக்கும். என்ன செய்வது என்று தெரியாமல் குடும்பத்தார் மலைக்க, துடைத்துக்கட்டு போடப்பட்ட பின்னரும் காதருகில் உறைந்திருந்த ரத்தக்கோடுடன் முகத்தில் வலியையும் மீறின சின்ன சிரிப்போடு - நல்ல செஞ்சாந்த்துக்கலர் மாங்காய் அல்லவா பறித்தான் - அந்தச்சிறுவன் இறந்து போனான்.

2020

"அப்ப சர்ஜரிதானா?"

"கமான் அவினாஷ்! திஸ் ஈஸ் பெர்ஃபொரேட்டட் அல்சர்! லேட் பண்ணினா ஆசாமி பொழக்கறதே கஷ்டமாய்டும்! மாவட்டச்செயலாளர் வேற! ரகளையாய்டும், அவினாஷ்! டோண்ட் டிலே!"

"பெரியவரை ஒரு வார்த்தை......?"

"ப்யூலா சொல்லலை? ஹெல்த் செக்ரட்டரியோட மீட்டிங். அதுகூட பரவாயில்ல. அப்புறம் ஆடாப்ஸி கிளாஸ்! அங்க போய் தொந்திரவு பண்ணினா கிழிச்சுடுவாரு! அதான் தெரியுதே அவினாஷ்! நீ ஓகேன்னு சொல்லு! நா சர்ஜரிக்கு ஏற்பாடு பண்ணிர்ரேன்!"

ராமராஜ் ஆபரேஷன் பண்ணும்போது கூடவே இருந்தான். வயிற்றைத்திறந்து பார்த்தபோது பெர்ஃபொரேடட் அல்சருக்கான தடயமே இல்லை. அவினாஷ் உறைந்து போனான்.. டாக்டர் ராம்ராஜுக்கு கை நடுங்கியது.

"ராம்! என்ன விஷுவல்?"

"அவினாஷ்! கன்ஃப்யூஸ்ட்!"

“என்ன?”

“ஸ்டமக் லைனிங்குல பெர்ஃபொரேஷன் இல்ல!”

“அண்ட்...?”

“அப்பர் இண்டஸ்டைன் ஈஸ் அ பியூட்டி!”

“டைஜெஸ்டிவ் ஆசிட்ஸ்..?”

“சில்ச்! நில்! பூஜ்யம்!”

“ராம்! நாம என்ன பண்றோம்?”

“அவினாஷ்! இதெப்படி சாத்தியம்? எல்லா சிம்ப்டம்ஸூம் நேரா பெர்ஃபொரேட்டட் அல்சர்னு அலறித்தே!

அவினாஷ் சுதாரித்துக்கொண்டான்.

“ராம்! ஸ்யூ ஹிம் அப்! க்விக்லி! நா போய் பெரியவரைக்காண்டாக்ட் பண்றேன்!”

அடுத்த முக்கால் மணி நேரத்தில் திருவண்ணாமலை மாவட்டச்செயலாளர் மூச்சுத்திணறி இறந்துபோனார்.

அந்த முழு வகுப்பும் அமைதியாக கவனித்துக்கொண்டிருந்தது. எதிரே பெரிய ஸ்கிரீனில் அருணாச்சலம் சலனமின்றிப்படுத்திருந்தார். எல் ஐ சியில் ஜெனெரல் மானேஜர். மூன்று பிள்ளைகளுக்குத்தகப்பன். போன வருஷம் இந்திய மானேஜ்மெண்ட் அஸோஸியேஷனில் மிகத்திறமையான மானேஜர் விருது வாங்கியிருந்தார். இப்போது அது அருணாச்சலம் இல்லை. டெட் பாடி! அதன் மார்புப்பகுதி திறக்கப்பட்டு அடங்கிப்போயிருந்த இதயம் பாதி வெளியே எடுக்கப்பட்டு டாக்டர் வைகுண்டத்தின் கையால் மென்மையாக பிரிக்கப்பட்டு........

பெரியவர் ஆடாப்ஸி லெக்சரில் மூழ்கியிருந்தார்.

“இந்த ஆசாமியின் மெடிகல் ரிப்போர்ட் படி மூன்று வருஷங்களுக்கு முன்னால் இவருக்கு ஒரு கொரோனரி அட்டாக் ஏற்பட்டிருக்கிறது. இங்கே பாருங்கள்!”

அத்தனை கண்களும் பார்க்க, பெரியவர் இதயத் திசுக்களை மெதுவாகப் பிரித்து ரத்த நாளங்களைக்காட்டினார்.

”இந்த பக்கம் பாருங்கள். இதோ ஒரு இஞ்சுக்கு மேலே, சின்ன க்ளாட் தெரிகிறதா?

இப்போது அவர் இதயத்தின் திசுக்களைக்காட்டினார்.

“இந்த மஸிலைப்பாருங்கள். ஒரு சிராய்ப்பு மாதிரி வெள்ளைக்கோடுகள்! மூன்று வருஷங்களுக்கு முன்னால வந்து கொஞ்சம் கொஞ்சமாக ஆறிவிட்டிருக்கிற கொரோனரி அட்டாக். ஆனால் சமீபத்திய அட்டாக், இதோ பாருங்கள், இந்த இடது பக்க வெண்ட்ரிக்கிளில்........”

வாசலில் சலனம். மாணவர்கள் கவனம் கலைய எரிச்சலானார்.

“ஹூ தி ஹெல்...?”

எம்எம்ஸியின் உதவி பிரின்சிபால்.

“புரொஃபசர்! ஹாஸ்பிடலில் எமர்ஜென்ஸி! யாரோ ஆளுங்கட்சிப் பிரமுகர் செத்துட்டாராம். களேபரம். உங்கள உடனே வரச்சொல்லி...!”

“ஓகே ஓகே! சாரி ஸ்டூடெண்ட்ஸ்! சொக்கலிங்கம்! மீதி கிளாச நீங்க முடிங்க!”

டாக் டாக்கென நடந்து வெளியேறி காரில் ஏறின கையுடன் அவினாஷுக்கு ஃபோன் போட்டார்.

“அரை நாள் நான் இல்லேன்னா பொறுக்காதா? என்ன குழப்பம் அவினாஷ்!”

“பெரிய கதை புரொஃபசர்!”

1986

சிறுவனின் அகால மரணம் எல்லோரையும் பாதித்திருந்தது. ஆனால் சாமிநாதுவின் மேல் புகார் சொல்ல யாருக்கும் தைரியம் இல்லை. எல்லை சாமிக்கு கோபம், போன முறை

காய்ச்சல் வந்தபோது வேண்டிக்கொண்டபடி படையல் போடாத சாபம், பையனின் அம்மா வெள்ளிக்கிழமை நகம் வெட்டினது என்று இயலாமையின் உச்சத்தில் தங்களுக்கான கிராம காரணங்களைச் சொல்லி அழுது புலம்பி ஊர் மக்கள் உடலை வாங்கிப்புறப்பட்ட சில மணிகளில் பிரைமரி ஹெல்த் செண்ட்டருக்கு அம்பாசடர் கார் வந்தது.

"டேய்! பொணம் போச்சானு பாத்து சொல்லு!"

சுவாமிநாது அதிகாரத்துடன் உள்ளே நுழைந்து டாக்டரைத்தேடினார். டாக்டர். இளைஞர். சிறுவனின் சாவில் லேசாக ஆடித்தான் போய்விட்டார். படித்து முடித்த சுருக்கில் இந்த கிராம போஸ்டிங்.

சுவாமிநாது டாக்டரைப் பார்த்தார்.

"நீதான் இஞ்ச டாக்டரா?"

"ஆமாம்!"

"இப்ப ஒரு பையனோட பொணத்த குடுத்தனுப்பினியா?"

"ஆமாம் இப்பத்தான் போனாங்க! பாவம்!"

"ம், இருக்கட்டும்! என்னத்துனால சாவுன்னு எழுதப்போறே?"

"டெம்போரல் இஞ்சுரி! ஃபேடல்! அசால்ட்!"

"அசால்ட்டுன்னா அடி தடிங்கற?'

"ஈவு எரக்கம் இல்லாம யாரோ அந்தப்பையன தள்ளி அடிச்சு கூரான கல் குத்தி...!"

"இரு இரு! யாரானு போலீஸ் வந்தாளா?"

"இன்னும் இல்ல!

"வர மாட்டா! ஏன்னா என் செல்வாக்கு அப்பிடி!"

"அப்ப...!"

"ஆமாம் நாந்தான்! ஆனா என்ன பண்ணினான் தெரியுமோனோ? மைசூருலேர்ந்து பாதாமி மாம்பழ வகைடா,

கேள்விப்பட்டிருக்கியா, பாதாமின்னு வாய்ல போட்டா தேன் தோத்துது, அத வாங்கி ஒட்டு போட்டு என் தோட்டத்துல பார்த்து பார்த்து வளக்கறேன், இந்த கட்டேல போறவன் திருடித்திங்கறான் படவா! விடுவேனா! சரி அத விடு! ஒலக ஜனத்தொகயில ஒண்ணு கொறஞ்சது! உன் ரிப்போர்ட்டுல பையன் மாங்கா திருடும்போது மரத்து மேலேர்ந்து கீழ விழுந்து அடிபட்டுச் செத்தான்னு எழுதிப்பிடு!"

"என்னது?"

"ஆமாண்டா அம்பி! நெத்தில ஸ்ரீசூர்ணம் வெச்சிண்டிருக்கியே! வடகலையா தென்கலையா? ஏதோண்ணு இருந்துட்டு போ! நம்மளவாளா இருக்கியா! இந்த நாயித்துக்கெழம நம்மாத்துக்கு சாப்பிட வா! என்ன நாஞ்சொன்னா மாரி எழுதிப்பிடறியா? இன்னம் அரை மணிக்கப்றந்தான் போலீஸ் வரும்! மறந்துடாத! நாயித்துக்கெழம! காலம்பர ஒம்பது மணிக்கே வண்டிய அனுப்பிச்சுடறேன்! அப்புறம் இந்தா, நம்ம தோட்டத்து, அதான் சொன்னேனே, பாதாமி பழம், உனக்காக கொண்டு வந்தேன்! சிங்கம்! என்னடா மசமசன்னு நின்னுண்டு! போய் கூடைய எடுத்துண்டு வந்து டாக்டருக்கு குடு! வரேண்டா அம்பி!"

டாக்டர் பதில் சொல்வதற்குள் சாமிநாது அள்ளக்கையுடன் வெளியேறி காரில் போயே போய்விட்டார்.

2020

பெரியவர் தன் அறைக்குள் நுழையும்போதே சத்தம் போட்டுக்கொண்டிருக்கும் கரைவேட்டிக் கும்பலைச் சந்தித்து விட்டார்.

"அய்யகோ! எம் தானைத் தலைவனைக் கொன்று விட்டார்களே!"

"அடலேறாய் வாழ்ந்தவன் இன்று அடங்கிவிட்டானே!"

புகாரிக்கும் புதுப்பேட்டைக்கும் வால்டாக்ஸ் ரோடுக்கும் போயிருந்த அடுத்த கட்ட பிரமுகன்கள் திரும்பி வந்து டீனைப் பார்த்துப் போராடுவதற்கு ஆயத்தமாய் இருக்க, ஆஸ்பத்திரியின் செக்யூரிட்டி ஆசாமிகள் திணறிக்கொண்டிருந்தார்கள்.

"ப்யூலா! கால் தி போலீஸ்! அப்படியே ஹெல்த் செகரட்டரி குடு!"

"என்ன டாக்டர் சார்! ராங் டையக்னோஸிஸா?"

"அப்படி இல்ல! சிமிலர் சிம்ப்டம்ஸ்! கன்ஃப்யூசிங்! இட் ஹேப்பன்ஸ் வர்மா!"

"ஆளுங்கட்சி! மாவட்டச் செயலாளர் வேற! நம்ம பொதுப் பணித்துறை அமைச்சருக்கு வேண்டப்பட்டவன்! கொஞ்சம் ரகளை இருக்கும்! சமாளிச்சுருவீங்களா?"

"போலீஸ் மட்டும் அனுப்பிடுங்க! இவங்களோட நா பேசிக்கறேன்!"

"இன்வால்வ் ஆன டாக்டர்ஸ் ஒர்த்தர் ரெண்டு பேர சஸ்பெண்ட் பண்றதா ஒப்புக்குங்க! ஜஸ்ட் டு பாசிஃபை தி கிரௌட்!"

"ஐ வில் ஹேண்டில்! தாங்க்ஸ் வர்மா!"

பெரியவர் வாசலுக்கு வந்தார்.

"இப்படி எல்லாருமா கூட்டம் கூடினா நா யார்ட்டன்னு பேசறது? உங்கள்ள தலைவருங்க மட்டும் உள்ள வாங்க!"

"அண்ணே நீங்க போங்க! அண்ணனுக்கு அடுத்து நீங்கதான்! பாப்பான்! என்ன அலட்சியமாப்பேசறான் பாத்தீங்களா? பேசுங்க! நா உடனே வெள்ளிமலை அண்ணனுக்கு சேதி சொல்லிர்ரேன்!"

"த! சும்மார்ரா! நாந்தான் பேசறேனில்ல! வெள்ளிமலை அண்ணன்ட்ட நானே பேசறேன்! விவரம் கேட்பாரு! நீ சொல்லுவியா? டீனாண்ட பேசி வெவரம் வாங்கிட்டு அண்ணனுக்கு போன் போடலாம்!"

"வாங்க! உக்காருங்க!"

"யோவ்! உக்கார்ரது இருக்கட்டும்யா! எங்க அண்ணன் நல்லாத்தானே இருந்தாரு! இப்படி ஆபரேஷன் பண்றேன்னு கொன்னுட்டீங்களே!"

“அவரு நல்லா இல்ல! நீங்க கொண்டு வரப்ப எப்படி துடிச்சிண்டு இருந்தாரு! எத்தன வலி சொன்னாரு! வயிறு புண்ணாய்ப் போயிருக்கு! நெறய குடிச்சிருக்காரு. ஏகப்பட்ட காரம் சாப்டிருக்காரு. அத்தோட ரொம்ப நாளாவே ஏதோ ஆஸ்பிரின் மருந்து எடுத்திருந்திருக்காரு. அதெல்லாம் அவரை சாய்ச்சுடுத்துங்க!”

”அப்ப உங்க டாக்டருங்க தப்பே பண்ணலியா?”

“நிச்சயமா இல்ல! உடனே ஆபரேஷனுக்கு எடுத்துட்டு போனாங்களா இல்லியா?”

“ஏய்! சின்சாமி! நீதானே இருந்த? உடனே ஆபரேஷனுக்கு எடத்துட்டு போனாங்களா?”

ரெவின்யூ ஆஃபீஸ் கிளார்க் வேல கை விட்டுப்போய்விட்ட கவலைக்கு நடுவிலும் சின்சாமி தலையை ஆட்டினான்.

“பாத்தீங்களா? எங்க டாக்டருங்க தப்பு பண்ணலை!”

“அது இருக்கட்டுங்க! காப்பாத்தியிருக்கத்தாவலை? அதுக்குதானே இம்மாம் பெரிய ஆஸ்பத்திரி கட்டிகொடுத்துருக்கோம்!”

1664இல் சர் எட்வார்ட் விண்டர் கட்டின ஆஸ்பத்திரி இது என்று சொன்னால் இவனுக்குப்புரியவா போகிறது!

“இதப்பாருங்க! டாக்டருங்க எங்களாலான முடிஞ்சதைச் செய்துட்டோம். அதுக்கப்புறம் கடவுள் விட்ட வழி!”

“த பார்ரா! கடவுளாமே! யோவ்! எங்க பெரியாரே கடவுளை எல்லாம் அழிச்சு ஒழிச்சுட்டாரு! இப்ப போய் கடவுள் அது இதுன்னுட்டு.! உங்களோடவெல்லாம் இப்படி பேசினா ஆவாது! இரு, இப்பமே நான் பொதுப்பணித்துறை அமைச்சர் வெள்ளிமலைக்கு சேதி சொல்லிடறேன்!”

1986

சாமிநாது கிளம்பிப்போனவுடன் டாக்டருக்கு கொஞ்சம் பதட்டம். கொலை பண்ணிட்டு இப்படிப்பேசறாறே! பானைலிருந்து தண்ணீர் குடித்தார். ஆசுவாசமாயிற்று. ஸ்ரீரங்கம் ரங்கநாதரை மனதில் நிறுத்தினார்.

"செய்குந்தா அரும்தீமை உன் அடியார்க்குத் தீர்த்து அசுரர்க்குத் தீமைகள் செய்குந்தா! உன்னை நான் பிடித்தேன் கொள் சிக்கெனவே..."

நம்மாழ்வாரை மனதில் கொண்டார். வந்த ஆசாமியின் திமிரும் அலட்சியமும் பணமும் செல்வாக்கும் கொடுக்கும் தைரியமும் டாக்டரை உள்ளுக்குள் எரித்தது.

யோசிக்கவே இல்லை. அந்தச் சூடு தணிவதற்குள் உள்ளதை உள்ளபடி அப்படியே ரிப்போர்ட் எழுதினார். போலிசுக்கும் ஆளனுப்பி முழு விவரத்தையும் சொல்லிவிட்டார்.

பரபரப்பாக கேசெல்லாம் நடந்தது.

செத்துப்போன சிறுவனின் அண்ணன் சாட்சி சொல்லும்போது ஸ்பஷ்டமாக சாமிநாது எப்படி தம்பியைப் பிடித்து அடித்து அலைக்கழித்து முரட்டுத்தனமாகத் தள்ளிவிட்டார் என்பதை திக்கித்திக்கி சொன்னான்.

டாக்டர் சாட்சி சொல்லும் போதும் கோர்ட் அறையின் வாசக்கதவுக்கு அருகில் வாயில் துணி புதைத்துக்காத்திருந்த அந்தக் கூலிக் குடும்பத்தைப் பார்த்தார்.

இறப்பு நிச்சயம் அசால்ட்டினால்தான் என்பதையும் விபத்தாக இருக்க வாய்ப்பே இல்லையென்றும் தீர்மானமாக டாக்டர் சொன்னபோது குற்றவாளிக்கூண்டுக்கு அருகில் பிரம்பு நாற்காலி போட்டு உட்கார்ந்திருந்த சுவாமிநாதுவுக்கு முகம் வெளிறியது.

தன் வக்கீலைப்பார்த்து பல்லைக்கடித்ததில் வக்கீலுக்கு ஒன்றுக்கு போகும் உத்வேகம் உண்டானது, கோர்ட்டு எதிர் மூலையில் விசுவாசம் என்னும் பெயரில் முகத்தை சோகமாக

வைத்துக்கொண்டு வேடிக்கை பார்த்துக் கொண்டிருந்த சிங்கம் போன்ற இன்னும் சில அள்ளக்கைகள் "ஒழிஞ்சான்! இன்னம் கொஞ்ச வருஷத்துக்கு கவலை இல்லை" என்றா சந்தோஷித்தது போன்ற சொல்ப தகவல்களை விட்டுவிடலாம்.

சாமிநாதுவுக்கு ஏழு வருஷம் தீட்டினார்கள்.

2020

சத்தமாக போன் பேசிக்கொண்டே அவன் வெளியேற, அவினாஷும் ராம்ராஜும் அயர்ந்து போய் நின்றிருந்தார்கள்.

"ஸாரி புரொஃபசர்!"

அவினாஷ்! எப்படி மிஸ் பண்ணினே? ராம்ராஜ்! நீ காஸ்ட்ரோ-இண்டெஸ்டைன் ஸ்பெஷலிஸ்ட்டுன்னு பேரு!"

"சிம்ப்டம்ஸ்..?"

"வாட் சிம்ப்டம்ஸ்! அவர் செத்துப்போனது அல்சரே இல்ல. ஆடாப்ஸிக்கு அப்புறம் பாரு. என் சந்தேகம் நிமோனியாதான்! டோண்ட் யூ ரிகால்? வெரி சிமிலர் சிம்ப்டம்ஸ்! வில்லியம் ஆஸ்லரே சொல்லியிருக்காரே! 1000 ஏ டி! மை பாய்ஸ்! தௌசண்ட் இயர்ஸ் அகோ!"

"கானன் ஆஃப் மெடிசன்ஸ்!"

"யெஸ்! செஸ்ட் எக்ஸ்ரே எடுத்திருக்கணும்! இட் வாஸ் ஸோ ஆப்வியஸ்! கிளியரா பார்த்திருக்கலாம், டிஃப்யூஸ் நிமோனிய அண்ட் கன்காமிடண்ட் ப்ளியுரடிஸ்!"

"லீடிங் டு பல்மொனரி இடீமா!"

"அத இப்ப சொல்லு! மை ஃபுட்! அப்ளிகேஷன் ஆஃப் நாலெட்ஜ்! எவ்வளவு முக்கியம் நம்ப தொழில்ல!"

"சாரி புரொஃபசர்! யூ மே ப்ளீஸ் சஸ்பெண்ட் அஸ்!"

"ஐ நோ! கெட் மூவிங்! ப்யூலா!"

“செக்ரட்டேரியட்டுலேர்ந்து போன் வரும்!”

வந்தது.

பெரும்பாக்கம் மீன் மார்கெட்டுக்குப் போகும் நெடுஞ்சாலை காண்டிராக்ட் விஷயமாகப் பேசிக்கொண்டிருக்கும்போது மந்திரி வெள்ளிமலையின் பிஏ சுபமாணிக்கம் ஓடி வந்தான்.

“என்னப்பா? இப்படி ஓடி வரே?”

“-----------------------”

“என்னய்யா சொல்றே? போய்ட்டானா? என்ன ஆச்சு?”

“--------------------------”

“யாரு போன்ல? திருவாசகமா? குடு குடு?”

“அண்ணே! நம்மள விட்டுட்டு போய்ட்டாருண்ணே?”

“என்னடா ஆச்சு?”

”வவுத்து வலின்னாரு! திருண்ணாமலை டாக்டரு ஜிஹெச்சுப் போன்னுட்டாரு. ஓடி வந்தமுங்க! டாக்டருங்க பாப்பாரப் பயலுவ அண்ணனச் சரியா கவனிக்காம ஆபரெஷன தப்புத்தப்பா பண்ணி... அய்யோ! கொன்னாட்டுனுங்கண்ணே!”

“அடச்சீ! கத்தாத!”

“அந்த டீன வெளாசிப்புட்டேனுங்க! அந்தப் பாப்பான் என்னா திமிராப் பேசறான்! அண்ணே அவன் வேலைய விட்டுத் தூக்குங்கண்ணே!”

“த பாரு! அதெல்லாம் நா கவனிச்சுக்கறேன்! நீ அடங்கு! பரிசோதனை பண்ணி உடலை வாங்கிட்டு பேசாத திருவண்ணாமலைக்குக் கிளம்புங்க! ஊர்வலம் போங்க! போஸ்டர் ஒட்டுங்க! ராவுக்கு நா கெளம்பி வர்ரேன். நாளைக்கு பிரம்மாண்டமா அங்க இறுதி ஊர்வலம் ஏற்பாடு பண்ணு! கட்சிக்காரன எல்லாம் வரச்சொல்லு! போ! கெளம்பு!”

”நம்ம தலைவரைக் கொன்னிருக்காங்க! ஆஸ்பத்திரில ஒரு ரகளை கூடப் பண்ண வாணாவா?”

“டேய்! சொல்றனில்ல! இந்த ஆஸ்பத்ரி பத்தியும் டாக்டருங்க பத்தியும் இன்னா தெரியும் உனக்கு! இங்க ஆஸ்பத்திரிய்ல ரகளை நடந்துச்சுன்னு சேதி வந்துதோ, மவனே, சங்கறுத்துறுவேன்! கெளம்புடா!”

”சுப மாணிக்கம்! ஜிஹெச் டீனுக்கு ஃபோன் போடு!”

1986

சாமிநாது மேல் கோர்ட்டுக்குப்போனதும் அங்கே...

எதுக்கு அந்த விவரமெல்லாம்!

டாக்டர் நேரடியாக சாட்சி சொல்லிவிட்டுப்போனதும் அண்ணன்காரன் தன் அப்பா அம்மாவுடன் அவர் காலில் வந்து விழுந்துவிட்டான். டாக்டர் பதறிவிட்டார்.

“ஆனது ஆயிடுத்து! இனிமே உங்கப்பா அம்மாவுக்கு எல்லாம் நீதான்! நீயாவது ஒழுங்கா படி!

பையன் விசும்பினான்.

“என்னாலதான் தம்பி செத்துட்டான்! என்னாலதான்!”

டாக்டருக்கு பையனின் மனநிலை கவலைப்படுத்தியது. இவனுக்கு எதிர்காலம் எப்படி இருக்கப்போகிறது. சொந்தத்தம்பியின் மரணத்தைக் கண் எதிரே பார்த்திருக்கிறான். தான் தான் காரணம் என்னும் குற்ற உணர்ச்சி வேறு. அவனை அணைத்துக்கொண்டு டாக்டர் கேட்டார்.

“ஆமா உம் பேர் என்னப்பா?”

“கைலாசம்!”

2020

“டீனுங்களா? பொதுப்பணித்துறை அமைச்சர் பேசணும்னாரு!”

“வணக்கம்! நான் வைகுண்டம் பேசறேன்!”

”வணக்கமுங்க! நம்ம மாவட்டச் செயலாளர் எறந்துட்டாருன்னு ந்யூஸ் வந்துது! அதான்....!”

”மன்னிக்கணும்! இங்க ஒரு தப்பு நடந்துடுத்து. வேணுமுன்னு ஆகல. இது மாதிரி எங்க தொழில்ல நடக்கும்! ஆனாலும் தப்பு தப்புத்தான்....”

“அட! நீங்க வேற! நா போன் பண்ணினது அதுக்கு இல்லீங்க! ரெண்டு வருஷமாவே அவருக்கு குடி ஜாஸ்தியாகிடுச்சு! கட்சியிலயே அவரால முடியலை. செயலாளர மாத்திடுவோம்னு பேச்சு ஓடுது. என்ன கட்சி விசுவாசி. ஊர் ஆளுங்க கொஞ்சம் அலப்பறை பண்ணுவாங்க!”

“ஆஸ்பத்திரிக்கு கொஞ்சம் போலீஸ் ஃபோர்ஸ் அனுப்பிடறீங்களா?”

“அதெல்லாம் ஒண்ணுக்கும் கவலைப்படாதீங்க! ஆஸ்பத்திரிய்ல கலாட்டவெல்லாம் நடக்காது! நான் இருக்கேனில்ல? டாக்டருங்கள கவலைப்படாம இருக்கச் சொல்லுங்க! நீங்க பிரேத பரிசோதனை மட்டும் சீக்கிரமா பண்ணி ஃபார்மாலிடிய முடிச்சுடுங்க. அது போதும்!”

“நீங்க புரிஞ்சுப்பீங்கன்னு எதிர்பார்க்கல. ரொம்ப தாங்க்ஸ் மிஸ்டர் வெள்ளிமலை!”

“அட என்னங்க! என்னைப்போய் வெள்ளி மலைன்னுட்டு! உங்களைப் பொறுத்தவரை நா அதே கைலாசம்தானுங்க! வீட்ல எல்லோரையும் கேட்டதா சொல்லுங்க! வெச்சிரட்டா!”

இரண்டாவது பெரியவன்

"ஹாய் ஆவ்ரில்! இன்னிக்கு உனக்கு ஆஃப் ஆச்சே! இன்னிக்கு என்ன போன் பண்றே?"

"இல்ல ப்யூலா! முப்பத்தேழாம் பெட் நேத்தே ரொம்ப தொண்டை வரண்டு அவஸ்தைப்பட்டான். அதான் எப்படி இருக்கான்னு கேட்கலாம்னு...!"

வார்டுக்குப் போய்விட்டு திரும்பின நிர்மலா உள்ளே நுழைந்தாள்.

"யாரு ப்யூலா?"

"ஆவ்ரில் போன்ல!"

"இன்னிக்கு அவளுக்கு ஆஃப் டேயாச்சே? என்னவாம்? கொண்டா போனை?"

"ஆவ்ரில்! ஆவ்ரில்! இன்னிக்கி உனக்கு வீக்லி லீவு நாள். நீ போய் டாக்டர் சீனுவாசனையும் பசங்களையும் கவனி! நாங்க பாத்துக்கறோம்!"

"இல்ல நிம்மி! அந்த ஸ்ட்ரெப்டோகோக்கஸ் கேஸ், எப்படிக்கிறான்னு பார்த்துட்டு..."

“ஆவ்ரில்! இன்னிக்கு உனக்கு லீவு! ஹாஸ்பிடலை மறக்க வேண்டிய நாள்!”

“இல்ல நிம்மி, நேத்தே பார்த்தேன் கழுத்துல ஸ்வோலென் நிம்ஃப்ப்ஸ்! இன்னிக்கு டையக்நோஸிஸ் வந்துருக்குமே! அதான் ஒரு தபா விஜாரிச்சுட்டு...!”

“பாக்டீரியல் ஃபாரெஞ்சைடிஸ் தான்! ஸ்வாப் பார்த்தாச்சு! மாலிக்னண்ட் இல்ல. நீ கவலைப்படாம இரு!”

“சரி நிம்மி! நான் பசங்களை ஃபோரம் மாலுக்கு கூட்டிப்போறேன். வழிதானே? வந்து ஒரு தபா பார்த்துட்டுப்போயிர்ரேன்!”

ஆவ்ரில் போன பிறகு நிர்மலா ஆச்சரியப்பட்டாள்.

“என்ன ஒரு டெடிகேஷன் பார்த்தியா ப்யூலா! நம்ம புரொஃபசர் சரியான ஆளுங்களத்தான் செலக்ட் செய்வாரு!”

“நிம்மி! உனக்கு ஒண்ணு தெரியுமா? ஆவ்ரில் அவ ஹஸ்பண்ட் டாக்டர் சீனிவாசனைவிட ரெண்டு வயசு பெரியவ! சீனிவாசன டிரெயின் பண்ணினதே ஆவ்ரில்தான்!”

“என்னமோ நர்ஸ் வேலைக்குன்னே பொறந்தா மாதிரி ஆவ்ரில் எவ்வளவு பாந்தமா பேஷண்ட்ஸை ஹாண்டில் பண்றா!”

“அது மட்டுமில்ல நிம்மி! ஆவ்ரில் மனசு யாருக்கும் வராது! ஒவ்வொரு பேஷண்ட்டும் அவளுக்கு வீட்டு மனுஷங்க போலத்தான்! நம்ம புரொஃபசர் சத்தம் போடுவாரே தவிர, ஆவ்ரில் ஒரு வேலையைப்பண்ணிட்டா கேள்வியே கேக்க மாட்டாரு! அவ்ளோ நம்பிக்கை அவ மேல!”

“எப்ப கல்யாணம் ஆச்சு ஆவ்ரில்லுக்கு?”

“ஏழெட்டு வருஷம் இருக்கும்!ரொம்ப ரொமாண்டிக் லவ் ஸ்டோரி அவங்களுது!”

ஹௌஸ் சர்ஜன் முடித்து தலையால் தண்ணி குடித்து எம் டி சீட் வாங்கி அதையும் பாஸ் பண்ணி ஜி ஹெச்சில் சேர்ந்த முதல் நாள் அவ்ரிலைப்பார்த்தவுடன் சீனுவாசன் சைட் அடித்தது என்னமோ நிஜம்.. சின்னப்பெண். அழகான முகம்.

எடுப்பான உடல் வாகு. வேலையில் அவ்வளவு ஆர்வம். ரெண்டு ட்யூடி, மூணு ட்யூட்டியெல்லாம் பண்ணுகிறாள். வேப்பேரியிலிருந்து வரும் சட்டைக்காரி! அதுக்கேத்தாற்போல் ஸ்டைல் இங்க்லிஷிலும் உடைந்த தமிழிலுமாய் பேசினாள்.

"வாட் சாம்! டெய்லி டெய்லி உப்மா கொண்டுவரே? ஹியர், டேக் மை ஃபிஷ் கர்ரி"

"சீனிவாசன்! வாளப்பளம் சாப்டறியா?"

"இன்னாமா இப்டி ஒல்லியாக்கிற? தாக்கத் வேணாம், மல்டி விடமின் துன்னு!"

"பாதி நாள் லஞ்ச் எட்த்துக்கக்கூட முடியலப்பா! வூட்ல போனா மம்மி கூவுது!"

ஒரு நாள் சீனுவாசன் காஷுவலாகப்பேசினான்.

"ஆவ்ரில்! உனக்கு கல்யாணம் ஆய்டுத்தா?"

"இல்லப்பா! அதெல்லாம் எனுக்கு ஒர்க் அவுட் ஆவாதுப்பா!"

"ஏன் ஆவ்ரில்?"

"ஐ லவ் மை ஜாப்! இந்த வேலையில வேள கெட்ட வேளைல கூப்டுவாங்க, ஐ காண்ட் ஸே நோ! அத்தோட என் ஃப்ரெண்ட் ஒர்த்தி கல்யாணம் கட்டிக்கினு அவஸ்தைப்படறாப்பா!"

"ஏன், என்ன ஆச்சு?"

"ஒண்ணும் ஆவலை. எதோ குடையப்பறிகுட்த்தா மாறிக்கிறா. கை காலெல்லாம் நடுங்குது. ராத்திரில விரல் கூட சூப்பராளாம்!"

ஆவ்ரில் குறும்பாகச் சிரித்தபடியே போனாள்.

அன்றும் இரவு ட்யூட்டி.

சீனுவாசன் தூங்கி வழிய ஆவ்ரில் தன் சீட்டில் உட்கார்ந்து ஹெட் போனில் ஜிம் ரீவ்ஸ் கேட்டுக்கொண்டிருந்தாள். அவ்வப்போது தோளை, இடுப்பை ஆட்டியபடி உட்கார்ந்தவாறே டான்ஸ்.

முதலில் சின்ன முனகலாகத்தான் கேட்டது. பிறகு அனத்தலாய் சத்தம் உயர்ந்தது. இரண்டே நிமிடங்களில் அலறலாகி விட்டது. சீனுவாசனும் அவ்ரிலும் ஓடினார்கள். அந்த ஏழாம் நம்பர் படுக்கைக்காரன்தான். பெப்டிக் அல்சருக்காக அட்மிட் ஆகியிருந்தவன்.

“தப்பார்! உனக்கு ஒண்ணுமில்ல. ஆனா சாப்பாட்டு விஷயத்துல ஸ்ட்ரிக்டா இருக்கணும். மூணு வேளையும் ப்ரெட் பால்தான். இன்னும் ஒரு வாரத்துக்கு. சாப்பிடறதுக்கு அரை மணி முன்னால ரானிடிடின்னு ஒரு மாத்திரை தருவாங்க. ஒழுங்க இருந்தியானா இன்னும் ஆறே மாசத்துல சிக்கன் 65 சாப்பிடலாம்!”

பெரியவர் சொல்லியிருந்தார்.

நேற்றே ஆவ்ரில் கத்திக்கொண்டிருந்தாள்.

“இன்னா நெனச்சுக்கினு இருக்கே? ஒம்புருஷன் உயிரோட வேணுமா வாணாவா? இன்னாது இது, மீனா? மசாலா போட்டு அறச்சி எட்துக்கினு வர்ரியா?”

“இல்லமா, ரெண்டு நாளா பாலும் ரொட்டியும்தான் துன்ராரு, அதான் நாக்கு செத்துக்கிடக்குமேன்னு!”

“கொண்டா அத, இத்த துன்னா போய்ச்சேர்ந்துடுவான் ஆளு! பரவாயில்லியா?”

“அய்யோ என்னமா இப்டி சொல்றே?”

“இன்னா பின்னே, மீனு, மசாலா... ஸ்டுப்பிட்! சீஃப் கிட்ட சொன்னேன்னு வையி, ஒம் புருஷன தூக்கிக் கடாசிடுவாரு!”

அவன் தான் வலி தாளாமல் கத்திக்கொண்டிருந்தான்.

”வலி வலி நர்ஸம்மா!”

அடுத்த அரை மணி பம்பரமாய்ச் சுழன்றாள். வலி குறையவே இல்லை..

“சீனு! இன்னா பெயின் கில்லர் போடலான்ற?”

"ட்ரமடால் போடலாமா?"

"வேணாம் அது வயித்தால போவுமே! லார்டப் குடுக்கிறியா?"

"சரி ஆவ்ரில்! இஞ்செக்ஷனா போட்டுடலாமா?"

வலி குறையவே இல்லை. அலறலும் அதிகமாகியது. மற்ற பேஷண்ட்டுகளும் முழித்துக்கொண்டு அந்த வார்டே களேபரமாகிக்கொண்டிருந்தது.

"நீதானப்பா டாக்டர்! எதுனா பண்ணு?"

"தெரியல ஆவ்ரில்!"

"சீஃப் கூப்பிடலாமா?"

"அய்யோ! நா மட்டேன், கிழிச்சு குதறிடுவாரு!"

"ஸ்டாஃப் நர்ஸ் கிட்ட கேக்கலாமா?"

அவள் சுத்தமாக ஒதுங்கிக்கொண்டாள்.

போன முறை ராத்திரி பத்து மணிக்கு கூப்பிட்டதற்காக நாக்கைப் பிடுங்கிக்கொள்கிறா மாதிரி நடு வார்டில் கத்தினார்.

ஏழாம் நம்பர் படுக்கை கஷ்டம் சகிக்க முடியாமல் போனது.

ஆவ்ரில் தானே போய் சீஃபுக்கு ஃபோன் பண்ணிவிட அவர் வந்துவிட்டார்.

முகம் முழுக்க கோபம்.

"என்னய்யா தின்னே?"

"இன்னிக்கு வூட்ல விசேஷம்னு மீன் மசாலா கொண்ட்டு வந்தாங்க டாக்டர்!"

"அடி செருப்பால! மீன், மசாலாவா? ஏன்யா புத்தி கித்தி இருக்கா உனக்கு? சோறு திங்கறயா இல்ல வேற ஏதாவதா?"

"ஆவ்ரில்! என்ன கொடுத்தே?"

"லார்டப் டாக்டர். சீனுவாசன் கூட ஓகே சொன்னார்!"

ஆமா இவர் பெரிய டாக்டர்! கத்துக்குட்டி! எப்போ

விடாம வலிங்கறானோ அப்பவெ தெரியவேணாமா, மெதில்நால்ட்ரெக்ஸோன் ப்ரோமைட் டோஸேஜ் வேணும்னு. ரெலிஸ்டோர் எடு!"

அடுத்த பதினைதே நிமிஷத்தில் வலி குறைந்து தூங்கிப்போனான்.

ட்யூட்டி டாக்டர் ரூமில் "விடு விடு" என்று ஆவ்ரில்லைக்காய்ச்சினார். நாள் முழுக்க ஆபரேஷன் பண்ணிய ஆயாசம், உடல் வலி, அடுத்த நாள் பண்ண வேண்டிய முக்கிய விஐபி ஆப்ரேஷன், கெட்டுப்போன தூக்கம் எல்லாமாச்சேர்ந்து ஆவ்ரில்லை மையம் கொண்டு விளாசினார். சீனுவாசன் தலையைக்குனிந்து கொண்டு அவர் கண்களைத்தவிர்த்தவாறே நின்று கொண்டிருந்தான்.

ஒரு வழியாய் அவர் போய்ச்சேர்ந்தவுடன் ஆவ்ரில்லைப் பார்க்க போனான். பிழியப்பிழிய அழுது கொண்டிருந்தாள். கண்கள் கலங்கி, சிவந்து முகம் அஷ்டகோணலாக்கின அழுகை.

அசட்டுத்தனமாக நின்றுகொண்டிருந்துவிட்டு "சாரி ஆவ்ரில்! சாரி!"

இவனைக் கண்டதும் ஸ்திரப்படுத்திக்கொண்டாள்.

"போவுதுப்பா, ஏதோ எனக்கே முடியல. அதான் அளுதுட்டேன். பேஷண்டுக்கு வலி கொறஞ்சிடுச்சே! அது போதும்!"

முகத்தைக் கழுவிக்கொண்டு குட்டிக்கூரா பவுடர் போட்டுக்கொண்டு மறுபடி அந்த பேஷண்ட்டின் கட்டிலுக்குப்போய் அவன் தூங்குகிறானா என்று பார்த்துவிட்டு, அவனின் போர்வையை சரியாகப் போர்த்திவிட்டு வந்தாள்.

சீனுவாசன் மெதுவாக அவளருகில் போய் நின்றான். தூக்கமில்லாத சோர்வுடன் கூட அழகாக இருந்த ஆவ்ரில்லின் கைகளைப்பற்றினான். கண்களை மூடி பாட்டுக்கேட்டுக் கொண்டிருந்த ஆவ்ரில் அதிர்ச்சியில் சீனுவைப் பார்த்த அந்த கணத்தில் சீனுவாசன் கேட்டுவிட்டான்

"என்னைக் கல்யாணம் பண்ணிக்கிறியா ஆவ்ரில்?"

“ஹவ் ரோமாண்டிக்!”

நிர்மலா கைதட்டி விட்டாள்.

“ஆமாம் நிம்மி! நம்ம புரொஃபசர்தான் தாலி எடுத்துக்கொடுத்து நடத்தி வெச்சார். ரெண்டு வீட்லயும் ஒத்துக்கல. புரொஃபசரே சொன்னதால அரை மனசாத்தான் சம்மதிச்சாங்க!”

“சீனுவாசன் வீட்ல கூட பிராப்ளம்னு கேள்விப்பட்டிருக்கேன்!”

“ஆமா நிம்மி! சீனிவாசனோட அப்பா அவள வீட்டுக்குள்ள சேர்க்க மாட்டேன்னு இருந்தாலும் அவரோட கடைசி காலத்துல முழுக்க முழுக்க அவரைப் பாத்துக்கிட்டது ஆவ்ரில் தான்! அவர் சாகறதுக்கு ரெண்டு நாள் முன்னால நினைவு தப்பிடுச்சாம். அன்னிக்குக் காலையில அவர் ரெண்டு கையையும் கூப்பி ஆவ்ரில்ட்ட சாரிம்மான்னாராம்! ஆவ்ரில் சொல்லிச்சொல்லி அழுதிருக்கா என்கிட்ட!”

“ஆவ்ரில் வீட்ல எப்படி? அவங்க ஆங்க்லோ இண்டியன்ஸ் ஆச்சே?”

“நீங்க வேற! சீனுவாசன் ஆவ்ரில் அம்மாவை மம்மின்னுதான் கூப்பிடுவாரு! அந்தம்மா எம்புள்ள மாரி வராதுன்னுவாங்க!”

“ஆவ்ரிலுக்கு ஏத்த புருஷன் தான் டாக்டர் சீனுவாசன்! இல்லை ப்யூலா?”

“பர்ஃபெக்ட் கப்பிள்! நீங்க தஞ்சாவூர் மெடிக்கல் காலேஜுல எம் டி பண்ணப்போயிருந்த சமயம் என்ன ஆச்சு தெரியுமா?”

ஹசீனா சிங்கிள் மதர். ஆறு வயதில் ஒரு பிள்ளை. ஹசீனாவுக்கு கான்சர். கீமோ தெராப்பிக்காக வாரம் ஒரு முறை வந்தாள். ஸ்க்வாமஸ் செல் கார்சினோமா!

“அடப் பாவமே!”

”எப்படி அவளுக்கு வந்தது?”

“தலையெழுத்து நிம்மி! அவ மூணு வருஷமாத்தான் செராமிக் ஃபாக்ட்ரியில வேல பண்ணியிருக்கா. ஃபார்மால்டிஹைட்,

நிக்கல் பவுடர்னு சுவாசத்துல போயிருக்கணும்னு சொன்னாங்க!"

"ஹெச்பிவி! ஹ்யூமன் பாப்பிலோமா வைரஸ்!"

"அதேதான்! வாராவாரம் தனியா வருவாங்க. குரான் எடுத்துட்டு வந்து அமைதியா உக்காந்து படிப்பாங்க! பேசவே மாட்டாங்க! ஆவ்ரில்தான் அட்டெண்ட் பண்ணினா. எப்படியெல்லாமோ பேசிப்பார்த்தா. ஹசீனா ஒண்ணு ரெண்டு வார்த்தை பேசுவாங்க. அதோட உள்ளுக்குள்ள நத்தை மாதிரி சுருங்கிடுவாங்க!"

"அவங்க ஃபாமிலி?"

"ஆவ்ரில்லுக்கும் அதுதான் கவலையா இருந்தது. என்னவெல்லாமோ கேட்டுப்பார்த்தா. ஹசினா பிடி கொடுத்து பதில் சொல்லவே இல்ல. ஆறாவதோ ஏழாவதோ கோர்ஸ் வந்த போதுதான் பெரியவர் கண்டு பிடிச்சார். ஹசீனாவோட கான்சர் செகண்ட் பிரைமரிக்கு போயிடுத்து. பேச்சு மங்க ஆரமிச்சது. கழுத்துல வாயில உணர்ச்சியே இல்லன்னு சொன்னா!"

"அடேடே!"

"அப்பத்தான் ஒரு ராத்திரி அவள இங்க தங்க வெக்கணூம்னு சொன்னப்போ நா புள்ளைய அழச்சிட்டு வரேன்னு போய் பையனைக்கூட்டி வந்தா! அன்னிக்கு ராத்திரி ஹசீனாவுக்கு தான் உசுரோட இருக்கு மாட்டோம்னு தெரிஞ்சு போச்சு. புள்ள பத்தின கவலையில் ஆவ்ரில்ட்ட பேசினா. ஒண்ணு தெரியுமா, அன்னிக்கு ஏற்கனவே ஆவ்ரில் டபிள் ட்யூட்டி பார்த்திருந்தா. ஆனாலும் பெரியவர்ட்ட சொல்லி மூணாவது ட்யூட்டியும் பார்த்தா!"

"ஓ ஆவ்ரில்!"

"அன்னிக்குதான் ஆவ்ரில்லுக்கு தன்னோட பர்சனல் லைஃப் பத்தி ஹசீனா சொல்லியிருக்கா. கல்யாணம் ஆகி புள்ள பொறந்தவுடனேயே அவ ஹஸ்பண்ட் அப்துல்லா சவூதிக்கு வேலைக்குப்போனவன் ஆறே மாசத்துல அங்க

செத்துப்போய்ட்டான். யாருக்கும் ஒண்ணும் தெரியல. விஜாரிச்சா ராத்திரி மாடியிலேர்ந்து விழுந்துட்டாங்கறாங்க. ஒரு விவரமும் கிடைக்கல. அவ சம்பாதிச்ச பணம் என்னாச்சுன்னு தெரியல!"

"அடப்பாவமே! ஹசீனாவுக்கு உறவுக்காரங்க அவ ஹஸ்பண்ட் சைடுலன்னு யாரும் இல்லியா?"

"ஹசீனாவோட அவங்கப்பாதான் இருக்காரு. அவரே பார்க்கின்ஸன் பேஷண்ட். அடிக்கடி நினைவு தப்பி..... ஏன் கேட்கறீங்க நிம்மி! ஹஸ்பண்ட் சைடுல இவள வெச்சுக்கிட்டா சுமைதான்னு அவங்க ஒதுங்கிப்போய்ட்டாங்க! இவ பாவம் செராமிக் ஃபாக்டரியில வேலை தேடி புள்ளையையும் அப்பாவையும் பாத்துக்கிட்டு இருந்தா!"

"என்ன ஆச்சு?"

"அன்னி ராத்திரிதான் ஆவ்ரில் எல்லா விவரங்களையும் கேட்டுத்தெரிஞ்சுண்டா! அடுத்த நாள் அவ கூடப்போய் அவங்கப்பாவை ஆவ்ரில்லோட சர்ச் சம்மந்தப்பட்ட ஒரு ஓல்ட் ஏஜ் ஹோம்ல சேர்த்துவிட்டா. ஹசீனாவை அட்மிட் பண்ண வெச்சு புள்ளையை அவளுக்குத்தெரிஞ்ச ஹோம்ல கொண்டு விட்டு பார்த்துக்கிட்டா. புரொஃபசர்க்கு அன்னிலேர்ந்து ஆவ்ரில் மேல மதிப்பு எவ்ளோ கூடிப்போச்சு தெரியுமா?

"இருக்காதா பின்னே! என்னா ஒரு கெஸ்ச்சர் !"

"ஒரே வாரத்துல ஹசீனா இறந்துட்டாங்க. ஆவ்ரில் தான் முன்ன நின்னு சடங்கு செய்தாள்!"

ரூம் வாசலில் பரபரப்பு.

ஆவ்ரில் தன் பிள்ளைகளுடன் வந்தாள்.

"யேய்! வாங்கடா பசங்களா!"

இருவரும் ஓடி வந்து "ப்யூலாக்கா" என்று கழுத்தைக் கட்டிக் கொண்டனர்.

"அப்பா வரலியா?"

“கீள கார்ல வெயிட் பண்றாரு!”

பெரிய பையன் உள்ளே வந்து சன்ன குரலில் “ஹலோ ப்யூலாக்கா” என்றான்.

ஆவ்ரில் “ஓ நிம்மி நீ இங்கதான் இருக்கியா! மாலிக்னண்ட் இல்லேன்னதும் எனுக்கு ரிலீஃப் ஆயிட்ச்சுப்பா!”

“ஆமா ஆவ்ரில்! ஹெச் பி வீ பாஸிடிவ்ங்கறதால இண்டென்ஸிவ் ட்ரீட்மெண்ட் கம்மியா குடுத்தாப்போதும்! என்ன, கொஞ்சம் சைட் எஃபெக்ட்ஸ் இருக்கும்! ஆனா ஒண்ணும் பண்ண முடியாது!”

“உசுரு பொழச்சிக்குமில்ல, அதுதானே முக்கியம்! தாங்க் காட்! அத்த தெரிஞ்சுக்கலாம்னுதான் வந்தேன்! நா கிளம்பரேம்ப்பா! ப்யூலா! ஃபோரம் மால் போறம்! உனுக்கு எதுனா வேணுமா?

“இல்லை ஒண்ணும் வாணாம் ஆவ்ரில்! எஞ்சாய் பசங்களா!”

சின்னவன் முன்னே ஓட பெரியவன் அமைதியாகப்பின்னே நடந்தான்.

“ப்யூலா! ஆவ்ரில்லுக்கு கல்யாணம் ஆகி ஏழெட்டு வருஷம் தான் ஆச்சுன்னியே!அதுக்குள்ள ரெண்டு புள்ளைங்களா? அதும் அந்தப்பெரிய புள்ளைக்கு எட்டு வயசு இருக்கும் போல்?”

“ஆமா நிம்மி! அந்த ரெண்டாவது புள்ள முதல் புள்ளையோட வயசுல பெரியவன்!”

“என்னது! என்ன உளர்ரே ப்யூலா!”

“சின்னவந்தான் முதல்ல பொறந்தான்! அவம் பேரு ராபர்ட் அரவாமுதன்! பெரியவன் தான் இரண்டாவது! பேரு அஷ்ரஃப் அப்துல்லா!”

நிர்மலா காப்பி கப்பைத் தவறவிட்டாள்.

ஆங்கோர் ஏழைக்கு...

விமானம் சீராகப் பறந்துகொண்டிருந்தது.

இன்னும் இரண்டு மணி நேரம் துபாய் போய்ச்சேர. அதோடு இல்லை, நாலு மணி நேர வெயிட்டிங்கிக்குப்பிறகு ம்யூனிக் ப்ளேன் ஏறவேண்டும். அதாகும் எட்டு மணி நேரம் ம்யூனிக்குகுப்போய்ச்சேர. ஆயாசமாக சீட்டில் சாய்ந்தபோது அடுத்த சீட் ஆசாமியின் கை மேல் இடிக்க, அவர் சாப்பிட்டுக்கொண்டிருந்த காபி கப்புடன் நடுங்கியது.

"சாரி, வெரி சார்!"

"இட்ஸ் ஓகே! நத்திங்!"

நல்ல வேளை காபி கொட்டிவிடவில்லை.

"நீங்க துபாயா இல்ல, வேறெங்கானுமா?"

"துபாய்தான்! கான்ஃபரன்ஸ்!"

"நீங்க?"

"டாக்டர் ராஜகோபால்! ஜெனெரல் சர்ஜன்!"

"க்ளாட் டு மீட் யூ டாக்டர்!"

"சேம்! நீங்க எங்க..?"

எப்போதும் போல என் பேரன் பிராதபத்துடன் ஜெர்மனி கதை அளந்தேன். அப்படியே பேச்சு தொடர்ந்தது.

"சாரி சார்! செந்தில பிரின்சிபால் வரச்சொல்றார்!"

"செந்தில்! யூ மே கோ!. Polish neurologist Edward Flatau greatly influenced the developing field of ..." லெக்சரர் தொடர்ந்தார்.

செந்தில் கிளாசுக்கு வெளியே வந்து கொஞ்சம் கலவரத்துடன் பிரின்சிபால் ரூமுக்கு நடந்தான். காரணம் அவனுக்குத் தெரியும். ஒன்றும் செய்ய முடியாத இயலாமை.

"செந்தில்! இதோட ரெண்டு செமஸ்டர் ஆயிடுச்சி! போன தரமே வாய்தா கேட்டியின்னு என்னோட பர்சனல் டிஸ்க்ரெஷன் வெச்சு டையம் குடுத்தேன். இப்ப மறுபடியும்!"

"சாரி சார்! கொஞ்சம் கஷ்டம்! இன்னும் ஒரு வாரத்துல கட்டிடறேன் சார்!"

"எப்படி? எதுனா மணிப்பூர் லாட்டரி வாங்கியிருக்கியா?சும்மா பேசாத. சாரி! நீ ஃபீஸ் கட்டற வரைக்கும் சஸ்பென்ஷந்தான்! சாரி, வெரி சாரி!"

"சார்..?"

யூ மே கோ, ஐ மீன் அவுட் ஆஃப் தெ காலேஜ்!"

ஷார்லி வாசனையுடன் ஏர்ஹோஸ்டெஸ் வந்து ஆரஞ்ச் ஜூஸை நீட்டினாள். நானும் டாக்டர் ராஜகோபாலும் ஆளுகொன்று எடுத்துக்கொண்டோம். டாக்டர் தொடர்ந்தார்.

"யாரு நீங்க? டீன எதுக்கு பாக்கணும்?"

"இல்ல ஒரு பர்சனல் விஷயம்! "

"ஏம்ப்பா! அவரு ஏற்கனவே பயங்கர பிஸி! ஆபரேஷன், ஆஸ்பத்திரி, பேஷண்ட், காலேஜூன்னு அல்லாடிக்கினு இருக்காரு! அதுக்கு நடுவுல நீங்கள்லாம் வேற பர்சனல் அது இதுன்னு..!"

“ப்யூலா? யாரோட பேசறே?”

“பாம்புக் காது! இதோ புரொஃபசர்! யாரோ செந்திலாம்..?”

“செந்தில்? வரச்சொல்லு!”

“வா செந்தில்! என்ன விஷயம்? நேர இங்க வந்திருக்கே?”

“.......................................”

“ ம்! ஓகே! காலேஜ் ரூல மீற முடியாது. நீ ஒண்ணு பண்ணு!”

“............................!”

“ ப்யூலா! ஸ்டூடண்ட் யாரு வந்தாலும் உள்ள அனுப்பணும்! உன்னோட நாட்டாமையெல்லாம் பேஷண்டோட வெச்சுக்க!”

“ஸாரி டாக்டர்! சாரி! புரொஃபசர்!”

“நேத்து டீன் பத்து மணிக்குதான் கிளம்புனாரு! எதுனா எமர்ஜென்சியா ப்யூலா?”

“நேத்தா? இல்லியே! மத்த நாள விட நேத்து ஈஸி நாளாச்சே!”

“ஆறு முகம்! டீன் டேபிள்ள காபி டம்ளர் அப்படியே இருக்கு! சாயங்காலமே துடைச்சு வெக்கறதில்லியா? டீன் வந்தாருன்னா என்னதான் கத்துவாரு!”

“ப்யூலாக்கா! நா நேத்து சாயங்காலமே க்ளீன் பண்ணி வேச்சுட்டேனே! டீன் பத்தி தெரியாதா?”

“என்னப்பா சொல்றே? டீன் ஏழு மணிக்கு கிளம்பிடுவாரு! நீ அப்புறமா போய் க்ளீன் பண்ணினா இப்ப எப்படிப்பா டம்ளர் வரும்? டீன் இன்னும் வரவே இல்லியே இன்னிக்குகாலையில!”

“என்ன ப்யூலாக்கா உனக்கு தெரியாதா? நான் ராத்திரி கிளம்பும்போது டீன் ரூம்ல லைட் எரிஞ்சுதே! கண்ணாயிரங்கூட கேட்டானே, டீன் ஏன் கொஞ்ச நாளா ராவு பத்து மணி வரைக்கும் இருக்காருன்னு?”

“என்னது பத்து மணி வரைக்குமா? என்னை ஆறு மணிக்கே அனுப்பிடறாரே?”

எல்லா நிழலான மாட்டரா இருக்கும்!”

“சீ வாயைக் கழுவு! நம்ம டீனப்பத்தி பேசுன, சோத்துக்கு தாளம் போடுவ! போய்யா! போய் வேலயப்பாரு!”

“செந்தில்! நல்ல வேளை ஃபீசைக் கட்டிட்ட! பரிட்சைய மிஸ் பண்ணாம எழுத முடிஞ்சுதே, அதச்சொல்லு! போ, பிரின்சிபால் உன்ன வரச்சொன்னாரு!”

“வா செந்தில்! ஃபீஸ் கட்டிட்ட போலருக்கே! குட்! அது சரி, சஸ்பெண்ட் ஆனதால கிட்டத்தட்ட ரெண்டு வாரம் கிளாஸ் மிஸ் பண்ணியிருக்கே. மத்த சப்ஜெக்ட் பரவாயில்ல படிச்சு பாஸ்பண்ணிடலாம். அனாட்டமி எப்படிப்பா இவ்வளவு நல்லா பண்ணியிருக்கே! க்ரேட் ஓர்க்! ஐயாம் கிளாட்!”

எனக்குமே சஸ்பென்ஸ் தாங்கவில்லை.

”என்ன ஆச்சு டாக்டர் ராஜகோபால்? செந்தில் எப்படி...?”

“எங்க டீன் தினமும் சாயங்காலம் அவனை ஜெனரல் ஆஸ்பத்திரிக்கு வரச்சொல்லி அனாட்டமி கிளாஸ் எடுத்திருக்கார். ஆஸ்பிடல் மார்ச்சுவரியிலயே பிராக்டிகல்! ரெண்டு வாரம் டீனும் வீட்டுக்கு பத்து மணிக்குத்தான் கிளம்பினார்!”

“அமேசிங்! யார் அந்த டீன்? இப்ப இருக்காரா?”

“நீங்க டாக்டர் வைகுண்டம்னு கேள்விப்பட்டிருக்கீங்களா? அவர்தான் அந்த டீன்!”

அப்படியே உறைந்தேன்!

“டாக்டர் வைகுண்டம்! என்ன ஒரு செரெண்டிபிட்டி இது!”

ஒரு கணம் அதிர்ந்து டக்கென்று ஆரஞ்ச் கிளாசை சீட் நுனியில் வைத்தேன். பரபரப்புடன் டாக்டர் ராஜகோபலிடம் கேட்டேன்.

“அந்த செந்தில் இப்ப எங்க இருக்காரு? உங்க கிளாஸ் மேட்டா அவரு ? நீங்க இன்னும் அவரோட தொடர்புல இருக்கீங்களா?”

“சொன்னேனே! நான் டாக்டர் ராஜகோபால்னு! டாக்டர் செந்தில் ராஜகோபால்!”

விமானம் சலனமின்றிப்பறந்து கொண்டிருந்தது.

“இல்லதென் இல்லவள் மாண்பானால்....?”

“என்ன ரமேஷ்! கிளம்பலையா?”

“என்னத்த கெளம்பறது? உன் மருமக மறுபடி டாய்லெட்டுக்கு போய்ட்டாள்!”

“என்ன எழவுடா இது? தினோம் இது ஒரு அவலமா இருக்கு!”

“ஒரு எடத்துக்கு கெளம்ப முடியல. ஒரு நாளைக்கு எட்டு தரம் பத்து தரம் போய்ண்டே இருக்கா!”

“டாக்டர் கடங்காரன் என்னதான் சொல்றான்?”

“ஒண்ணு இல்ல மூணு டாக்டர் பார்த்தாச்சு! எல்லோருமே இது வயத்துக் கோளாறெல்லாம் இல்ல. பானிக் டிஸார்டர்ங்கறான். இன்னொருத்தன் ஹைபோகாண்ட்ரியாக்...”

“அப்படீன்னா?”

“வியாதி சொல்லிக்கறதுல ஒரு சின்ன சந்தோஷம்! தனக்கு வியாதியிருக்குன்னு பொலம்பற பழக்கம்ங்கறான்!”

“என்னடா இது, அந்த மாதிரிமங்கலம் சேஷாத்ரி இப்படி ஏமாத்திப்பிட்டானே!”

“ஆமா அவனுக்கு என்ன முடை? நம்மகிட்ட தள்ளிவிட்டுட்டான்!”

“சின்ன வயசுலேர்ந்தே இப்படித்தானாமா?”

“அப்பல்லாம் இத்தன மோசமா இல்லியாம்!”

“ஆமா நமக்குன்னு ராசி பாரு, இங்க வந்து சேர்ந்திருக்கு!”

“ரொம்ப கஷ்டமா இருக்கும்மா! ஆஃபீஸ்ல முக்கியமான பார்ட்டி. எம்டியெல்லாம் வரா. இவ வந்தா கௌரவமா இருக்கும்னு பார்த்தா..? இப்படி பாத்ரூம்ல போய்..ச்சே!”

“இங்க பாரு ரமேஷ்! நமக்கு என்ன தலையெழுத்தா இவள கட்டிண்டு மாரடிக்கணும்னு! பெரிய மிராசுக்குடும்பமாச்சேன்னு பண்ணிண்டா, இதென்ன இப்படி வியாதிக்காரப்பேச்சியா இருக்கு! நாளைக்கே ஃபோனப்போட்டு அந்த பிராம்மணன கம்பரசம்பேட்டையிலேர்ந்து வரச்சொல்லு! இந்தாரும் நீரும் உம்ம பொண்ணும்னு திருப்பி அனுப்பிடறேன்! ரமேஷ்! உனக்கென்ன குறச்சல்! நம்ம எல் ஐ ஸி நரசிம்மன் பொண்ணு என்னமா இருக்கா! நான் போய்க்கேட்டா எட்டூருக்கு கல்யாணம் பண்ணித்தருவா!”

“வாங்கோ வேதாண்ணா! வா ரங்கநாயகி!”

எப்படி இருக்கேள் வேதவல்லி?”

ஓ சௌக்கியம்தான்! ஏன்னா வேதாண்ணா வந்தாச்சு!”

“வாடா வாடா அட்வொகேட்! இதான் நீ ஆறு மணிக்கு வர்ர லட்சணமா?”

“இல்ல வைகுண்டம்! ஒரு பெக்யூலியர் கேஸ்! டைவர்ஸ்!”

“ஏண்டா நீ கிரிமினல் இல்லியோ?”

“என்னது?”

“அதில்லடா! நீ கிரிமினல் லாயர்ன்னு நெனச்சிண்டுருக்கேன்! டைவர்ஸ் கேசெல்லாம் பாக்கறியா? ரொம்ப சௌகரியமா போச்சு! கொஞ்ச நாளா வேதம் என்னைப் பாடு படுத்தறா? இன்னமே டைவர்ஸ்ன்னா உங்கிட்ட வந்துரலாமே!”

“போறுமே அசடு வழிஞ்சாறது! நீ வா ரங்கம்! இவா இன்னமே கோர்ட் கேஸு ஹாஸ்பிடல்ன்னு பேச்சு எங்கியோ போய்டும்!“

“வேதம்! அந்த சூப்புன்னியே? அத அனுப்பேன்? சாப்ட்டுண்டே பேசலாம்!”

சுடச்சுட பெரிய பவுலில் வந்த தக்காளி சூப்பை உறிஞ்சிக்கொண்டே பேச்சைத் தொடர்ந்தார்கள்.

“என்னடா என்னமோ பெக்யூலியர்ன்னியே?”

“கல்யாணம் ஆகி ஆறு மாசம் கூட ஆகல! அதுக்குள்ள இப்படி?”

“என்ன காரணமாம்?”

“அந்தப் பொண்ணு வியாதிக்காரிங்கறான்!”

“என் டிபார்ட்மெண்ட்டாச்சேடா! என்ன வியாதி?”

வேதாந்தம் விவரித்தார்.

வைகுண்டம் கவனமாகக் கேட்டார். யோசித்தார்.

“சரி நாளைக்கு அந்தப் பொண்ணை ஹாஸ்பிடலுக்கு அனுப்பு!”

அடுத்த நாள் காலை ரோகிணி வந்தபோது வைகுண்டம் போனில் யாரையோ காய்ச்சிக்கொண்டிருந்தார்.

“என்னது கோளா உருண்டையா? நிர்மலா! அவன அப்படியே மூணாம் மாடியிலேர்ந்து உருட்டி விடு சொல்றேன்! பிளகாட்! போன வாரம் வாந்தி, ஸ்டூல்ஸ்ல ரத்தம், மயக்கம்! இன்னிக்கு கோளா உருண்ட சாப்பிடறானா? டிஃபன் பாக்ஸை பிடுங்கி எறி! கொண்டு வந்தது யாரு? அவம் பொண்டாட்டியா? தொரத்து ஹாஸ்பிடலுக்கு வெளில! இன்னும் கொஞ்ச நாழில நானே வரேன்! இன்காரிஜிபிள்!”

அந்தப் பெண் ரோகிணி சற்றே குண்டாக உருண்டை முகமாக ஆனால் லட்சணமாக இருந்தது. இருவத்தி நாலு வயசுதான். பதவிசாக புடவை கட்டிக்கொண்டு அமைதியாக இருந்தாள். கூட வந்தவர் வயசானவர். அப்பாவாக இருக்க வேண்டும். வைகுண்டத்தின் ஃபோன் பேச்சைக்கேட்டு முகத்தில் கவலை......ம்ஹூம் இல்லை, கலவரம்!

“உட்காருங்க! வேதாந்தம் சொன்னார்! ப்யூலா! அவினாஷை வரச்சொல்லு! அண்ட் ரைட் நவ்!”

ஐந்தாவது நிமிடம் கையில் பேனா நோட் புக்குடன் அவினாஷ் நுழைந்தான்.

“என்னம்மா பிராப்ளம் உனக்கு? ஆரம்பத்துலேர்ந்து சொல்லு ஒண்ணுவிடாம?”

“டாக்டர்! இவளுக்கு ஏழெட்டு வயசு இருக்கும்போதே...!”

“உங்களையா கேட்டேன்? ஏம்மா நீ என்ன வாய்ல சுண்ணாம்பு அடைச்சிண்டு இருக்கியா? டெல் மீ!”

உறுமினார்.

“டாக்டர்! எனக்கு சின்ன வயசுலேர்ந்தே...!”

“லௌடர்! இன்னும் கொஞ்சம் கொரல உசத்து! இத்தன சாதுவா இருக்கே அதான் உன் புருஷன் அசால்ட்டா டைவர்ஸ் நோட்டீஸ் விடறான்! ம் பேசு!”

”சின்ன வயசுலயே இந்த பிராப்ளம் ஆரமிச்சுடுத்து! அப்பவே ஏதாவது முக்கியமா செய்யணும்னா, சட்டுனு......

லேசான கூச்சத்துடன் நெளிந்தாள்.

“என்ன மோஷன் வர்ரா மாதிரி தோணும், அதானே?”

“ஆமாம் டாக்டர்! பரிட்சைம்போது, அவசரமா வெளில கிளம்பும்போது, முக்கியமா எதாவது காரியம் இருக்குன்னா போறும், அந்த உந்துதல்!”

“பயம் இருக்குமா?”

“முதல்ல பயம் இல்ல டாக்டர்! ஆனா வந்துருமோ வந்துருமோன்னு யோசிச்சே ஒரு சமயத்துல பயமாப்போய் அதுவே ஒரு பழக்கமா ஆய்டுத்து டாக்டர்!”

“ஒண்ணும் பயப்படாதம்மா! இதெல்லாம் பெரிய வியாதியே இல்ல!”

இப்போது பெரியவர் ஆவலுடன் பேசினார்.

“குணப்படுத்திட முடியுமா டாக்டர்?”

“பின்ன முடியாதுன்னு நம்பிண்டுதான் இங்க வந்தீரா?”

மீண்டும் உறுமல். பெரியவர் ஒடுங்கினார்.

“டாக்டரெல்லாம் பார்த்தீங்களா? என்ன சொன்னாங்க?”

“ஏழெட்டு டாக்டர் பார்த்தாச்சு! எல்லோரும் முதல்ல இர்ரிடபிள் பௌல் சிண்ட்ரோம்ன்னாங்க. அப்புறம் லாக்டோஸ் இண்டாலரன்ஸ்ன்னாங்க. இன்னொரு டாக்டர் பானிக் சிண்ட்ரோம்ன்னு ஏதோ ரெஸ்டில்னு டாப்லெட்டெல்லாம் கொடுத்தார். ஹைபோகாண்ட்ரியாக்குன்னு கூட சொல்லிட்டாங்க டாக்டர்!”

லேசாக கண் கலங்கினாள். வைகுண்டம் கொஞ்சம் சாஃப்ட்டாகப் பேசினார்.

“அவினாஷ்! வாட் டு யூ திங்க்?”

“டைஜெஸ்டிவ் பிராப்ளம், புரொஃபசர்?”

“இல்ல அவினாஷ்! ஏம்மா உனக்கு மார்னிங் அப்லூஷன், அதான் காலைக்கடனெல்லாம் ஒழுங்கா இருக்கா?”

“இருக்கு டாக்டர்!”

“ஏதானும் சாப்பிட்டா வயத்துல வலி?”

“இல்லை டாக்டர்!”

“ஒழுங்கா தூங்கறியா ராத்திரியில?”

“அது ஒண்ணுதான் டாக்டர் ரிலீஃப்! தூங்கும்போது எழுதிருக்கறதே இல்ல. ராத்திரியில அந்த உந்துதல் இல்லவே இல்லை டாக்டர்!”

“ஓகே, டோண்ட் வொர்ரி! ப்யூலா! இன்னிக்கு காஸ்ட்ரோல யாரு, ட்யூட்டி?”

“டாக்டர் மாதவி, புரொஃபசர்!”

“வரச்சொல்லு!”

மாதவி வந்தவுடன் வைகுண்டமே விளக்கினார்.

“மாதவி! யூஷுவல் டெஸ்டெல்லாம் எடு. ரிப்போர்ட்ட எங்கிட்ட டிஸ்கஸ் பண்ணு. அப்புறம் அல்லெர்ஜென் ஸ்டடி பண்ணு. இந்தாம்மா ரோகிணீ! இன்னும் ஒரு வாரத்துக்கு இவங்க சொல்ற டையட்தான் சாப்பிடணும், என்ன?”

ஒரு வாரத்துக்குப் பிறகு.

“மாதவி! ரோகிணி கேஸ் என்ன ஸ்டேடஸ்?”

“புரொஃபசர்! அல்லெர்ஜென் எக்ஸ்பெரிமெண்ட் ஈஸ் கிளியர்! ஒண்ணு மாத்தி ஒண்ணு இண்ட்ரொட்யூஸ் பண்ணி டபிள் கரெக்ட் பண்ணிட்டேன்!”

“குட்! க்ளூடென் டையட் குடுத்துப்பாரு!”

அடுத்த வாரம்.

“புரொஃபசர்! யூ ஹிட் இட்!”

“என்ன ஆச்சு?”

“க்ளூடன் ரியாக்ஷன்! சிவியர்!”

“நெனச்சேன்! நீ ஒண்ணு பண்ணு! உடனே ஆண்ட்டிபாடீஸ் பாரு! ஈ எம் ஏவும் ஈ டி ஜி ஏவும் கூட பாரு! மாதவி! ரிமம்பர்! டெஸ்டுக்கு முன்னாடி க்ளூட்டன் ஃபுட் குடுத்துட்டு பிளட் எடுக்கணும்!”

“எஸ் புரொஃபசர்!”

“மாதவி! சி பி சி, லிவர் அண்ட் கொலஸ்ட்ரால், ஆல்கலைன் பாஸ்ஃபேட்! அப்புறம் சீரம் ஆல்புமினும் வேணூம்! அண்ட் எண்டோஸ்கோபியும் பண்ணு. எனக்கு இண்டஸ்டைன் வில்லோஸ் அட்ரோஃபி இருக்கான்னு தெரியணூம்!”

ரிப்போர்ட் பார்த்தவுடன் டேபிளைத்தட்டி சொல்லிவிட்டார்.

அடுத்த நாள் ரோகிணியும் அப்பாவும் வந்தார்கள்.

“ரோகிணீ! உனக்கு ஒண்ணும் இல்லைம்மா! சரி பண்ணிடலாம்!”

ரோகிணியின் முகம் மலர்ந்து அழகாகச் சிரித்தாள்.

“டையட் கண்ட்ரொல் தான் வேணும். க்ளூடன் ஃப்ரீ டையட்! இன்னமே ஒவ்வொண்ணும் வாங்கும்போது அதோட லேபிளைக் கவனமா படிச்சு க்ளூட்டன் ஃப்ரீயான்னு பார்த்து வாங்கணும்.”

“என்ன பிராப்ளம் டாக்டர் அவளுக்கு?”

“கோலியாக் டிஸீஸ¬ம்போம் நாங்க! அதாவது நீ சாப்பிடற உணவுலேர்ந்து ந்யூட்ரியண்ட்ஸை, அதான் உயிர்ச்சத்துக்களை உன்னோட சிறுகுடல் முழுசா உறிஞ்ச முடியல!”

“எப்ப சரியாகும் டாக்டர்?”

“நல்ல டையட்ல இருந்தா மூணு நாலு மாசத்துல இண்டஸ்டைன் இம்ப்ரூவ் ஆய்டும். அதுக்கப்றம் மெதுவா ந்யூட்ரியண்ட்ஸ் அப்சார்ப்ஷன் ரெகுலராகிடும்! நத்திங் டு வொர்ரி! ஆனா கோதுமை, பார்லி, ஓட்ஸ்ஸெல்லாம் தொடவே கூடாது!”

பெரியவர் கண்ணில் ஜலம் விட்டார்.

“ப்யூலா! கெட் மி வேதாந்தம்!”

“உன்னோட கிளையண்ட், அதான் ரோகிணியோட ஹஸ்பண்ட்கிட்ட சொல்லு ஷி வில் பி பர்ஃபெக்ட்லி ஆல்ரைட் இன் ஃபோர் மந்த்ஸ்! ரிப்போர்ட்டெல்லாம் உனக்கு அனுப்பறேன்! த்ரோ தெம் ஆன் தி ஹஸ்பண்ட்! மரியாதையா ரோகிணிய வீட்டுக்கு அழைச்சிண்டு போகச்சொல்லு!”

எதிர்பாராமல் தன் காலில் நமஸ்காரம் செய்த ரோகிணியைப் பார்த்து ஒரு கணம் வைகுண்டம் நெகிழ்ந்ததென்னவோ நிஜம் தான்.

"தட்டாமலே திறக்கப்படும்"

டாக்டர் சண்முகானந்தம் ஹாஸ்பிடலுக்குக் கிளம்பிக் கொண்டிருந்தார்.

"என்னங்க! இன்னைக்கு வரும்போது எங்கண்ணனைப் போய்பார்த்துட்டு வாங்க!"

"இன்னைக்கா? எதுக்குடி?"

"என்ன பேச்சு பேசறீங்க! நா என்ன சொல்றேன்னு புரியுதா இல்லியா?"

"இப்ப என்னாடி அவசரம்?"

"அதான் இன்னமும் ரெண்டாம் எடத்துலயும் மூணாம் எடத்துலயும் அல்லாடிக்கினு இருக்கீங்க! அங்க மதுரை காமராஜ்ல பாருங்க! எங்க அண்ணியோட தம்பி துணை வேந்தராயிட்டாரு! அவருக்கு என்னா வயசுங்கறீங்க! உங்களோட எட்டு வயசு சின்னவரு! இத்தனைக்கும் எங்கண்ணன் ஹெல்த்து மந்திரி! ஆனாலும் கல்வி மந்திரியாண்ட பேசி அவருக்கு போஸ்ட் வாங்கிக்கொடுத்திட்டாரு! நீங்களும் சொந்த மச்சான்! செய்யமாட்டாரா?"

“இர்ரி! இப்பத்தான் பேரெல்லாம் லிஸ்டுல போயிருக்கு! எம் பேர் இருக்குன்றாங்களே?”

“இப்படி புள்ளப்பூச்சியா இருந்தா அவன் இருக்கானே அவம்பேரு என்னா சொக்கலிங்கம் தாண்டிப்போய்டுவான்! அவனுக்கு திருணாமலை மாவட்டச் செயலாளர் ரொம்ப ஸ்டிராங்கா ரிகமண்டேசன், தெரியுமா?”

“நெசமாலுமா?”

“என்னையக் கேளுங்க! உங்க ஜென்லாஸ்பத்திரி வெவகாரத்த நாஞ்சொல்றேன்! உங்களுக்குத்தெரியல!”

“அவன் எனக்கு கீழதாண்டி இருக்கான்! எம்பேர்ல ரொம்ப மருவாதி!”

“அடப்போங்க நீங்க! நாளைக்கு அவனுக்கு டீன் போஸ்டிங் வந்திடுச்சின்னா உங்கள நயா பைசாவுக்கு மதிக்க மாட்டான்! இன்னும் எத்தன நாளைக்கு அஸிஸ்டண்ட் சீஃபாகவே இருக்கப்போறீங்க!”

“சரிம்மா! இன்னைக்குப்போய் உங்கண்ணன பாத்துட்டு வந்துர்ரேன்!”

“அத்தச்செய்ங்க! எனுக்கும் ஜென்லாஸ்பத்திரி டீனோட சம்சாரம்னு சொல்லிக்க வாணாவா?”

நேற்று....

பிரதம மந்திரியின் ஆஃபீசில் பெரியவரைச் சந்திக்க வைஸ் சீஃப் ஆஃப் தி ஏர் ஸ்டாஃப், நான்கு நட்சத்திர ஜெனரல் சுக்விந்தர் சிங் ஆவானா காத்திருந்தார். அபார கவிஞரும் ரசிகரும் நெருப்புப் பொறி பறக்கும் பேச்சாளருமான பிரதம மந்திரி படு பிஸியாக இருந்த காலை நேரம். இருபது நிமிட காத்திருக்குப்பின் பிரதமரின் முக்கிய உதவியாளர் வெளியே வந்து பேசினார்.

“பி எம் உங்களுடன் ஆலோசனை செய்ய வேண்டுமாம். இன்று மூச்சுவிட முடியாதபடி எதிர்பாராத ஸ்கெட்யூல். அதனால்

நாளை அவருடன் சென்னைப் பயணத்தில் உங்களையும் கலந்துகொள்ளச் சொல்கிறார். விமானத்திலேயே பேசிவிடலாம். நீங்களும் தென்பகுதி கமாண்டர்களுடன் ஆலோசனை செய்ய வேண்டும் என்கிறார்."

"தட்ஸ் ய குட் ஐடியா! அந்தத்தீவில் நடக்கும் சமாச்சாரங்களையும் இங்கே சுகமாக உட்கார்ந்துகொண்டு தொப்புள் கொடி என்று உளறிக்கொண்டு பிரிவினை பேசும் நடவடிக்கைகளையும் கண்காணிக்கத்தான் வேண்டும். பி எம்மிடம் நான் வருகிறேன் என்று சொல்லிவிடுங்கள். ஜெய் ஹிந்த்!"

இன்று...

நாளைய தொழில்நுட்பப் பாதுகாப்பு சமாச்சாரங்கள், முக்கியமாக, மிகப்பெரும் இன்ஃப்ரா ரெட் எதிர்த்தாக்குதல் வசதிகள் கொண்ட ஏர் இண்டியா ஒன் என்னும் பிரதமரின் ப்ளேன் டெல்லியின் மேகமற்ற நீல வானில் உயரெழும்பியபோது விமானத்தினுள் அவருடன் சுக்விந்தர் சிங் ஆவானா அமர்ந்திருந்தார்.

"ப்ளீஸ் ஹேவ் யுவர் பிரெக்ஃபாஸ்ட்! பிஎம் வில் பி வித் யூ இன் ட்வெண்ட்டி மினிட்ஸ்!"

"மாஃப் கீஜியே ஆவானா ஜி!"

சந்தன மணம் கமழும் சால்வை போர்த்திய பிரதம மந்திரி சுக்விந்தரின் அருகில் வந்து உட்கார்ந்து கொண்டார்.

"இலங்கைச் சமாசாரங்கள் எனக்குப் பிடிக்கவில்லை மிஸ்டர் பிஎம்! கூடவே அதன் எதிரொலி தமிழ் நாட்டில் ஒலிக்கிறது நல்லதற்கில்லை!"

"இன்று நான் முதன் மந்திரியுடன் பேசுகிறேன். நீங்களும் தெற்கு முப்படை கமாண்டர்களுடன் ஆலோசியுங்கள்! தயக்கமே வேண்டாம்! நாட்டுப்பாதுகாப்பு மிக முக்கியம். அரசியல் தாக்கங்கள் பற்றி நீங்க ஒரு போதும் கவலைப்படாதீர்கள். அதையெல்லாம் நான் சமாளித்துக்கொள்கிறேன்!"

அடுத்த பத்து நிமிடங்கள் பாதுகாப்பு சமாசாரங்கள் பேசினார்கள்.

“ஆமாம் சுக்விந்தர் ஜி! உங்கள் தாயாருக்கு உடல்நிலை சரியாகிவிட்டதா? எப்படி இருக்கிறார்கள்?”

“இப்போது நிரம்பத்தேவலை. இன் ஃபாக்ட், என் அம்மாவின் உண்மையான உடல் நிலமையைச் சரியாக கணித்துச்சொன்ன அந்த டாக்டரை சென்னையில் நான் சந்திக்கப்போகிறேன்.

“உங்கள் தாயாருக்கு என்ன ஆச்சு?”

”ரெண்டு வருஷத்துக்கு முந்தி ஒரு நாள் என் அம்மா தன் கழுத்தில் சின்ன கட்டி போல இருப்பதாக சொன்னாள். டாக்டரிடம் கேட்டபோது அது ஒன்றும் பெரிய விஷயமில்லை. கொழுப்பு அக்யுமுலேஷன் என்று சொல்லி மருந்து கொடுத்தார்கள்.

இரண்டு வாரத்துக்குப்பின் மறுபடி டாக்டரிடம் போனோம். அந்தக் கட்டி பெரிதாக ஆகிவிட்டிருந்தது.

“இது வெறும் ஸ்வோல்லன் லிம்ஃப் நோட், நாட் டு ஓர்ரி!”

அடுத்த மூன்று மாதங்களில் அது போகவே இல்லை. ஏ ஐ எம் எம் எஸ்ஸுக்கு கூட்டிப்போனேன். ஸி டி ஸ்கான் எடுத்துப்பார்த்தார்கள். வாஸ்க்யுலர் ட்யூமர் தான். ஆபத்தில்லை என்று சொல்லி சின்ன சர்ஜரிக்கு ஏற்பாடு பண்ணினோம். என் அம்மாவை அட்டெண்ட் பண்ணின ஒரு டாக்டர், நாரயணன், ஐ திங்க், இந்தச் சென்னை டாக்டரின் ஸ்டூடெண்ட். ஆர்வத்தில் தன் ஆசிரிய டாக்டருடன் பேசியிருக்கிறார். விவரங்களைக்கேட்ட சென்னை டாக்டர் உடனே பதட்டத்துடன் மற்ற டாக்டர்களைக் கூப்பிட்டுப் பேசியிருக்கிறார்.

சர்ஜரி ஜாக்கிரதையாகச் செய்ய வேண்டும். அந்தக் கட்டியை அவசியமாக பையப்ஸிக்கு அனுப்ப வேண்டும் என்று சொன்னாராம்.

“என்ன ரிசல்ட் வந்தது சுக்விந்தர் ஜி?”

“கான்சரஸ் என்றுதான் வந்தது! நானே சென்னை டாக்டருடன் பேசினேன். அப்பவே சொல்லிவிட்டார். கான்சர் பரவியிருக்கும்.

நிச்சயம் ஸ்ட்ரோக் வரும். கவனமாக இருங்கள் என்று சொன்னார். ஆனால் நம் ஏ ஐ எம் எம் எஸ் டாக்டர்கள் ஒப்புக்கொள்ளவில்லை. சரியாக மூன்றாம் நாள் அம்மாவுக்கு இடது பக்கம் கழுத்திலிருந்து ஸ்ட்ரோக் தாக்கி விட்டது.”

“ஓ!”

“சென்னை டாக்டர் உடனே இன்னொரு சர்ஜரி செய்து கான்சரஸ் டிஷ்யூக்களை எடுக்க வேண்டும் என்று சொல்ல இரண்டாம் சர்ஜரியும் வெற்றிகரமாக நடந்து முடிந்து விட்டது. அம்மா தேறிவருகிறார்கள். நானும் வாரம் ஒரு முறை இவருடன் பேசி வருகிறேன்!

“அந்தச் சென்னை டாக்டர் எப்படி அவ்வளவு சரியாக டையக்னோஸ் செய்தாராம்?”

“கேட்டேன்! அமெரிக்காவில் சில வருஷங்களுக்கு முன்னால் டையனா சீஜாஸ் என்ற ஒரு பெண் டாக்டருக்கே இப்படி ஆயிற்றாம். அதே பாரமீட்டர்ஸ் என் அம்மாவுக்கு இருக்கவே இவர் சரியாக்கண்டு பிடித்துவிட்டார்.

“அபாரம்! படிப்பது மட்டுமில்லாமல் அதைச்சரியான நேரத்தில் நினைவுக்கு கொண்டு வந்து உயிர் காப்பது எவ்வளவு பெரிய அறிவு!”

“ஆமாம் மிஸ்டர் பி எம்! அவரை ராஜ் பவனுக்கு வரச்சொல்லி நீங்களும் சந்திக்க வேண்டும். நமது ஏ ஐ எம் எம் எஸ்ஸுக்கு அவர் தேவை! ஹி ஈஸ் பிரில்லியண்ட் அண்ட் டெடிகேட்டட்!”

“ஓ நிச்சயம் சந்திக்கிறேன்! அவரை ஏஐஎம்எம்எஸ்ஸுக்கு டிரான்ஸ்ஃபர் பண்ணச்சொல்லி டமில்நாட் சிஎம்மைக் கேட்கட்டுமா?”

“கேட்கலாம் சர்! இத்தனைக்கும் அவர் வயது நற்பதுகளில்தான். ஜெனரல் ஹாஸ்பிடலில் உதவி சீஃப் மெடிக்கல் ஆஃபிசர்! டைரக்டர் லெவலுக்கு புரொமோட் பண்ணி இங்கெ அழைத்துக்கொண்டால் அவருக்கும் மோடிவேஷனாக இருக்கும்!”

"செய்துவிடலாம்!"

பி எம் எழுந்து அடுத்த அலுவலைக் கவனிக்கப்போக, அந்த போயிங் ஏர் இண்டியா ஒன் விமானம் நான்கு டிகிரி மேற்காக மூக்கைத்திருப்பி ஸிர்ரஸ் மேகங்களுக்கும் மேலே 38,000 அடி உயரத்தில் க்ரூயிஸ் வேகம் எனப்படும் மணிக்கு 530 மைல் விரைவில் தென்திசை நோக்கிச் சலனமின்றிப் பறந்தது.

ஜெனரல் ஆஸ்பத்திரியில்...

காரின் பின் சீட்டிலிருந்து கைப்பையை எடுத்துக்கொண்டு விறு விறு நடையில் வாசலை அடைந்தபோது சவரி ரெடியாக இருந்தான்.

"குட் மார்னிங் டாக்டர்!"

"ம்!"

முதல் மாடியேறி லேண்டிங்கில் திரும்பி இன்னும் பத்துப் படிகள் மேலே போய் காரிடாரில்...

ஒழுங்கில் இல்லாமல் கூட்டம் அங்கும் இங்கும் நகர்ந்தவாறு அல்லாடிக்கொண்டிருக்க உரத்த குரலில் இடி முழங்கியது.

"யார் இங்க அட்டெண்டண்ட்?"

செபஸ்டியன் அரக்கப் பரக்க ஓடி வந்தான்.

"என்ன பண்ற காலங்கார்த்தால? வர்ர பேஷண்ட்ஸ ஒழுங்கா வரிசையா அனுப்பறதில்லையா?"

செபாஸ்டியன் முணுமுணுத்துக்கொண்டே காத்திருப்பவர்களை ஒழுங்குபடுத்தப்போனான்.

ஒழுங்காய் நின்ற ஒரு பேஷண்ட் கேட்டார்.

"யாருங்க இவரு, பெரிய டாக்டரா?"

"நல்லவேள பெரிய டாக்டரா ஆவல! இதுக்கே இத்தன கெடுபிடி! டீனா ஆயிட்டா எங்க பாடு திண்டாட்டம் தான்!"

இரண்டொரு நர்ஸுகள் மெல்லிய குரலில் சம்பாஷித்துக்கொண்டு போனார்கள்.

"பெரிய டீனுன்னு நெனப்பு! நல்ல வேளை, தமிழ்நாட்டுல இவர மாதிரி ஆளுங்களால டீனா வர முடியாது! நாம தப்பிச்சோம்!"

இப்போது எதிரே செல்லையா ஓடிவந்தான். மேல் மூச்சு வாங்கியது

"டாக்டர்! பி எம் ஆஃபீசிலிருந்து உங்களுக்கு மெசேஜ்!"

"என்ன?"

இன்னிக்கு ரெண்டு மணிக்கு ராஜ் பவனில் பி எம்மை நீங்கள் சந்திக்க வேண்டுமாம்!"

"நானா? பிரைம் மினிஸ்டரையா?"

"ஓகே! ராஜ் பவனுக்கு ஃபோன் பண்ணி கன்ஃபர்ம் பண்ணிடுங்க. யாருக்காவது உடம்பு சரியில்லையான்னு விஜாரிங்க. ஸ்பெஷல் ரிக்வெஸ்ட் ஏதாவது உண்டான்னு கேட்டு வெச்சுக்கோங்க செல்லையா!"

உதவி சீஃப் மெடிக்கல் ஆஃபீசர் சொக்கலிங்கம் அறையில்...

"என்ன டாக்டர்! உங்க சான்ஸ் எப்படி? எப்ப அனௌன்ஸ்மெண்ட் வரும்?"

"சும்மா இருங்கப்பா! யார் காதுலயாவது விழ்ந்து வெக்கப்போகுது!"

"என்ன டாக்டர்! உங்களுக்குதான் சான்ஸுன்னு பேச்சு ஓடுதே?"

"எனக்கு சீனியர் சண்முகானந்தம் இருக்காருன்னு மறந்துடாதீங்க!"

"ஆனா டாக்டர்! உங்களுக்கு திருவண்ணாமலை மாவட்டச்செயலாளர் ஸ்டிராங்கா பேசிட்டாராமே! எங்கொழுந்தியாள்தான் ஹெல்த் மினிஸ்ட்ரில்யில கமிஷனருக்கு பி சி! அங்க அப்படிதான் பேச்சாம்!"

"நானும் கேள்விப்பட்டேன்! மா செ என்னாண்டயும் பேசினாரு! பாப்பம்! இப்போதிக்கி கமுக்கமா இருங்க! சண்முகானந்தன் காதுல விழ வேண்டாம்!"

“எனிவே அட்வான்ஸ் வாழ்த்துக்கள், டாக்டர்! என்னிய கொஞ்சம் கவனிச்சுக்குங்க!”

“அட முதல்ல டீனா போஸ்டிங் ஆவட்டுங்க! எல்லாம் செஞ்சுடலாம்!”

கடனில் மூழ்கி அதைத்திருப்ப முடியாமல் கடன் கொடுத்த பாங்குக்கே எழுதி வைக்கப்பட்ட இடம் அரசாங்கத்தால் ரூ 35,000 வாங்கப்பட்டு இன்று தமிழ் நாட்டின் கவர்னருடைய இருப்பிடமாகத் திகழும் ராஜ்பவனில்...

“மிஸ்டர் சீஃப் மினிஸ்டர்! உங்களுடைய தமிழ்ப்பற்றையோ அல்லது இலங்கைத்தமிழர் மீது உங்களுக்கு இருக்கும் அக்கறையையோ நான் மதிக்கிறேன். ஆனால் அதற்காக பிரிவினை பேசும் ஆசாமிகளைச் சும்மா விட முடியாது. தமிழ் நாட்டு அரசியல் காரணங்களுக்காக நீங்கள் அமைதியாக இருங்கள். ஆனால் மத்திய அரசு அவர்களைக் கடுமையாக டீல் செய்யும். நீங்க இடைஞ்சல் ஏதும் செய்யாதீர்கள். வேண்டுமென்றால் மென்மையாக மத்திய அரசைக் கண்டிக்கிறேன் என்று அறிக்கை கொடுங்கள், அது பற்றி கவலை இல்லை!”

“சரி ஐயா! எங்க ஆளுங்க பாதி பேர் பேச்சோட சரி! ஏதோ கத்திட்டுப்போறான்னு விட்ருங்க! ஒரு ஆபத்தும் வராது!”

“நாட்டின் பாதுகாப்பு மிக முக்கியம்! என் கவலை அது ஒன்றுதான்!”

“அதெல்லாம் பாத்துக்கிடலாம்!”

“சரி இன்னொரு விஷயம்! இதோ இவர் வைஸ் ஏர் சீஃப் ஆஃப் ஸ்டாஃப் சுக்விந்தர் சிங் ஆவானா! இங்க ஜி ஹெச்சுல டாக்டர் ஒருத்தரப்பத்தி சொன்னார்!”

“என்ன விஷயம் ஏதாவது சங்கடமா?”

இப்போது சுக்விந்தர் மென்மையாக குறுக்கிட்டார்.

“அவரும் வந்திருக்கிறார் மிஸ்டர் பிரைம் மினிஸ்டர்!”

“சங்கடமெல்லாம் ஒன்றும் இல்லை! அவரின் அபார திறமை பற்றி சுக்விந்தர் சொல்லிக்கொண்டிருந்தார். அவரைப்பார்க்கலாமே என்று வரச்சொன்னேன்.!”

“அட நம்ம ஊர் டாக்டரைப்பத்தி நீங்களே சொல்லும்போது பெருமையா இருக்கு! அவருக்கு ஏதாவது புரோமோஷன் கொடுத்துடச் சொல்றேன்! சண்முகம்!”

தன் உதவியாளரை முதன் மந்திரி கூப்பிட்டுக் கேட்டார்.

“போன மாதம் ஜி ஹெச்சின் டீன் ரிடயராகிட்டார். அந்த போஸ்ட் காலியாத்தான் இருக்கு முதல்வரே!”

“அவருக்கே கொடுத்துறலாமே! பி எம் ஜி! அவர வேணா ஜி ஹெச்சுக்கு டீனா ஆக்கிடறேனே!”

இப்போது சண்முகம் முதல்வரின் காதில் கிசுகிசுத்தார்.

“முதல்வரே! அவரு..........ன் கம்யூனிடி!”

சுக்விந்தர் இப்போது உள்ளே புகுந்தார்.

“யூ மஸ்ட் டூ இட் ....ஜி! அவரின் புத்திசாலித்தனத்தைப்பற்றி ஏ ஐ எம் எமெஸ் டாக்டர்ஸே சிலாகித்தார்கள்! இந்த ஜாதி மதமெல்லாம் பாக்காம திறமைக்கு முதலிடம் கொடுப்பவர் என்று உங்களைப் பற்றி டெல்லியில் எப்போதுமே பேச்சு உண்டு!”

“ஆமாம் ஆமாம்! செய்துவிடுகிறேன்!”

தாமதிக்காமல் டாக்டர் வைகுண்டத்தை சுக்விந்தர் உள்ளே அழைத்தார்.

“கம் இன் டாக்டர்!”

பிரதம மந்திரியையும் முதல்வரையும் மரியாதையாக வணக்கம் செய்துவிட்டு சுக்விந்தர் கையைப்பற்றிக் குலுக்கினார்.

“டாக்டர் வைகுண்டம் ஜி! இப்போதுதான் முதல்வர் உங்களை ஜி ஹெச்சின் டீன் ஆக்கிவிடப்போவதாக தீர்மானித்திருப்பதைச் சொன்னார். கங்கிராசுலேஷன்ஸ்!”

பிரதமரும் வைகுண்டத்தின் கையைப்பற்றி குலுக்கி வாழ்த்துத் தெரிவிக்க, முதல்வரும் வேறு வழியின்றி வாழ்த்தினார்.

“பி எம்மே சொல்லும்படி இருக்கற உங்களை டீனாக்குவதில் நான் மகிழ்ச்சி அடைகிறேன்! ஹெல்த் மினிஸ்டர்ட்ட பேசி ஆர்டர் அனுப்பச்சொல்லிர்ரேன்!”

எல்லோருக்கும் பொதுவான வணக்கத்தைத் தெரிவித்துவிட்டு டாக்டர் வெளியேற மற்றவர்களும் வெளியேற பிரதமரும் முதல்வரும் அரசியல் பேசத்தொடங்கினார்கள்.

அதே நாள் மாலை

“என்ன முதல்வரே! எம் மச்சாந்தான் சீனியர்! அவர விட்டுட்டு ஒரு.......னுக்குப்போய் போஸ்ட குடுத்தீட்டிங்களே! திருணாமலை மாவட்டச்செயலாளர் வேற அவரோட ஆளுக்கு சிபாரிசு பண்ணிட்டு காத்துக்கினு இருக்காரு! பாத்துக்கினே இருங்க, கட்சிக்கரனெல்லாம் கொந்தளிக்கப் போறானுங்க!”

“அடபோய்யா! எதிர பிரதம மந்திரியே சொல்றாரு! அத்த உட்டுட்டு உம் மச்சானுக்கு போஸ்ட தரச்சொல்றே? ராஜ்ய சபா எம் பி போஸ்டு நாலு காலியாவுது! கூட்டணிக்கட்சிக்கு ரெண்டாவது தேறுமான்னு அவராண்ட நான் பேசும்போது உம் மச்சானா முக்கியம்! அத்த விடு, இப்ப என்ன ஆச்சுன்ற? உம்மச்சான கால் நடை மருத்துவப் பல்கலைக்கழகத்துக்கு துணைவேந்தராக்கிடவா?

இன்னொரு வீட்டில் பூஜை அறையில் நாமம் போல சிவப்புப் பொட்டு அணிந்த பெண்மணி அமைதியாக விஷ்ணு சஹஸ்ரநாமம் சொல்லிக்கொண்டிருந்தாள்.

'டாக்டர்ஜி! எனக்கு ஒரு விண்ணப்பம்!'

புதன்கிழமை காலை எட்டரை மணி

நிர்மலா புரொஃபசரின் வீட்டுக்குள் நுழையும்போது மந்திர சப்தம் கேட்க ஆரம்பித்துவிட்டது.

நிர்மலா வியர்த்து விறுவிறுத்து நடையைக்கூட்டி உள்ளே நுழைந்தாள். நேரெதிரே பெரிய ஹாலில் நான்கு சாஸ்திரிகள் உட்கார்ந்து மந்திரம் சொல்லிக்கொண்டிருந்தார்கள். வைகுண்டம் பஞ்சகச்சத்துடன் உட்கார்ந்திருக்க அருகில் மடிசாரில் வேதவல்லி. நிர்மலாவைப்பார்த்தவுடன் சைகை காட்டி இடது பக்க அறையையில் காத்திருக்கச் சொல்லிவிட்டு மெதுவாக வைகுண்டத்தின் தோளில் தொட்டாள்.

அந்த ரூமில் நுழைந்த நிர்மலா உட்காராமல் நோட்டம் விட்டாள்.

பெரிய மேஜை. முன்னால் ஆஸ்பத்திரி போலவே சுழல் நாற்காலி. சைட் டேபிளில் ஏகப்பட்ட புஸ்தகங்கள். இண்டியன் மெடிக்கல் ஜர்னல், நெட்டெர்ஸ் அட்லாஸ் ஆஃப் அனாடமி, வெப் எம் டி பிரிண்ட் எடுத்த பக்கங்கள், பால் கலாநிதியின் வென் ப்ரெத் பிகம்ஸ் ஏர், ஏன், ஃபோட்டோ காபி எடுக்கப்பட்ட சாரக சம்ஹிதாவின் பக்கங்கள் கூட இறைந்து கிடந்தன.

சுவரில் பார்த்தாள்.

வைகுண்டமும் வேதவல்லியும் கல்யாண போட்டோ, அடுத்து மகன் மகளுடன் அப்புறம் இரண்டு வயதுக்குழந்தையுடன். அதற்கு அடுத்த படியாக ஃப்ரேம் போடப்பட்ட ஒரு சர்ட்டிஃபிகேட். அதற்குள்....

நிர்மலா அருகில் போய் உற்றுப்பார்த்தாள்.

ஃப்ரேமுக்குள் வெள்ளி மெடல், சிவப்பு ரிப்பனில் கட்டியிருந்து. மெடலில் ஒரு பயோனெட் பொறித்திருக்க கீழே வார்த்தைகளில் இண்டியன் மெடிக்கல் கார்ப்ஸ், எக்ஸப்ஷனல் ப்ரேவரி அண்ட் சர்வீஸ் என்றெல்லாம் எழுதி டாக்டர் வைகுண்டத்தின் பெயர்....

ஹாலில் வேதவல்லியின் சலனத்தை கவனித்துவிட்ட லால்குடி சாஸ்திரிகள் மந்திரத்தை நிறுத்தினார்.

“டாக்டர் சாருக்கு கேஸ் வந்துடுத்தா? போங்கோ! போய்ட்டு சட்டுனு வந்துடுங்கோ! ந்தாடா ராமா! தொன்னைய இத்தன பெரிசா உன் வாயகலத்துக்கு பண்ணியிருக்கே! சின்னதா சொப்பு மாதிரி இருக்கணும்டா!”

பஞ்சகச்சம் இசகேடாக தஸ்ஸு புஸ்ஸு என்று அலைபாய அந்த ரூமுக்குள் நுழைந்தார்.

“யூ ஆர் லேட் ஈவன் டுடே!”

கர்ஜனை.

“சாரி புரொஃபசர்! கொஞ்சம் லேட்டாயிடுத்து!”

“சில்லி! இந்தா என்னோட நோட்ஸ்! நேத்திக்கு எழுதிவெச்சுட்டேன்! அப்படியே ஃபாலோ பண்ணிடு! முதல்ல பெட் இருவதேழுக்கு கொலானோஸ்கோபி எடுக்கணும்!”

“எஸ் டாக்டர்!”

“அந்த பாக்டீரியல் காஸ்ட்ரோ எண்டெரிடிஸ் கேஸ் எப்படி இருக்கார்?”

வரும் வழியில் கேஸ் ஷீட் பார்த்துவிட்டு வந்ததால் நிர்மலா தப்பித்தாள்..

""அப்டமினல் கிராம்ப்ஸ்! பிளட் இன் யூரின் புரொஃபசர்!"

"என்ன ஆண்ட்டி டையரியல் குடுக்கப்போற?"

"லோபர்மைட் ஹைட்ரோக்ளோரைட் புரொஃபசர்!"

"ஓகே! பென்சில்லின் அலர்ஜி இருக்கா பாரு! இருந்தா டிரைமெதோ குடு!"

மேலும் சில இன்ஸ்ட்ரக்ஷன்ஸ் கொடுத்தார்.

"ஓகே! யூ மே கோ!"

டாக்டர்! ஒரு டவுட்?"

"ஷூட்!"

"நீங்க ஆர்மில செர்வ் பண்ணினீங்களா? சேனா மெடல் கூட வாங்கியிருக்கீங்களா?"

"ஓ தட்ஸ் யன் ஓல்ட் ஸ்டோரி! ஜஸ்ட் கெட் கோயிங் நௌ!"

பஞ்சகச்சம் புரள மறுபடி ஹாலுக்கும் ஸ்ரார்த்துக்கும் திரும்பினார்.

புதன் கிழமை காலை பத்தரை மணி

சுவாமி சிவானந்தா சாலை. தூர்தர்ஷன் கேந்திரத்தைத்தாண்டும்போது ஒரு கூர்மையான வளைவு வரும்.

சாமிநாதன் அந்த மிலிட்டரி ஜீப்பை ஓடித்துத்திருப்பினபோது மன்ரோ சிலை பக்கத்திலிருந்து வந்த டாடா சுமோ - முன்பக்கம் தலைவரின் போட்டொ ஒட்டி, பானெட்டின் மேல் கட்சிக்கொடி படபடத்த, 001 என்னும் ஃபான்ஸி நம்பர் ப்ளேட் - ஆர்மி வண்டியைக் கவனிக்காமலேயே நேராக வந்து - ஸ்பீடும் குறைக்காமல் வலது பக்கம் சீய்ழ்த்து ஒரு குலுங்கு குலுங்கி முன்பக்க இடது சக்கரம் அரையடி மேலெழும்பி சொத்தென்று ரோடில் மறுபடி இடித்து ஒரு வலது, ஒரு இடது, மீண்டும் வலது என்ற ஸ்திதியில் திரும்பி, ரோடோரத்

தூங்கு மூஞ்சி மரத்தை அணைத்தாற்போல காதல் பேசி அமைதியாயிற்று.

இந்த ஆட்டத்தில் அலண்டு போய், சுதாரித்து வண்டியிலிருந்து இறங்கின கரைவேட்டி ஆசாமிகள் மூன்று பேர் மற்றும் டிரைவர் கரைவேட்டி, வலை பனியன் தெரியும் அளவுக்கு மெல்லீசான வெள்ளை வெளேர் சட்டை, டிரைவர் மட்டும் கிரீம் கலர் பாண்ட் பழுப்பு நிற லினன் சட்டை - ஆர்மி வண்டியின் அருகில் நெருங்கும்போதே கெட்ட வார்த்தைகள் இரைந்தன. சாமிநாதனும் இறங்கினான். ஒரு கரை வேட்டி ஆசாமி அவனைச்சட்டையில் கொத்தாகப்பிடித்து கன்னத்தில் அறைந்துவிட, சாமிநாதன் ஆடிப்போனான். அடுத்தடுத்து சாமிநாதனுக்கு இரண்டு மூன்று அடிகள் விழுந்துவிட்டன.

“யோவ்! பானிபூரி! என்ன நெனச்சு வண்டி ஓட்டறே? தமிழ்காரன்னா எளப்பமா?”

எடுத்தவுடனேயே திராவிட வீரம் வெளிப்பட்டது.

சாமிநாதன் சுதாரித்துக்கொண்டு படபத்தான்.

“என்னங்க இது? நீங்க வந்ததுதான் தப்பு! நா கரெக்டாத்தான் வலதுபக்கம் திரும்பினேன். நீங்கதான் நா வர்ரதைப்பார்த்துகூட வேகத்தைக் குறைக்காம என் வண்டி மேல மோதினீங்க!”

”டாய்! என்னா எகிர்ர? பாப்பானா நீயி? அதான்!”

அடுத்து நிகழ்ந்தவை சர்வசாதாரணமாக தமிழ் நாட்டில் நிகழும் சமாச்சாரங்கள்தான்.

வட இந்தியர்கள் எப்படி தமிழ் நாட்டை சுரண்டுகிறார்கள், பிராமணர்கள் எப்படி துரோகிகள், திராவிடர்கள் எப்படி வீரம் மிக்கவர்கள் போன்ற சரக்குகள் கல் தோன்றி மண் தோன்றாத் தமிழ் மரபு வாக்கியங்களில் மரியாதைக்குறைவாக இரைந்தன. சாமிநாதன் மற்றும் அவன் பரம்பரையின் கல்யாண குணங்கள் விரிவாக அலசப்பட்டன. இல்லாத சகோதரி அவமானப்படுத்தப்பட்டாள்.

சரி விளக்கமெல்லாம் எதுக்கு?

ஒரு கரைவேட்டி போட்ட போன் காலால், செயிண்ட் ஜார்ஜ் கோட்டையிலிருந்து போலீஸ் வந்தார்கள். சாமிநாதன் மேல் குற்றம் சாட்டப்பட்டது. அவன் குடித்திருப்பதாக எழுதப்பட்டது. மேலும் ஜாதிப் பெயரைச் சொல்லி திட்டினான் என்றும் புகார் சொல்லப்பட்டது. முக்கிய சாட்சிகளாக கரை வேட்டி கட்டின இரண்டு அறிஞர்கள் ஸ்டேட்மெண்ட் எழுதி கையெழுத்துப்போட, ஆர்மி என்பதால் எஃப் ஐ ஆரின் கார்பன் காப்பியை அவனிடமே கொடுத்து மாஜிஸ்ட்ரேட் என்கொயரிக்கு வரச்சொல்லி அனுப்பினார்கள்.

புதன்கிழமை மதியம் இரண்டு மணி

தாம்பரம் ஏர்ஃபோர்ஸில் சாமிநாதனுக்கு பெரிய சப்போர்ட் எதுவும் கிடைக்கவில்லை. ஏர் கமோடோர் போன மாதம்தான் சேர்ந்திருந்தார்.. ஹெச் ஏ எல் சேத்தக் ஹெலிகாப்டர் ஒன்றில் டெயில் ரோட்டார் சிஸ்டத்தில் கோளாறு, ஏ அன் 32 ஸ்குவாட்ரனில் மூன்று பேருக்கு ஃபுட் பாய்சனிங் ஆகி படுத்த படுக்கை என்று அவர் நேரத்தைச் சாப்பிடும் சமாச்சாரங்கள் நிறைய இருந்தன சாமிநாதன் இன்னமும் புரோபேஷனில்தான் இருந்தான் என்பதாலும் அவனின் இந்த அக்கப்போரை கவனிக்க அவருக்கு நேரம் இல்லை. சாமிநாதனுடைய உடனடி மேலதிகாரி கையை விரித்துவிட்டார்.

"சாரி சாமிநாதன்! இந்த விஷயத்துல என்னால ஒண்ணும் பண்ண முடியாது. விளைவுகளை நீ மட்டும்தான் சந்திக்க வேண்டியிருக்கும்! இப்ப சத்திக்கி நீ சஸ்பெண்ட்.! என்கொயரில நாட் கில்டியா வந்தீன்னா எடுத்துக்குவோம்! ஆனால் உன் சர்வீஸ் ரெகார்ட் டாமேஜ் ஆகக்கூடும்! சாரி! மை சிம்பதீஸ்! ஆமா, நீ நெஜம்மாவே குடிச்சுட்டு வண்டி ஓட்டலியே?"

சாமிநாதன் நொந்துபோனான். வீட்டுக்குப்போனால் அம்மா இல்லை. திவசச் சமையலுக்குப் போயிருந்தாள். சாமிநாதனும் அம்மாவைத் தேடி அங்கே போனான்.

புதன்கிழமை மூணு மணி

சாஸ்திரிகள் தட்சணைகளைக் கவர்ந்துகொண்டு

புறப்பட்டான பின் வைகுண்டம் சாப்பிட்டார். அரை மணி படுத்துக்கொண்டிருந்துவிட்டு ஆஸ்பத்திரிக்குக் கிளம்பவேண்டும். வேதவல்லி சமையல் அறையில்.

“அவயம்! நீயும் சாப்பிடு! அப்பறம் ஒழிச்சுப் போட்டுக்கலாம். நானும் ஹெல்ப் பண்றேன்!”

இருவரும் பின்பக்கமாக வந்த சாமிநாதனைப் பார்த்தார்கள்.

பேச்சு. விசும்பல். பரபரப்பு. வைகுண்டத்திடம் போய் நிற்றல். அவயம் தலைப்பால் கண்களைத் துடைத்துவிட்டுக்கொண்டே விஷயம் பேசுதல்.

“அடாடா! அப்படியா ஆய்டுத்து! சரி அவயம்! நா என்ன பண்றதுன்னு பாக்கறேன்!”

“நல்ல பையன் சாமிநாதன்! நமக்கே ஒரு வருஷம் கார் ஓட்டினானே!”

“எஸ் ஐ நோ வேதம்! லெட் மீ சீ!”

உடனே ப்யூலாவுக்கு ஃபோன் பண்ணிப்பேசினார்.

“புரொஃபசர்! ஏர் கமோமோடொர் சுக்பிந்தர் சிங் தான் சீஃப், இப்ப! போன மாசம்தான் சார்ஜ் எடுத்திருக்கார்!”

“ஓகே! இன்னிக்கு அஞ்சு மணிக்கு எனக்கு அப்பாயிண்ட்மெண்ட் கிடைக்குமான்னு பாரேன்!”

ஐந்து நிமித்தில் மறுபடி ப்யூலாவிடமிருந்து ஃபோன்..

“என்ன ஆச்சு கிடைக்கலியா? நீ சி எம் செல்லுக்கு லைன் போடேன்!”

“இல்லை புரொஃபசர்! எப்ப வேணா வரலாம்னு சொல்லிட்டார்!”

புதன்கிழமை ஐந்து மணி

ஏர் கமொடோர் சுக்விந்தர் சிங் வாசலுக்கே வந்து டாக்டர் வைகுண்டத்தை வரவேற்றது ஆச்சரியமாக இருந்தது.

“வில் யூ ஹேவ் சம் டீ?”

“இல்லை கமொடோர்! இன்று என் தந்தைக்கு திதி. நான் வெளியில் சாப்பிடுவது இல்லை!”

“ஓ அவருக்காக என் பிரார்த்தனைகள்! சரி நான் என்ன செய்ய வேண்டும்? நீங்கள் ஏன் இவ்வளவு தூரம்?”

வைகுண்டம் சாமிநாதன் சமாச்சாரத்தை விவரித்தார்.

“அந்தப் பையனைப்பற்றி உங்களுக்கு நல்ல அபிப்பிராயம் உண்டா?”

“நிச்சயம்! அவனின் தாயார் என் வீட்டில் சமையல் வேலை செய்கிறார். அவனை நான் சிறுவயதிலிருந்தே அறிவேன். அப்படி செய்யக்கூடியவனே இல்லை! அந்த கட்சி ஆசாமிகளின் அராஜகம்தான்! போலீஸும் உடந்தை!”

“உங்கள் வார்த்தை போதும் எனக்கு! நான் பார்த்துக்கொள்கிறேன்!”

“செய்தவர்கள் அரசியல் பின்புலம் உள்ளவர்கள்! நீங்கள் ஜாக்கிரதையாக இருக்க வேண்டும்!”

“ஓ இதெல்லாம் எனக்குப்பழகி விட்டது. இதற்கு முன்னால் அஜ்மெரில் இருந்தேன். அங்கும் அடிக்கடி நிகழும்! ஐ வில் ஹேண்டில் திஸ்!”

“இவ்வளவு சுலபமாக முடியும் என்றூ நான் எதிர்பார்க்கவில்லை. ஐயாம் ஒப்ளைஜ்ட் கமோடோர்!”

“ஓ இல்லை இல்லை. நீங்கள் அப்படிச்சொல்லக்கூடாது! நீங்களே என்னைத்தேடி வந்தது எனக்கு மிகப்பெரிய கௌரவம்! போன மாதம்தான் நான் சார்ஜ் எடுத்துக்கொண்டேன். உங்களை ஆஸ்பத்திரியில் வந்து பார்த்து மரியாதை செய்வது என் முக்கியமான கடமையாக வைத்திருந்தேன்!”

என்னையா? ஏன்? என்னைத்தெரியுமா முன்னமே உங்களுக்கு? எனக்கு உங்களை நினைவில் இல்லையே?”

“உங்களுக்கு என்னைத் தெரிய வாய்ப்பில்லை. ஆனால் நான்

உங்களை நன்றாக அறிவேன். எங்கள் வீட்டு முன்னறையில் உங்களின் போட்டோ இருக்கிறது!"

"என்னது? உங்கள் வீட்டில் என் ஃபோட்டோவா?"

"ஆம் டாக்டர் சாப்! என் அண்ணனின் உயிரைக்காப்பாற்றியவர் நீங்கள்! கார்கில்! ஜூன் 1999! ஆபரேஷன் சஃபேத் சாகர்!"

"அண்ணனா?"

"ஆம் ரக்பிந்தர் சிங் ஆவானா! நான் சுக்விந்தர் சிங் ஆவானா!"

"ஓ குட் ஓல்ட் ரக்பிந்தர்! எத்தனை சிறிய உலகம்! அண்ட் ஹவ் ஈஸ் ஹி?"

"ரிடயர்ட், லிம்பிங் பட் ஹாப்பி வித் ஹிஸ் டெய்லி கிளாஸ் ஆஃப் லஸ்ஸி இன் த மார்னிங் அண்ட் க்ளென் ஸ்காஷியா மால்ட் விஸ்கி இன் தி ஈவினிங்!"

"ஓ வெரி குட்!"

"டாக்டர்ஜி! எனக்கு ஒரு விண்ணப்பம்!"

"சொல்லுங்கள்!"

"உங்கள் காலைத்தொட்டு வணங்கி உங்கள் கையைக்குலுக்கி வாழ்த்துப்பெறவேண்டும்!"

ஏர் சீஃப் மார்ஷலுக்கு இரண்டே படிகள் கீழே உள்ள அந்த ஏர் கமோடோர் ராங்க் அதிகாரி டாக்டர் வைகுண்டத்தின் காலை வட இந்திய பாணியில் தொட்டு வணங்கிவிட்டு அவரின் கையைப்பிடித்துக்குலுக்கி தன் தலையில் வைகுண்டத்தின் கையை வைக்கச்சொல்லி ஆசி வாங்கினார் என்பதாக லட்டு மாதிரி கிளைமாக்ஸில் இந்தக்கதையை முடிக்காமல்...

புதன் இரவு இரண்டு தமிழ் தெரியாத ராணுவ ஆசாமிகள் எஃப் ஐ ஆரில் போட்ட முகவரியை வைத்து அந்த பொய் சாட்சிகளை அணுகி, பட்டினப்பாக்க இருட்டு சந்து ஒன்றில் செலுத்தி, கை முறுக்கி, பின்பக்கம் வைத்து முதுகுத்தண்டில் அழுத்தம் தந்து பான் பராக் மணக்கும் தங்கள் வாயின் வாசம்

சாட்சிகளின் மூக்கின் அருகில் மணக்க மணக்க மிரட்டின மிரட்டலில் சாட்சிகள் என்கொயரி அன்று தலைமறைவாகிவிட, சாமிநாதன் விடுவிக்கப்பட்டான் என்று சம்பிரதாயமாக முடித்தால்...

"என்னடா இப்படி அடாஸாக எழுதுகிறாய்" என்று கேட்க மாட்டீர்களா?

"அனுசூயா என்னும் நான்..."

அன்புள்ள வாசகரே! இதை நான் எழுதலை.

இல்லை, நான் தான் எழுதறேன். ஆனால்...

"என்னடா குழப்படிக்கறே?"

இருங்க இருங்க, நான்தான் எழுதறேன், ஆனால் நானாக எழுதலை.

"சுத்தம்! ஏதானும் லாகிரி வஸ்துக்கள் பழகிண்டு இருக்கியா?"

"அய்யோ இல்லை. நானாக எழுதலை. அனுசூயா சொல்லச்சொல்ல, அப்படியே எழுதறேன்."

அனுசூயாவா?

"ம், நகரு! என்னத்த எழுதறியோ? பர்வானூல லாரி ஓட்டற சர்தார்ஜியோட தாடி மாதிரி சிக்கலா சொல்றே!. இரு, நானே பேசறேன்!"

"என் பெயர் அனுசூயா! எனக்கு வயசு இப்போ நாப்பத நெருங்கற வயசு. நான் பெங்களூர்ல இருக்கேன். சின்ன வயசுலேர்ந்தே எனக்கு கண் ரெண்டும் இருட்டடிக்கும், மயங்கிடுவேன்.

மூணாங்கிளாஸ் படிக்கறப்போன்னு நினைவு. அன்னிக்கு ஸ்கூலுல ஆண்டு விழா. நாந்தான் சிண்ட்ரெல்லா. ஓ, சொல்ல மறந்துட்டேன், நா ரொம்ப அழகா இருப்பேன்! என்னப்பா, சொல்லச்சொல்ல எழுதற பிள்ளையாரே! சொல்லேன், நெஜந்தானே?"

"ஓ ஆ... ஆமாம் ஆமாம்!"

"நாப்பதுக்கு கிட்டேன்னு சொல்ற வயசுக்கு அழகுன்னு ஒத்துக்க மாட்டியே? சரி போறது, விஷயத்துக்கு வரலாம்."

"என்ன சொல்லிண்டுருந்தேன்?"

"ஆ, சிண்ட்ரெல்லா வேஷம் எனக்கு. ஆரம்பிக்கறதுக்கு பத்து நிமிஷம் முன்ன பாத்ரூமுக்கு போனேன். கை அலம்ப குழாய்ல ஜில்லுன்னு தண்ணி பட்ட ஞாபகந்தான். அடுத்து நினைவு வந்தபோது கீழே கிடந்தேன். என் கிளாஸ்மேட்டுப் பொண்ணுங்க மூணு நாலு பேர்."

"டீச்சர்ட்ட சொல்லிடாதீங்கடீ! எனக்கு சிண்ட்ரெல்லாவா ஆக்ட் பண்ணணும்னு கெஞ்சினேன்."

சொல்லிட்டாங்க. வீட்டுக்குபோக வேண்டியதாய்டுச்சு. டாக்டர்ட்ட போனோம்.

அந்த டாக்டர் அவனோட மீசையே சகிக்கல. டாக்டர்லாம் மீசையே வெச்சுக்கப்படாது எனக்கு ஹிஸ்டீரியான்னான். அவ்வளவுதான், அன்னிலேர்ந்து நான் பல வருஷங்களுக்கு ஹிஸ்டீரியா பொண்ணு!

எனக்கு பிளட் டெஸ்ட் எடுத்த லாப் ஆசாமி, ஊசி போட்ட நர்ஸ், காது குத்தின ஆச்சாரி, ஏன் ஒரு தரம், பல்லு செக் பண்ணின டெண்டிஸ்டையே அடிச்சேன், இல்ல, கடிச்சேன்.

எனக்கு ஃபீமேல் ஹிஸ்டீரியா சிண்ட்ரோம், அவங்க பாஷையில!

என்னோட இருவத்தேழாவது வயசுல, அப்ப ஒரு கம்பெனியில அக்கவுண்ட்ஸ் டிபார்ட்மெண்ட்டுல கிளார்க்கா வேலசெஞ்சிண்டு இருந்தேன், திடீர்னு ஆஃபீஸ்ல மயங்கி

விழுந்துட்டேன். பக்கத்துல சேஷாத்ரிபுரத்துல ஆஸ்பத்திரிக்கு தூக்கிண்டு போய் ஈ ஈ ஜி எடுத்தாங்க.

அன்னிலேர்ந்து நான் ஹிஸ்டீரியா இல்லை, எபிலெப்டிக், ஆமாம், வலிப்புக்காரி!

"இவங்களுக்கு வலிப்பு வந்துடுச்சு, அதனால...."ன்னு மருந்து குடுத்தாங்க.

டிலாண்டின்னு ஒரு மருந்து, சாப்பிட்டா வலிப்பு வராதாம்!

அப்புறம் ஏழு வருஷம் நல்லாத்தான் இருந்தேன். ஆனா டிலாண்டின் சாப்பிட்டேன். ரெண்டு புரோமோஷன் கிடைச்சு அக்கவுண்ட்ஸ் மானேஜரானேன். சின்னதா மாருதி கார் கூட வாங்கிட்டேன்.

கல்யாணம்?

ம்ஹூம் பண்ணிக்கல! அது எதுக்கு? ஒரு சாக்கோ டபிள் ஸ்கூப் ஐஸ் கிரீமுக்காக யாராவது ஐஸ் கிரீம் கடையையே வாங்குவாங்களான்னு, சுஜாதான்னு ஒரு எழுத்தாளர் இருந்தாராமே, அவர் சொன்னார்ன்னு, இதோ இந்தப்பிள்ளையார்தான் சொன்னான்! இது ஒண்ணும் நீடிக்கல. ஏழு வருஷம் சாப்பிட்ட மருந்தோ என்ன எழவோ?

அடிச்சுப்போட்டுது ஒரு நாள். ஓடு, ஜலஹள்ளி ஆஸ்பத்திரிக்குன்னு போனா, என்னோட தைராய்டு வேலையே செய்யலியாம். அத்தோட டிலாண்டினுக்கு நான் இம்யூன் ஆயிட்டேனாம்.

பின்ன சாப்பிட்டது ஒண்ணா ரெண்டா? எட்டு மணி நேரத்துக்கு 100 மில்லிகிராம்!

"இன்னமே இந்த மருந்து பிரயோஜனமில்ல. வேறதான்!"

டெக்ரெடால்னு ஒண்ணு கொடுத்தாங்க. ஒரு மருந்து வேலை செய்யுதா இல்லியான்னு தெரிஞ்சுக்கறதுக்கே பல வாரங்கள் ஆய்டுதே. அந்த டைம்ல நா வெயிட் போட்டேன், கூடவே தைராய்டு வேற.

திடீர்னு ஒரு நாள் மயங்கிட்டேன். பேச முடியல. காதுல ஒண்ணுமே கேட்கல.

“ம்ம்ம்.. டெக்ரெடால் வேலை செய்யல! வேறதான்!”

இந்த ந்யூராலஜிஸ்ட் குறுந்தாடி வெச்சிண்டு, அந்தக் காலத்துல கபீர் பேடின்னு ஒருத்தர் இருப்பாரே அவர் மாதிரி ஆனால் குள்ளம், டோபோமாக்ஸ்ன்னு ஒண்ணைக் குடுத்தார்.

இதுவும் கொஞ்ச நாள் தான். மளமளன்னு வெயிட் கொறைஞ்சது. ஞாபக சக்தி போக ஆரமிச்சது. பேச முடியல. ஏதோ நினச்சுப்பேன். ஆனா வாய்ல பேச்சு வராது!

என்னைப்பார்த்த ஜெயநகர் டாக்டர் குழம்பினார்.

“டோபோமாக்ஸ் தான் கரெக்ட். ஆனா உனக்கு ஏன் இப்படி? சரி, இது டிரை பண்ணுன்னு ந்யூராண்டின்னு ஒண்ணு ஆரமிச்சார்.

கொஞ்ச நாள்ளயே நான் அங்க இங்க நகர முடியாம கூடவே ஷீட்சோஃப்ரீனிக்கா ஆக ஆரம்பிக்கவே இன்னொரு டாக்டர் என்னை டிபாகோட்டுங்கற மெடிசன்ல போட்டார்.

இந்த டிபாகோட் இருக்கே அது சாப்ட்டா வாய்ல உமிழ் நீரே ரத்த டேஸ்டா தோணும். கோகோ கோலாவுல உப்பு போட்டா மாதிரி ஒரு புளிக்கசப்பு. ஆனா வலிப்பு அடிக்கடி வரல, அப்பப்ப மட்டும் வந்து படுத்தும்.

இதுக்கு நடுவுல நான் காஸ்டிங் படிச்சு ஒரு மாதிரியா பாஸ் பண்ணிட்டேன். சென்னையில இருக்கற, சரி பேரெல்லாம் வாண்டாம், ஒரு பெரிய உதிரிப் பாகம் தயாரிக்கற கம்பெனி எனக்கு உதவி ஜெனரல் மானேஜர் போஸ்ட் கொடுத்தாங்க. ஜாம் ஜாம்ன்னு சென்னைக்கு வந்து வேலையில மூழ்க ஆரம்பிச்சேன்.

எல்லாம் நல்லாத்தான் போயிட்டிருந்தது. பூந்தமல்லி ஹைரோடுல ஹெட் ஆஃபீஸ், பாடியில ஃபாக்டரி. வாரம் ரெண்டு நாள் ஃபாக்டரி, மீதி நாளெல்லாம் ஹெட் ஆஃபீஸுன்னு எனக்கு வேலை. சேத்துப்பட்டுலயே டெய்லர்ஸ் ரோடுல ஒரு நல்ல

அபார்ட்மெண்ட் எடுத்துத் தங்கிட்டேன்.

போன வருஷம், ஃபிப்ரவரின்னு நெனைக்கிறேன்.

மத்தியானம் லஞ்சுக்கு அப்புறம் டைரக்டர் ஃபைனான்ஸோட பேசிட்டு இருக்கேன், யாரோ மார்ல இடிக்கறாமாதிரி ஒரு ஃபீலிங். உதறிப்போட்டது. பக்குன்னு மூச்சு திணறித்து. கண்ணு இருட்டிடுத்து. முதல்ல எனக்கு வலிப்பு மாதிரி இருந்தது.

டைரக்டர் சட்டுனு அவரோட கார்லயே என்னை ஜி ஹெச்சுக்கு அனுப்பினார். அங்க உடனே என்னை எமர்ஜென்ஸி ரூமுல சேர்த்து ஹார்ட் மானிட்டரெல்லாம் போட்டுட்டாங்க.

"நான் எபிலெப்டிக்! கூடவே தைராய்டு அலர்ஜி மருந்தெல்லாம் சாப்பிடறேன்!"

என்ன பார்த்தாங்களோ என்னமோ என்னை கார்டியாக் ஐ ஸி யூவுக்கு மூவ் பண்ணினாங்க.. என்னை இண்ட்ராவீனஸுல போட்டாங்க. சி பி ஆரைத்தொடங்கிட்டாங்க. அதான், ஏம்பா பிள்ளையாரே! எழுதிண்டு இருக்கியே சொல்லேன், சி பி ஆர்ன்னா என்னன்னு?"

"கார்டியோ பல்மனரி ரிஸஸியேஷன்!"

அதேதான்! கூடவே ஷாக் ட்ரீட்மெண்ட்டும் குடுத்தாங்க. அன்னிக்கு ராத்திரி மட்டும் ஏழு தரம் இந்த மாதிரி மானிட்டர்ல நேர்க்கோடு பார்த்துட்டு டிஃபிப்ரில்லேஷன், அதான் ஷாக் குடுத்தாங்க.

செடேஷன் நெறைய குடுத்திருப்பாங்க போல. நானுமே அயர்ந்து தூங்கிட்டேன்.

இதெல்லாம் கார்த்தால நர்ஸுதான் சொன்னாங்க!

அடுத்த நாள் ஒம்பது மணி சுமாருக்கு ஒரு பெரியவர், டாக்டர் தான், அந்தக் காலத்து ரங்கா ராவ் மாதிரி இருந்தார், வந்து பார்த்தார். ராத்திரி பல மணி நேரம் எங்கிட்டயே உட்கார்ந்திருந்தாராம். என்னோட பேசினார்.

"எப்படி இருக்கே இப்ப?"

வீக்காக சிரித்திருப்பேன் போல.

“உன் ரிப்போர்ட்டெல்லாம் பார்த்தேன். என்ன எழவு மாத்திரையெல்லாம் சாப்பிடறே? ஹூ தி ஹெல் கேவ் யூ ஆல் திஸ் ஜங்க்?”

“இல்ல டாக்டர்! நான் இருவத்தேழு வருஷமா இதெல்லாம் தான் சாப்பிடறேன்.!”

“அண்ட் ஒய்? பிளைமி ஒய்?”

“எனக்கு எபிலெப்டிக்!”

“லைக் மை லெஃப்ட் ஃபுட்! எவன் சொன்னது உனக்கு எபிலெப்டிக்குனு?”

“டாக்டர்! நான் இத்தன வருஷமா...!”

“கட் தட் க்ராப்! சரி இத்தன வருஷமா மருந்து சாப்பிடறியே, குணமாச்சா?”

“ம்ஹூம்!”

“இம்ப்ரூவ்மெண்ட் தெரிஞ்சுதா?”

“இல்லை டாக்டர்!”

“என்னத்த படிச்சிருக்கே நீ? ஏதோ காஸ்ட் அக்கவுண்ட்டண்டாமே? பிளடி யூஸ்லெஸ்! உனக்கு மிஸ்-டைக்னோஸிஸ் பண்ணியிருக்காங்க! புரியுதா,

மி ஸ் டை ய க் நோ ஸி ஸ் !”

வார்த்தை வார்த்தையாகச்சொன்னார்!

“ஓ மை காட்!”

“தப்பானா டையக்னோஸிஸ்! தப்பான மருந்து!”

“அய்யோ எனக்கு என்ன வியாதி டாக்டர்! நான் இத்தன வருஷம் சஃபர் பண்ணியிருக்கேனே!”

“உனக்கு இருக்கறதுக்குப்பேர் வாசோவகல் சின்கோப்!”

அப்படீன்னா?”

“உன்னோட நர்வஸ் சிஸ்டத்துல கோளாறு. அதிர்ச்சியான எதாவது பார்த்தா, படிச்சா, பரபரப்பு உண்டாகும்போது இந்த மாதிரி சில சமயங்கள்ள உன் ஹார்ட்ல ஒரு டிரிக்கர் உண்டாகி ஒரு திடீர் க்ஷணத்துல அது துடிக்கற வேகம் குறையும். சில மில்லி செகண்ட் நின்னுகூட மறுபடி துடிக்க ஆரமிக்கும். எலக்ட்ரிக் பல்ஸ் ஹால்ட்ம்போம் நாங்க!”

“என்ன ட்ரீட்மெண்ட் டாக்டர்!”

“பேஸ்மேக்கர் வெச்சுக்கணும்!”

இந்த பேஸ்மேக்கர்ங்கற சின்ன டிரான்ஸ் ஸிஸ்டர் மாதிரி ஒரு மெஷின் ஹார்ட்டுக்கு பக்கத்துல வெப்பாங்கன்னு கேள்விப்பட்டிருக்கேன்.

“நிச்சயமா பேஸ்மேக்கர்ல்லாம் வெச்சுக்கணுரமா?”

“அவசியம்னு இல்லைதான்!”

“அப்பாடா?”

“ஆனா ஒரே வாரத்துல நீ இங்க வந்துருவே! ஒண்ணு பேஸ்மேக்கர் வெய்ங்கன்னு கெஞ்சிண்டு வருவே!இல்லென்னா உன்னை ஐஸ் பொட்டியில வெச்சு தூக்கிண்டு வருவாங்க!”

“அய்யோ!”

“அவினாஷ்! மூவ் ஹர் டு தி ஆப்ரேஷன் தியேட்டர், ரைட் நவ்! கெட் தி அனஸ்தெடிஸ்ட் ரெடி! டீம்! அஸெம்பிள் இன் ஓடி சிக்ஸ்! ப்ரோண்டோ!”

சப்தம் போட்டுவிட்டுப்போய்விட்டார்.

ஆச்சு, இதோட ஏழெட்டு மாசம். அவரால தான் நான் இன்னிக்கு நல்ல ஆரோக்கியத்தோட இருக்கேன். நல்லா சாப்பிடறேன். வேலை செய்யறேன். போன மாசம் டி ஜி எம்மா புரொமோஷன் கூட வாங்கிட்டேன். பேஸ்மேக்கர் வெச்சிக்கறது பெரிய விஷயமே இல்ல, தெரியுமோ?”

அந்த டாக்டர் யாருன்னு சொல்றேன், எழுதிக்கோ!"

இப்போது இந்த நான், ஜெயராமன் ரகுநாதன், எழுத வில்லை.

"எழுதேன்! இவ்வளவு சொல்லிட்டேன். டாக்டர் பேரையும் சொல்ல வாண்டாமா?"

"வேண்டாம்!"

"ஏன்?"

இதைப்படிக்கும் எல்லோருக்கும் அவர் பேர் மட்டுமில்ல அவரோட முழு கியாதியும் தெரியும்!"

அனுசூயா புரியாமல் விழித்தாள்.

அகமே புறம்

கிழக்கு ஜெர்மனியில் பிராண்டன்பர்க் கதவுகள் திறக்கப்பட்ட, இன்னும் 170 நாள் கழித்து பெர்லின் சுவர் இடிக்க ஆரம்பிக்கப்படப்போவது தெரியாத அதே நாளில் சென்னை சென்டிரல் ஸ்டேஷனுக்கு எதிரே ஜென்லாஸ்பத்ரி என்று விளிக்கப்பட்ட வளாகத்தில் டீன் சஞ்சீவி தனக்கு அடுத்த நிலை டாக்டர்களுடன் விவாதித்துக்கொண்டிருந்த வெயில் குறைந்த மேக மூட்ட வானக்காலை பத்து மணி.

"கொஞ்சம் இருங்க! ஆளாளுக்கு ஒரு பேரச்சொன்னா எப்படி? எப்பலேர்ந்து ராமச்சந்திரன் ஆஃபீஸ் டெமிட் பண்ணணும்?"

"இந்த முப்பத்தொண்ணாம் தேதியோட டாக்டர்!"

"அப்ப ஏன் இப்படி டொக்குல வந்து இந்த மாட்டர பேசறீங்க! போன மாச கமிட்டி மீட்டிங்குல ஏன் அஜெண்டா ஐட்டமாச்சேர்க்கல?"

அசட்டு மௌனம்.

"ஓகே ஓகே! ஹெச் ஆர் கமிட்டிதானே? அடுத்த சீனியர் யாருன்னு பாருங்க!"

"டாக்டர்! ஹெச்ஆர் கமிட்டிதான்! ஆனா நம்ம டாக்டர்ஸ்லேர்ந்து ஒரு ரெப் இருக்கணும்னு பை லால வெச்சிருக்கம். அதுக்கு யாரப் போடறதுன்னுதான் இப்ப டைலெம்மா!"

"யாராவது ஒருத்தர் வாலண்டியர் பண்ணுங்களேன்!"

“அதுல பாருங்க டாக்டர்! யாரும் முன்வர மாட்டேங்கறாங்க!”

“ஏன் அது என்ன அப்படி ஒரு டம்மி கமிட்டியா! இல்லியே, வெல்ஃபேர், டிசிப்ளின்னு முக்கியமான விஷயங்கள்ளாம் முடிவு பண்ற கமிட்டிதானே! ஒய் நோபடி ஈஸ் வில்லிங்?”

“கொஞ்சம் கஷ்டமான வேலதான் டாக்டர்! எந்த முடிவு எடுத்தாலும் யாராவது அன் ஹாப்பியா போய்டுவாங்க! என்னத்துக்கு வம்புன்னு ஒருத்தரும் முன்ன வரமாட்றாங்க!”

“அதோட மாசத்துக்கு ரெண்டு மீட்டிங் நடக்கும். எல்லா மீட்டிங்குமே நைட் எட்டு மணிக்குதான் ஆரமிக்கும். எப்ப முடியும்னு தெரியாது! எல்லா டாக்டருங்களும் எப்படா ட்யூட்டி முடிச்சு கௌம்பலாம்னு இருப்பாங்க!”

“நோ நோ! என்னதிது! நானே இருந்துடட்டுமா?”

“இல்ல சார்! நீங்க அப்பீல் அதாரிட்டி! நீங்க இருக்க முடியாது!”

“என்ன ஆராவமுதன்! ஒய் நாட் யூ?”

“ஓ நோ டாக்டர்! எனக்கு இந்த வருஷம் எஃப் ஆர் ஸி எஸ் எக்ஸாம் இருக்கு!”

“அண்ட் வாட் அபவுட் டாக்டர் சேனாபதி?”

“ப்ளீஸ் டாக்டர்! நா ஏற்கனவே சர்ஜரிக்காக டெய்லி கார்த்தால ஆறு மணிக்கெல்லாம் வந்துடறேன். ஈவினிங் ஒரு நாளப்பாத்தாப்பல ஆறு ஏழாய்டறது! என்னை எக்ஸ்க்யூஸ் பண்ணிடுங்க!”

“அப்ப டாக்டர் கிருஷ்ணமணி போடலாமே?”

“சார்! அவர் ரொம்ப கோவக்காரர்! வர கேஸெல்லாம் பொறுமையா ஹேண்டில் பண்ணணும்! அதோட ஹி ஈஸ் நோன் ஃபார் ப்ரிஜுடைஸஸ்!”

“சரி சரி! எனக்கு ஒரு வாரம் டைம் குடுங்க! லெட் மி திங்க்!”

டிசம்பர் முப்பத்தி ஒன்றாம் தேதி மாலை ஹாஸ்பிடல் ரிக்ரியேஷன் ரூம் அமர்க்களப்பட்டது.

வருடாந்திர விளையாட்டுப் போட்டிகளின் ஃபைனல்ஸ் நடந்து பரிசளிப்பு விழா, பிறகு புது வருஷக்கொண்டாட்டம். சுவற்றில் சோகையான பலூன்களும் கசங்கிப்போன சுருள் சுருள் காகிதங்களும் ஒட்டப்பட்டு டிசம்பர் கச்சேரிகளில் சுடிதார் போட்ட பாட்டிகளாய் காட்சி அளித்தன. லார்ட் கார்ன்வாலிஸ் காலத்திய மஞ்சள் படிந்த வெள்ளை கிராம்ப்டன் சீலிங் ஃபான்கள் இழுப்பு வந்த கிழவனின் மூச்சுப்போல சப்தித்துக்கொண்டிருந்தன. டாக்டர்களும் நர்சுகளும் வார்டு பாய்களும் ட்யூட்டிக்கு நடுவே வந்து வந்து போய் உற்சாகமாகிக்கொண்டிருந்தனர். ஒரு பக்கம் பிரிட்ஜ் ஃபைனல். இன்னொரு பக்கம் செஸ், கூடவே காரம் போர்டு.

காரமில் கடைசி ஆட்டம் டாக்டர் வைகுண்டத்துக்கும் வார்டு பாய் சவரிக்குமான போட்டி. இருவருமே கடந்த வாரத்தில் பலருடன் ஆடி விளையாடி வெற்றி பெற்று ஃபைனல்ஸுக்கு வந்திருந்தனர். பிரிட்ஜுக்கும் செஸ்ஸுக்கும் அதிகப்பார்வையாளர்கள் இல்லை. கேரம் போர்டுக்கு நல்ல ஜனம் கூடியிருந்தது. சவரி கடந்த ஐந்து வருடங்களாகத் தொடர் சாம்பியன். இந்த முறை அவன் ஜெயித்தால் அது ஆஸ்பத்திரியின் ரிகார்டு. இது வரை இரண்டே பேர் தொடர்ந்து ஐந்து முறை சாம்பியனாக இருந்திருக்கின்றனர். சவரி புது ரிகார்டை உருவாக்கும் சரித்திர நிகழ்வில் இருந்தான்.

ஹாலின் நடுவில் டேபிள் போட்டு அதன் மேல் புதுக்கருக்கு அழியாத காரம் போர்டில் ஒரு நடுவர் காண்டீன் கஜபதி குட்டிகூரா பவுடர் தெளித்துக்கொண்டிருந்தார். இன்னொரு நடுவர் எக்ஸ்ரே சாமி காய்களை அடுக்கிக்கொண்டிருந்தான்.

"இன்னாபா! கெலிச்சுடுவியா? சவரி டாப் கிளாசா ஆடுவான் யூநோ?"

ஆவ்ரில் வைகுண்டத்தைக் கேட்டாள்.

"சவரியாண்ட ஜெயிக்க முடியாது ஆவ்ரிலம்மா! அஞ்சு தபா சாம்பியன் தெரியுமில்ல!"

சவரியின் ஆதரவாளன் ஒருவன் கெக்கலித்தான்.

சவரி கொஞ்சம் கெத்தாய்த்தான் அமர்ந்திருந்தான். அவன் பக்கம் சப்போர்ட் கும்பல் அதிகம் தான். வைகுண்டத்தின் பக்கம் ஒன்றிரண்டு டாக்டர்களும் சில இளம் நர்ஸுகளும்.

ஆட்டம் தொடங்கியது.

ஸ்டிரைக்கரை இடது பேஸில் வட்டத்தின் அருகில் வைத்து சவரி ஒருபக்கமாக, ஆட்டோவில் போவது போல சாய்ந்து, நடு விரல் தெறிக்க அடித்த போது காயின்களின் வட்டம் பிக்காஸோத்தனமாக சிதறி எதிர்பக்கம் ஒரு வெள்ளையும் சவரியின் பக்கம் ஒரு வெள்ளையும் பாக்கெட்டில் விழ, கூட்டம் ஆர்ப்பரித்தது. இப்போது சவரி வாயைக்குவித்து போர்டின் பக்கமாக முகத்தை எக்கி ஸ்டிரைக்கரை ஒரு வித சாய்மானத்தில் உள் வட்டத்திற்கு வெளியே இருந்த சிவப்புக்காயினை போகிற போக்கில் நர்ஸை இடிக்கும் டாக்டர் போல தட்ட, வெளுப்பு நழுவி வைகுண்டத்தின் பேஸில் குரோட்டன்ஸ் செடி மறைவுக்காதலி போல பாக்கெட்டுக்கு வெகு அருகில் நின்று, ஒருமுறை எட்டிப்பார்த்து மீண்டும் ஸ்திரமாகி நழுவியது.

ஊய் என்னும் வாய் குவிந்த சப்தம்.

சவரி இப்போது சிக்னல் கிடைத்துவிட்ட காதலனாய் அடுத்து அடுத்து வெள்ளைக்காயின்களை உள்ளே தள்ளினான். ஏழு வெள்ளைகளை பாக்கெட்டுக்கு அனுப்பிய கையோடு சிவப்பையும் தள்ளி ஃபாலோ ஆன் அடிக்கும்போது ஒரு கறுப்பு காயின் எதேச்சையாக பாக்கெட்டை நோக்கி நகர்ந்த வெள்ளை மேல் உரச ஃபாலோ ஆன் தவறியது.

ரிக்ரியெஷன் ஹாலில் இப்போது சலசலப்பு, டீன் சஞ்சீவியும் வந்துவிட்டார். காரம் போர்டு ஆட்டத்தின் கலகலப்பு அவரை அங்கெ இழுத்து வர, ஒன்றிரண்டு வார்டு பாய்கள் மரியாதையுடன் ஒதுங்க, சஞ்சீவி அவர்களின் தோள் மேலேயே கையை வைத்துக்கொண்டு ஆட்டத்தை சுவாரஸ்யமாகக் கவனிக்கலானார்.

இப்போது வைகுண்டம் உன்னிப்பாக போர்டைப் பார்த்தபடி

சுளுவாக இருந்த கறுப்பு காயின்களை ஒவ்வொன்றாக உள்ளே தள்ளிக்கொண்டே வந்தார். சர சரவென கறுப்பு பாக்கெட்டுக்குள் நழுவிக்கொண்டிருந்து. ஒவ்வொரு பாக்கெட்டுக்கும் ஒரு கை தட்டல் புறப்பட்டது. அதுவும் சவரியின் பேஸில் நடுவே காரம்போர்டின் சுவற்றில் வன்முறையாக ஒட்டிக்கொண்டிருந்த கறுப்புக்காயினை வைகுண்டம் ஒரு சைட் ஷாட் மூலம் வெளியே கிளப்பி, அது அடிபட்ட வேகத்தில் அவமானத்தோடு பாக்கெட்டில் விழுந்த உன்னதம் சவரியின் பக்கத்தில் கூட உச் உச்சை வரவழைத்தது.

வைகுண்டத்தின் நேர்த்தியான ஆட்டத்தில் எட்டு கறுப்பும் பாக்கெட்டில் போய்விட இப்போது சவால் சிவப்பு மட்டுமே. அது என்னடாவென்றால் இவரின் பேஸில் பாக்கெட்டுக்கு அசௌகரியமான ஒரு கோணத்தில் ஒதுங்கியிருந்தது.

வைகுண்டம் ஒரு முறை அந்த சிவப்பை உற்றுக்கவனித்தார். கண் மூடி யோசித்தார். பிறகு போர்டைப்பார்த்து சம்மந்தமே இல்லாமல் ஸ்டிரைக்கரை எதிர்ப்பக்க ஓரத்தில் கொண்டு போக, கூட்டம் ”அய்ய்யயே” என்னும் பொருள் பட சில சப்தங்களை உண்டு பண்ணியது. பொருட்படுத்தாமல் வைகுண்டம் ஸ்டிரைக்கரை மேற்சொன்ன இடத்தில் வைத்து ஆள் காட்டி விரலை மோதிர விரல் மீது பத்மாசனம் போல ஏற்றி போர்டுக்கருகில் கொண்டுபோய் ஒரு மடக்கில் பக்கவாட்டு சுவரில் வேகமான அடி வைத்தார். ஸ்டிரைக்கர் 45 டிகிரி கோணத்தில் சுவற்றில் பட்டு அப்படியே நேர்க்கோட்டில் சவரி பக்க சுவற்றில் மோதி அதன் உந்துதலில் சலாக்காக சிவப்பின் உள்பக்கத்தில் பட, வெலோசிடி, மோஷன், அக்ஸலெரேஷன் ஸ்பீட் டைம் என்ற எல்லாப் பரிமாணங்களையும் மீறி அந்தச் சிவப்புக் காயின் மனவுறுதி படைத்த தற்கொலை போல பாக்கெட்டில் விழுந்த காட்சி ப்ஹோவென ஓசையைக்கிளப்பி பல சபாஷ்களையும் கைதட்டல்களையும் பெற்றுத்தந்தது.

வைகுண்டம் வெற்றிப் புன்னகையுடன் சவரியைப் பார்க்க, அவன் முகம் இருண்டுவிட்டது. ஃபாலொ ஆன் கறுப்புகாயின், வாகாக அவரின் பேஸுக்கு அருகில் நிற்க, த்ரூ ஷாட்டாக அதை

பாக்கெட்டில் போடுவது நேற்றுப் பிறந்த குழந்தைகூடச்செய்யும்.

“இந்த வருஷ சாம்பியன் போர்டில் டாக்டர் வைகுண்டம் பேரை எழுத வேண்டியதுதான்!”

ஒரு ஆதரவு டாக்டர் சொல்ல கூட்டம் ஆரவாரித்தது. சவரி தலை குனிந்து கொண்டு விட்டான். தோல்வியை ஒப்புக்கொண்டுவிட்ட முக பாவம். அதே சமயம் வென்றவர் டாக்டர், அவனுக்கு மேல் இருக்கும் உத்தியோகஸ்தர். குழப்பமான கலவை முக ரேகைகளுடன் சவரி இருந்தான்.

வைகுண்டம் இப்போது ஸ்டிரைக்கரை வைத்து த்ரூ ஷாட்டுக்குத்தயாரானார். நிச்சயம் வைகுண்டம் தான் வெற்றி என்னும் எதிர்பார்ப்பில் பலர் கலைய ஆரம்பிக்க வைகுண்டம் ஒரு மில்லி செகண்ட் தயங்கி அடிக்க, கறுப்புக்காயின் நேராக ஓடி கொஞ்சம் தளர்வாக நிதானித்து பாக்கெட்டுக்கு அருகில் வரும்போது ராயசமாக நகர்ந்து ஒதுங்கி...

பாக்கெட்டில் விழவில்லை!

இப்போது அங்கே பாண்டிமோனியம் என்று சொல்லத்தக்க ஆரவாரம்.

வைகுண்டம் தயங்கினதை சஞ்சீவி கவனிக்கத்தவறவில்லை.

சவரி இப்போது மீண்டும் உற்சாகனாகி சட்சட்டென்று சிவப்பையும் இரண்டு வெள்ளைக்காயின்களையும் பாக்கெட்டில அனுப்பி ஆஸ்பத்திரியின் ரிகார்டாக ஆறாவது முறை காரம் சாம்பியன் ஆனான்.

சஞ்சீவி சவரிக்கு கேடயம் சர்ட்டிஃபிகேட் கொடுத்துவிட்டு வைகுண்டத்தின் ஆட்டத்தையும் பாராட்டிப் பேசினார்.

அடுத்த நாள் டாக்டர்கள் மத்தியிலும் ஹெச் ஆரிலும் சலசலப்பு

“இவ்ளோ சின்ன வயசிலேயே வைகுண்டத்தை ஹெச் ஆர் கமிட்டியில போட்ருக்காரே நம்ம டீன், அதுக்கு தேவையான எம்பதி வைகுண்டத்துகிட்ட இருக்குமா?”

டீன் சஞ்சீவிக்கு அதுபற்றின சந்தேகமே இல்லை.

"அக்கறை என்பது..."

1973 நவம்பர் மாதம்

புனிதவல்லி இளங்கோவன் டீச்சார் தமிழ்ப் பண்டிகை. கல்யாணமாகவில்லை. இளங்கோவன் டீச்சரின் அப்பா. தமிழ்ச் சைவ சித்தாந்தக் கழகத்தின் செயலாளர். ஆழ்ந்த தமிழ் அறிவும் அடக்கமான சிவ பக்தியும் கொண்டவர். புனிதவல்லியும் அப்படியே வளர்ந்தாள். தமிழில் எம் ஏ படித்து சைதாப்பேட்டையில் டீச்சர் ட்ரெய்னிங் முடித்து காந்தி நகர் ஸ்கூலில் தமிழாசிரியராக சேர்ந்தார். மாலை நேரங்களில் அப்பாவுடன் பழந்தமிழ் நூல்கள் விளக்கவுரை, மொழிபெயர்ப்பு என்று ஈடுபடுவார். இந்தச்சேவைகளுக்கு திருமணம் ஒரு தடையாகப்போய்விடும் என்பதாலேயே வேண்டாம் என்று சொல்லிவிட்டார்.

புனிதா டீச்சர் ஐந்தடி உயரம் தான். கொஞ்சம் பாரியான உடல் வாகு. மாநிறத்துக்கும் சற்றுக்கம்மியான நிறம். அவரை வித்தியாசமாக்காட்டுவது அவர் இட்டுக்கொண்டு வரும் பட்டை விபூதி. ஆம், நெற்றி முழுக்க ஆண்கள் போல பட்டையாக விபூதி இட்டு நடுவில் குங்குமம் வைத்துக்கொண்டு வருவார்.

அன்று பதினொராம் வகுப்பு ஏ செக்ஷனில் தமிழ்ப்பாடம் எடுத்துக்கொண்டிருந்தார்.

“அரியணை அனுமன் தாங்க

அங்கதன் உடைவாள் ஏந்த...”

“இதுல பார்த்தீங்கன்னா எடுத்த எடுப்பில் அரியணை அனுமன் தாங்க என்று கம்பன் அனுமனை சிறப்பிக்கிறான்? முதலில் பரதனை சொல்லி இருக்கலாம், அல்லது பதினான்கு ஆண்டுகள் கூடவே வந்து கைங்கர்யம் செய்த இலக்குவனை சொல்லி இருக்கலாம், இல்லை சீதையாவது சொல்லி இருக்கலாம். அனுமனை முன்னிறுத்த காரணம் என்ன? அனுமன், இராமனை காத்தான், தற்கொலை செய்ய இருந்த சீதையின் உயிரை காத்தான், நந்தி கிராமத்தில் உயிர் விட இருந்த பரதனின் உயிரை காத்தான், போரில் அடிபட்டு உயிர் போகும் தருவாயில் இருந்த இலக்குவனின் உயிரைக் காத்தான். இப்படி எல்லோர் உயிரையும் காத்த அனுமனுக்கு முதல் இடம் தருகிறான் கம்பன்..”

மேலே தொடர்வதற்குள் கிளாசில் இருமல் சப்தம். ஒன்றில்லை, இரண்டில்லை, அடுக்கடுக்கான இருமல். புனிதா டீச்சர் நிறுத்திவிட்டுப்பார்த்தார். அனந்தலட்சுமி கையால் வாயைமூடிக்கொண்டு முகம் முழுக்க அவஸ்தையாய் இருமிக்கொண்டிருந்தாள்.

“அனந்தலட்சுமி! தண்ணீர் குடி!”

அருகிலிருந்த வாட்டர் பாட்டில் தண்ணீரை எடுத்து அனந்த லட்சுமி குடிக்கும்போது இன்னொரு அலையாய் இருமல் தாக்கி, பாட்டில் கை நழுவ அனந்தலட்சுமி அப்படியே துவண்டு இருமியவாறே கீழே சாய...

பரபரப்பு.

புனிதா டீச்சர் சட்டென்று அனந்தலட்சுமியை நெருங்கி அணைத்து மார்பைத் தடவிக்கொடுக்க, இருமல் நிற்காமல் அவளை வாட்டியது.

"யேய் மாலதி! இந்தா இவளைப்புடி!"

டீச்சர் ஒருபக்கமும் மாலதி ஒரு பக்கமுமாய் அனந்தலட்சுமியைப் பிடித்து ஸ்டாஃப் ரூமுக்கு அழைத்துப்போனார்கள். ஒரு பெரிய மழை அடித்து ஓய்ந்தாற்போல இருமல் நின்றிருக்க, அனந்தலட்சுமி வாடிப்போயிருந்தாள்.

அடுத்த கால் மணியில் ஸ்கூல் டாக்டர் வ்யாஸ் வந்துவிட்டார். அனந்தலட்சுமியைப் பரிசோதித்தார்.

"நாகரத்னம்! காண்டீன்லேர்ந்து அரை லோட்டா வென்னீர் எடுத்தாந்து குடு! ந்தாமா பொண்ணு! வென்னீரக் குடிச்சிட்டு நீ கிளாசுக்குப்போ! நா மருந்து தரேன்!"

"டீச்சர்! இப்படி வாங்க!"

"சொல்லுங்க டாக்டர்!"

"அந்தப் பொண்ணுக்கு டீபி இருக்குமோன்னு எனக்குச் சந்தேகமா இருக்கு!"

"அய்யய்யோ!"

"பயப்பட வேண்டாம் டீச்சர்! பார்த்து ட்ரீட் பண்ணினா குணப்படுத்திடலாம். ஆனா ஆஸ்பத்ரியில இருக்கணும்! அவங்கப்பா என்ன பண்றாரு?"

விஜாரித்ததில் தெரிந்த விவரம் அப்பா கந்தசாமி கொலுத்துக்கார், அம்மா மீனாட்சி சித்தாள் வேலைக்குப்போகிறவர். வீடு கோட்டூரில்.

அடுத்த நால் காலை புனிதா அனந்தலட்சுமி வீட்டில் இருந்தார்.

"என்னம்மா சொல்றீங்க? எம்புள்ளக்கி காச நோயா? கடவுளே!"

"இருங்க, ஒண்ணும் பயப்படாதீங்க! அதெல்லாம் குணப்படுத்திடலாம்! இப்ப பொறப்படுங்க! ஜென்லாஸ்பத்ரி போகணும்!"

டீன் சஞ்சீவி அன்று பிஸியாக இருந்தார். வெளி ரூமில் செல்லப்பா ரிப்போர்ட்டுகளை அடுக்கிக்கொண்டிருந்தான்.

“யார் நீங்க என்ன வேணும்? இது டீனோட ரூம்! நீங்க கிரவுண்ட் ஃப்ளோருக்குப் போணும்!”

“இல்ல எனக்கு டீ சஞ்சிவி சாரைத்தான் பார்க்கணும்!”

“நீங்க?”

“புனிதவல்லி இளங்கோவன்னு சொல்லுங்க!”

“அடேடே வாம்மா புனிதா! எப்படி இருக்கே? அப்பா சவுக்கியமா? மருந்தெல்லாம் சாப்பிடறாரா?”

“எல்லா நல்லா இருக்கோம் சார்! ஒரு உதவி டீன் சார்?”

“சொல்லும்மா!”

பத்து நிமிஷம் புனிதா பேசினதைக்கேட்டார்.

“செல்லப்பா! ரெஸ்பிரேட்டரி வார்ட்ல ட்யூட்டி டாக்டர் வரச்சொல்லு!”

வந்தவன் இளைஞன். சஞ்சீவி அவனிடம் அனந்தலட்சுமி பற்றி விவரித்தார்.

“டெஸ்டெல்லாம் எடுத்துட்டு எங்கிட்ட சொல்லு!”

“வாம்மா! நீங்க அம்மாவா? நீங்களும் வாங்க!”

டீன் சஞ்சீவி புனிதாவிடம் சொன்னார்.

”உன் ஸ்டூடெண்ட் மேல உனக்கு எவ்வளவு அக்கறை..! இளங்கோவன் பொண்ணாச்சே!”

“நல்லா படிக்கற பொண்ணு டாக்டர்!”

“நீங்க அனந்தலட்சுமி அப்பாவா? ஒண்ணும் கவலைப்படாதீங்க! இப்பல்லாம் நல்ல மருந்தெல்லாம் வந்தாச்சு! உங்க பொண்ண நல்ல படியா குணப்படுத்திடலாம்!”

”அட்மிட் பண்ணணுமா டாக்டர்?”

“முதல்ல ரெண்டு நாள் இருக்கட்டும்மா! பொண்ணோட அம்மா மட்டும் கூட இருந்தப்போறும்! நீங்க வேலைக்கிப்போங்க !

எதுக்கு ரெண்டு நா கூலிய விடணும்! நாங்க பாத்துக்கறோம்!”

“அய்யா பணம் எதுனா கட்டணுமா...?”

“அதெல்லாம் ஒண்ணும் வாணாம்! நம்ம மாதிரி ஆளுங்களுக்குதான் இந்த ஆஸ்பத்ரி! நீங்க காலையில வந்து பாருங்க! சாப்பாடெல்லாம் இங்கவே குடுத்திருவாங்க!”

“நொம்ப நன்றிங்கம்மா!”

புனிதாவைக் கும்பிட்டு விட்டுப் போனார் அனந்தலட்சுமியின் அப்பா.

மூன்றாவது நாள் ட்யூடி டாக்டர் இளைஞன் ரிப்போர்டுகளுடன் டீன் சஞ்சிவியைப் பார்ர்க்க வந்துவிட்டான்.

“டாக்டர்! கன்ஃபர்ம்ட் !”

“என்ன டெஸ்ட்?”

“மாண்ட்யூக்ஸ் ட்யூபெர்கோலின்!”

“ஸ்வெல்லிங் இன் தி ஆர்ம்?”

“யெஸ் டாக்டர்! அண்ட் ஸிடி ஸ்கான் டூ!”

“அண்ட் ஸ்ப்யூடம் பார்த்தியா?”

“ஆஸிட் ஃபாஸ்ட் பாஸில்லஸ்! பாஸிடிவ் அண்ட் ஆக்டிவ் டாக்டர்!”

“ஓகே அட்மிட் ஹர்! நீயே முன்ன நின்னு பாத்துக்கோ! என்ன ட்ரீட்மெண்ட்?”

“ஷ்யூர் டாக்டர்! ஐஸொனியாஸிட் ஆரமிச்சுடறேன்! கூடவே ரிஃபாம்பின் அண்ட் பைராஸினமைட்!”

“அண்ட் எத்னாம்ப்யுட்டால் மறந்துடாத!”

“சரி டாக்டர்!”

ஒரு வாரத்துக்குப் பிறகு டாக்டர் இளைஞன் அனந்தலட்சுமியுடன் பேசினான்.

"இதப் பாரும்மா! இந்த மருந்தெல்லாம் இன்னும் ஆறுமாசம் இல்ல ஒரு வருஷம் சாப்பிடணும்! நிறுத்தவே கூடாது!"

"வயத்தெல்லாம் என்னமோ பண்ணுதுங்க டாக்டர்! வாந்தி வராப்பல இருக்கு! ரொம்ப வீக்கா இருக்குங்க!"

"அப்படித்தான் இருக்கும்மா! கொஞ்ச நாள் போனா சரியாகிடும்! மருந்த நிறுத்தக்கூடாது, என்ன?"

இப்போது அனந்தலட்சுமியின் அம்மா குறுக்கிட்டாள்.

"இன்னும் எத்தன நாளுக்கு இங்க ஆஸ்பத்ரியில இருக்கணுமுங்க?"

"ரெண்டு மாசமாவது இருக்கணுமா!"

"அய்யோ!"

"கவலைப்படாதீங்கம்மா! நாங்க பாத்துக்கறம்! ஆவ்ரில்! கொஞ்சம் சொல்லுங்களேன்!"

"த பாரு! நீ என்னாத்துக்கு டெய்லி இங்க வந்து குந்திக்கினு இருக்கே? நாங்கள்லாம் இல்ல? உம்பொண்ண பத்திரமா பாத்துக்குவோம்! நீ வேலைக்கி போ! வாரம் ஒரு தபா ரெண்டு தபா வா போறும்! இன்னா அனந்த லட்சுமி! ஓகேதானே?"

"ஆமாம்மா! நீ போய்ட்டு வாம்மா! நா ஜாக்கிரதையா இருக்கேன்!"

அம்மா கண்ணைத்துடைத்துக்கொண்டே போனாள்.

"அய்ய கொயந்தையா நீயி? இப்ப என்னாத்துக்கு அழுவறே?"

"இல்லைங்க்கா! எனக்கு ஸ்கூல் போய்டும்னு கவலையா இருக்கு! எப்படியாவது இந்த வருஷம் எஸ் எஸ் எல் ஸி எழுதிடணும்னு பார்த்தா முடியாது போல இருக்கே!"

டாக்டர் இளைஞன் குறுக்கிட்டான்.

"உம் புக்ஸெல்லாம் கொண்டு வரச்சொல்லு! இங்க சும்மாத்தானே இருக்க. படியேன்!"

"புதுப்புது பாடமெல்லாம் யாருமே சொல்லிதரலென்னா

எப்படி படிக்கறதுன்னு கவலையா இருக்கு டாக்டர்!"

அடுத்த நாள் மாலை ஆறுமணி இருக்கும். டாக்டர் இளைஞனும் இன்னொரு தோழனும் அனந்தலட்சுமியைப் பார்க்க வந்தனர்.

"அனந்தலட்சுமி! இது என்னோடட ரூம் மேட் குமார்! எஞ்சினீரிங் முடிச்சுட்டு கிளட்ச் கம்பெனியில் இருக்கான். வேலை முடிச்சுட்டு நம்ம ஆஸ்பத்திரி வழியாத்தான் போவான். உனக்கு கணக்கும் சயன்ஸூம் இவன் சொல்லிதரேங்கறான். உனக்கு பரவாயில்லியா?"

"ரொம்ப தாங்க்ஸ் டாக்டர்!"

"இன்னொரு ஃப்ரெண்ட், பிரசாத்துன்னு இங்க்லிஷூம் ஹிஸ்டரியும் சொல்லித்தர வரேன்னிருக்கான்!"

"இது போறுங்க டாக்டர்! ஜாக்ரஃபி, தமிழெல்லாம் நானே படிச்சுருவேன்!"

அனந்தலட்சுமி கைகூப்பி கண்ணில் நீர் மல்கியது.

ஃபிப்ரவரியில் அனந்தலட்சுமி டிஸ்சார்ஜ் செய்து வீட்டுக்கு அனுப்பப்பட்டாள். மார்ச் மாத பரிட்சைக்கு பதினைந்து ரூபாய் புனிதா டீச்சரே கட்டிவிட்டார். அனந்தலட்சுமி தவறாமல் மருந்து சாப்பிட்டு பரிட்சை எழுதினாள். ஜூனில் ரிசல்ட் வந்தபோது ஸ்கூலிலேயே இரண்டாவது ராங்க். அடுத்த நாளே ஜிஹெச்சுக்குப் போனாள்.

"அட அனந்தலட்சுமி! இப்ப உனக்கு அப்பாயிண்ட்மெண்ட் இல்லியே?"

"இல்ல டாக்டர்! ஸ்கூல் செகண்ட் ராங்க் வாங்கியிருக்கேன்! ஸ்வீட் எடுத்துக்கோங்க! இந்தாங்க குமார், பிரசாத் அண்ணாவுக்கும் குடுங்க!"

"ஓ ஐயாம் ஹாப்பி ஃபார் யூ அனந்தலட்சுமி!"

"எல்லாம் உங்க ஹெல்ப்தான் டாக்டர்!"

நோ நோ! படிச்சது பரிட்சை எழுதினது நீதானே! உனக்குத்தான்

எல்ல கிரெடிட்டுமே!"

"மேல என்ன பண்ணப்போறே?"

"பி ஏ எகனாமிக்ஸ்!"

"அப்புறம்?

"…………………!"

"வாவ்! கிரேட்! ஆல் தி பெஸ்ட்!"

"காலேஜ் ஃபீஸ் உதவி வேணும்னா தயங்காம எங்கிட்ட கேளு!"

"இல்ல டாக்டர்! புனிதா டீச்சர் எனக்கு மெரிட் ஸ்காலர்ஷிப் ஏற்பாடு பண்ணித்தரேன்னிருக்காங்க!"

2018 ஜிஹெச்சில் டீன் அறை.

"ப்யூலா! அவினாஷ் எங்க போனான்?"

"இன்னிக்கு சோளாவுல ஏதோ மெடிக்கல் செமினார்னு நேத்து சொல்லிட்டு இருந்தாரு!"

"என்ன செமினார்! வேஸ்ட் ஆஃப் டைம்!"

"சைக்காலஜி ஆஃப் பேஷண்ட்ஸ்னு...!"

"நாட் ஜஸ்ட் ய வேஸ்ட் ஆஃப் டைம்! ஹிமாலயன் வேஸ்ட் ஆஃப் டைம்!"

ப்யூலா ரகசியமாகச் சிரித்துக்கொண்டாள். போன் அடித்தது.

"ஹலோ! மெர்க்குரி ஹாஸ்பிடல் சேர்மன் ராவ் உங்கள் டீனுடன் பேச விழைகிறார்!"

"எஸ் வைகுண்டம் ஹியர்! சொல்லுங்க ராவ்! போன வருஷம் சூப்பர் பிராஃபிட் போல இருக்கே! ஷேர் விலையெல்லாம் எங்கியோ போய்டுத்தாமே?"

"கிண்டல் பண்றீங்கன்னு தோணுது வைகுண்டம் காரு!"

"சேச்சே! நெஜமாத்தான் சொல்றேன் ராவுஜி! ஹெல்த் கேர்ல கூட பிராஃபிட் பண்ண முடியும்னு நிரூபிச்சிருக்கீங்களே!

ஆமா என்ன திடீர்னு?"

"வர்ர ஏப்ரல் ரெண்டு மூணாம் தேதி சிங்கப்பூர்ல ஒரு இண்டர்நேஷனல் செமினார் பிளான் பண்றோம். மவுண்ட் எலிஸபெத் ஹாஸ்பிடலும் கொலாபொரேட் பண்றாங்க!"

"என்ன தீம் ராவ்ஜி?"

"மாடேர்ன் ட்ரீட்மெண்ட் இன் ஆன்காலஜி!"

"ஸோ?"

"வைகுண்டம் காரு! நீங்கதான் ப்ரிசைட் பண்ணி கீ நோட் ஸ்பீச் கொடுக்கணூம். அப்புறம் ரெண்டு பிரேக் அவுட் செஷன் தலைமை தாங்கணும்!"

"ஓ நோ ராவ்ஜி! என்னை விட்டுருங்க! எனக்கு இந்த செமினார்ல்லாம் அலர்ஜி! நான் ஒண்ணும் அவ்வளவு பெரிய ஆசாமியும் இல்ல! ப்ளீஸ்! நாட் மி!"

"எதிர்பார்த்தேன் வைகுண்டம் ஜி! உங்கள ஒத்துக்க வெக்க முடியும்னு ஒரு ஹோப்! ரெண்டு நாள் ஹாய்யா ரெஸ்டா நெனச்சு வாங்களேன்! பிரிங் யுவர் ஒய்ஃப் டூ!"

"ராவ்ஜி ப்ளீஸ்! சாரி என்னை விட்டுடுங்க! ஆல் தி பெஸ்ட் ஃபார் யுவர் செமினார்!"

ஃபோன் வைக்கப்பட்ட கையுடன் மறுபடி அடித்தது.

"ப்யூலா! என்னை இன்னிக்கு வேல செய்ய விடமாட்டியா?"

"இல்லை புரொஃபசர்! திருவண்ணாமலையிலேர்ந்து ஃபோன்!"

"ஓ திருவண்ணாமலை! யெஸ் யெஸ் லைன் குடு!"

"..............................!"

"கலெக்டர்! குட் மார்னிங்!"

"சும்மா கலாட்டா பண்ணாதீங்க டாக்டர்! எனக்கு ஒரு ஹெல்ப் வேணும்?"

"என்ன சொல்லுங்க!"

"என்ன மரியாதையெல்லாம் டாக்டர்!"

"கலெக்டராச்சே!"

"ப்ளீஸ் டாக்டர்! ஏப்ரல் ரெண்டு மூணு தேதி இங்க பக்கத்துல திருநாங்கூர்ல ஒரு மெடிக்கல் காம்ப் நடத்தப்போறோம். அவேர்னஸ் காம்ப் ஃபார் கான்சர்! அதுக்கு ஹெல்ப் பண்ண உங்க ஜிஹெச்சுலேர்ந்து ரெண்டு ஜூனியர் டாக்டர்ஸ் அனுப்ப முடியுமா?"

"ஜூனியர் டாக்டர்ஸ்தான் வேணுமா? நா வரக்கூடாதா?"

"ஓ மை காட்! நீங்களா? உங்க பிஸி ஷெட்யூல்ல ரெண்டு நாள் வரமுடியுமா?"

"கூப்பிட்டா வர்ரேன்! என் ஒய்ஃபுமே ரெண்டு நாள் டிரிப் போலாம்னு நச்சரிக்கறாளே!"

"ஓ மை காட்! ஐயாம் எக்ஸைட்டட்! வாங்க வாங்க! என் வீட்லயே தங்கிக்கலாம்!"

"ஆனா ஒரு கண்டிஷன்!"

"சொல்லுங்க!"

"ரெண்டு நாளும் எனக்கு கிரிவலம் போகணும்!"

"நானும் ஒரு கண்டிஷன் போடுவேன்!"

"சொல்லு!"

"நானும் கூட வருவேன்!"

"ஓ எஸ்! வெல்கம்!"

"ஒண்ணாம் தேதி மத்தியானம் லஞ்ச் உங்க வீட்டுல! வேதம் மாமி கையால சாப்பாடு. மூணு மணிக்கு என் வண்டியிலயே திருவண்ணாமலை போய்டலாம்! டாக்டர்! ஐயாம் கிரேட்ஃபுல்!"

"அனந்தலட்சுமி! நீ இன்னும் மாறவே இல்லை!"

ஃபோனை வைத்து விட்டு டாக்டர் வைகுண்டம் அன்றைய சவால்களுக்குத் தயாரானார்.

அவமானம் என்பது...

திங்கள் மாலை

தலைவர் மணிமாறன் கோபத்தில் துடித்துக்கொண்டிருந்தார்.

“என்னைய யாருன்னு நெனச்சுட்டிருக்கானுங்க! வெறும் அரசியல்வாதின்னா! டேய்! சொல்லுடா அவனாண்ட! எழுபத்தொம்பதுல தலைவர் ஒரு வார்த்தை சொல்லிட்டாருன்னு நா தர்மபுரியில என்ன பண்ணினேன்! இன்னி வரைக்கும் எனக்கெதிரா ஒரு பய சுண்டு வெரல தூக்க முடியல ! இவன் என்னடா வயசாளி பாப்பான் தானே?”

“முடியவே முடியாதுன்னுட்டாருங்கய்யா! உங்க புள்ளன்னு தெரிஞ்சப்பறம் கூட மசியல!”

“பாளையம் என்னடா நடந்தது, முழுசா ஒரு வரி விடாம சொல்லு!”

திங்கள் காலை

“டாக்டர் வைகுண்டம்! நான் சாத்தப்பன் பேசறேன்!”

“சொல்லுங்க! மேக் இட் க்விக்! எனக்கு ஒரு சர்ஜரி இருக்கு!”

“ஒரு பத்து நிமிஷம் உங்கள மீட் பண்ணணும்! வரலாமா?”

“இப்பவா?”

“பத்தே நிமிஷம்தான் டாக்டர்!”

“ஓகே! கம்!”

“என்ன சாத்தப்பன், அப்படி தலை போற அவசரம்? கூட யாரு? நீங்க மட்டும்தானே வரேன்னீங்க?”

“டாக்டரய்யா! நான் தலைவர் மணிமாறனோட ஊர்க்காரன். அவருக்கு எல்லாமுமேன்னு வெச்சுக்குங்க!”

“உங்களுக்கு இங்க என்ன வேல? சாத்தப்பன்! வாட் இஸ் திஸ்?”

“சாரி டாக்டர்! அந்த எம் டி அட்மிஷன் விஷயமா...?”

“ஓ சிபாரிசா? சாரி முடியாது! உங்க பேரு என்ன, மணிமாறன் ஊர்க்காரரே! முடியாதுன்ன தெரியுமா, முடியாது! கௌம்புங்க!”

“யோவ் பாப்பான்! என்ன துள்றே?”

“சாத்தப்பன்! ஆஸ்க் திஸ் ரௌடி டு கெட் அவுட்! இல்லேன்னா உம்பேர்ல மெமோ வரும்!”

“பாளையம்! நீங்க போங்க! வாசல்ல இருங்க! நா பேசறேன் டீன் கிட்ட!”

“யோவ் சாத்து! இப்ப போறேன்! வெளியேவே நிப்பேன்! அட்மிஷன் வர்ல, இந்தப் பாப்பானாண்ட சொல்லி வை!”

டாக்டர் சார்! அவங்கள்ளாம் அரசியல் ரவுடிங்க சார்! அட்மிஷன் மணிமாறனோட புள்ளக்கி! அவரு தலைவரோட ரைட் ஹாண்ட் மாதிரி! குடுக்காம இருக்க முடியாது சார்!”

“என்ன சாத்தப்பன் பேசறீங்க! அவனோட ரிகார்டெல்லாம் பாத்தீங்களா? ரெண்டு வருஷத்துல மூணு மாசம் கூட பிரைமரி ஹெல்த் செண்டர்ல இருக்கல. ஒரு பேஷண்ட்ட கூட பாக்கல. போறாத்துக்கு ரெண்டு மூணு போலீஸ் கேஸ் வேற! எப்படிய்யா எம் பி பி எஸ் முடிச்சான்? இல்ல அங்கயும் மார்க்க போடச்சொல்லி ரவுடிங்கள அனுப்பினாரா?”

“டாக்டர்! அதெல்லாம் நமக்கெதுக்கு? இவங்களோட மல்லுக்கு நிக்க முடியாது! நமக்குதான் ஆபத்து! பேசாம எம் டி அட்மிஷன் குடுத்திருவோம் டாக்டர்!”

“இருக்கறது ரெண்டு எம் டி சீட்! கார்டியாலஜி! பத்து அப்ளிகேஷன் இருக்கு. யூனிவர்சிடி முதல் ரெண்டு ராங்க் பையன்கள் இருக்காங்க! அவங்கள ஒதுக்கிட்டு இந்த தறுதலைக்கு எம் டி சீட்டா? நாம மக்களோட உயிரோட வெளையாடறோம்யா!”

“தெரியும் புரொஃபசர்! ஆனா இப்ப இந்த ரவுடிங்க கிட்டேர்ந்து தப்பிக்க முடியாதே! நாளைக்கே சஸ்பென்ஷன் அது இதுன்னுவாங்க! நமக்கேன் டாக்டர் வம்பு!”

“சாரி! நான் சர்ஜரிக்கு போகணும்! அண்ட் மை ஆன்ஸ்வர் ஈஸ் நோ!”

“என்ன சாத்து! அய்யரு என்ன சொல்றாரு!”

“ஏங்க நீங்க ஏன் உள்ள வந்தீங்க! காரியம் கெட்டுப்போச்சு! மணிமாறன் கேட்டா என்னா ஆவறது!! இப்ப கௌம்புங்க! அவராண்ட இங்க நடந்தது சொல்லுங்க! சர்ஜரி முடிஞ்சு வந்த பிறகு நா மறுபடி டீன் கிட்ட பேசிப்பாக்கறேன்!”

“நாளக்கி அட்மிஷன் வரலேன்ன இருக்கு அந்த கிழப்பாப்பானுக்கு! சொல்லி வை சாத்தப்பா! அடுத்த மந்திரி எங்க மணிமாறந்தான், ம்க்கும்!”

திங்கள் இரவு

“ஏங்க! பையன் என்னயே தொந்தரவு பண்றான்! எம் டி சீட் கெடக்குமா கெடைக்காதா?”

“இப்ப வந்து புடுங்குங்க! படிக்கறதே கெடையாது! ஆனா எம் டி அது இதுன்னு சீட் வேணும் போது மட்டும் அப்பா நினைவு வருதா உம்புள்ளக்கி?”

“நீங்க அரசியல்ல இருந்து சொந்த புள்ளக்கி இதுகூட பண்ண முடியாதா? கேட்டா எங்க வீட்ல வழிச்சுட்டு சிரிப்பாங்க!”

“எது உங்க குடும்பம்தானே! கொலைகாரக் குடும்பம்டி! உங்கப்பன் உந்தம்பி எல்லோரும் கொலை பண்ணினவனுங்கதானே?”

“ஏன் அங்க மட்டும் என்ன வாழுதாம்! தர்மபுரியில அந்த உதவி கலெக்டர கட்டையாலேயே அடிச்சுக்கொன்னது நீங்கதானே!”

“அது தலைவர் சொன்ன ஆணையிடி! உங்க வூடு மாதிரி நெலத்துக்கும் கட்டிடத்துக்கும் பண்ற கொலை இல்ல?”

“இப்ப எதுக்கு அந்த அக்கப்போரெல்லாம்! எம் டி அட்மிஷன் வாங்கறீங்க! அவ்வளவுதான்! இலக்குவனாரோட பேத்திய கேட்கறாங்க நம்ம புள்ளக்கி! அடுத்த மாசமே பரிசம் போட்டுறலாம். அவங்க சொத்து மட்டுமே முன்னூறு கோடிக்கு மேல, தெரியும்ல?”

“சரி சரி விடு! நீ பேசற பேச்ச கேட்டா என் கட்சியிலயே ஒருத்தனும் என்னைய மதிக்க மாட்டான்!”

செவ்வாய் மதியம்

“என்ன சாத்தப்பன்? சீட் என்னாச்சு?”

“மன்னிச்சுக்குங்க! டீன் ஒத்துக்கவே இல்லை! “

“என்ன பிடிவாதம் அந்த பாப்பானுக்கு! கடைசி வரைக்கும் முடியாதுனுட்டானே! பெரியவரு தலையிட்டு அட்மிஷன் போடச்சொன்னப்ப கூட முடியாதுன்னுட்டானே!

“ஹெல்த் மினிஸ்டர்ட்ட சொல்லி அவன சஸ்பெண்ட் பண்ணுங்க! இல்ல வேலைய விட்டே தூக்குங்க! அடுத்த வாரம் இலக்குவனார் வீட்டில் சம்மந்தம் பேச வரேன்னு சொல்லியிருந்தாங்க! இப்ப வரலைன்னுட்டாங்க! நா அரசியல்ல இருந்து என்னய்யா பிரயோஜனம்? சொந்தப்புள்ளைக்கு எம் டி சீட் வாங்கத்துப்பில்ல!”

அன்று மாலை டாக்டர் வைகுண்டம் சஸ்பெண்ட் செய்யப்பட்டார்.

வெள்ளிக்கிழமை காலை.

“யெஸ் சாத்தப்பன் ஹியர்!”

“சீஃப் மினிஸ்டரோட பி ஏ பேசறாருங்க!”

“உடனே குடுங்க! சார் வணக்கம்! அய்யாகிட்ட என்னோட வாழ்த்துக்கள சொல்லுங்க! அவருக்கு என்னை ஞாபகம் இருக்கும்!”

“சொல்றேன் சொல்றேன்! என்ன சாத்தப்பன்! நம்ம தமிழர் டாக்டர் ஒருத்தருக்கு மேல் நாட்டுல விருது அறிவிச்சிருக்காங்களாமே நேத்து, யாருய்யா அது?”

“அது எங்க டீனுதாங்க! நம்ம மணிமாறன் அய்யாவோட புள்ளைக்கு எம் டி அட்மிஷன் போடமாட்டேனுட்டு..!”

“ஓ அவனா? நெசமாலுமே நல்ல டாக்டருதான் போல!”

“ஆமாமுங்க!”

“இந்த பாப்பாரவருங்க எப்படியோ படிச்சு மேல வந்துர்ராங்க!”

“சொல்லுங்கய்யா!”

“என்ன இருந்தாலும் நம்ம தமிழ் நாட்டு டாக்டர்! வெளிநாட்டுல விருது குடுத்திருக்காங்க! அவரப்போய் நாம சஸ்பெண்ட் பண்றது சரியில்லைன்னுட்டு நம்ம ஹெல்த் செகரட்ரி சொல்லுதாரு! சஸ்பென்ஷன கான்சல் பண்ணிரச்சொல்றேன்! அப்படியே அவருக்கு ஒரு பாராட்டு விழாவும் ஏற்பாடு பண்ணிரலாம்!

சரிங்க!

வெள்ளிக்கிழமை மதியம்

“எஸ் டாக்டர் வைகுண்டம் ஹியர்?”

“புரொஃபசர்! சாத்தப்பன் பேசறேன்!”

“என்ன சாத்தப்பன், உங்ககிட்டேர்ந்து ஃபோனா. ஆச்சரியமா இருக்கே?”

"சார், இல்ல டாக்டர்! உங்கள கங்கிராஜுலேட் பண்ணத்தான் போன் பண்ணினேன். எவ்வளவு பெரிய அவார்ட்! எங்களுக்கெல்லாம் ரொம்பப் பெருமையா இருக்கு டாக்டர்!"

"தாங்க் யூ சாத்தப்பன்!"

"டாக்டர்! இன்னொரு விஷயம்! முதலமைச்சரே காலைல பேசினாரு. உடனே சஸ்பென்ஷன் கான்சல் பண்ணிர்ரேன்னுட்டாரு! வருத்தப்பட்டாரு மணிமாறனும் அவரோட கையாள் பாளையமும் உங்களாண்ட மரியாதைக்குறைவா நடந்துக்கு! அவரு ஏன் எங்கிட்ட சொல்லன்னு கூட கேட்டாரு!"

டாக்டர் வைகுண்டம் மென்மையாகச்சிரித்தார்.

"இன்னிக்கே சஸ்பென்ஷன் ஆர்டரைக்கான்சல் பண்ணிர்ரேன்னுட்டாரு! அத மறந்துடுங்க புரொஃபசர்! உங்களுக்கு ஜெனரல் ஆஸ்பத்திரி சார்பா ஒரு பாராட்டு விழா. அவரே தலைமை தாங்கறேன்னிருக்கார்! நீங்க ஒண்ணு ரெண்டு தேதி சொன்னா, அவருகிட்ட ஓகே வாங்கிடுவேன்!"

"அதெல்லாம் ஒண்ணும் வாண்டாம் சாத்தப்பன்! என்னொட கடமைக்கு அவார்டு. அவ்வளவுதான். ஒரு மாநில முதவர் பாராட்டு விழா நடத்தறதெல்லாம் அதீதம். தேவையில்லை!"

"சார் கொஞ்சம் யோசிங்க.....?"

"வேற ஏதாவது விஷயம் இருக்கா? தாங்க்ஸ் அகெயின் ஃபார் யுவர் விஷெஸ் சாத்தப்பன்!"

சனிக்கிழமை காலை

"விடுங்க தலைவரே! அந்தப்பாப்பான் கெரகம் பிடிச்சவன்! அவனுக்குப் போய் பாராட்டு அது இதுன்னு..!"

"போடா பாளையம்! நீ வெறும் முட்டாள் ரவுடி! அவனுக்குப் பாராட்டு நடத்தி நான் எல்லா ஜாதியையும் அரவணைச்சுக்கறவன்னு பேர் வாங்கணும்டா! அடுத்த வருஷம் எலக்ஷன் வருது தெரியுமில்ல? தென்சென்னையில் ரெண்டு

சதவீதம் ஓட்டு வெச்சிருக்கானுங்க!"

"தலைவரே! நா வேணா நேர்ல போய் மெரட்டி இட்டரட்டா?"

"அடச்சீ! நீ சும்மா இரு அது போதும்! சாத்தப்பனுக்கு போனப் போடு!"

"சொல்லுங்க சார்?"

"அந்த டாகடர் விழாதான் வாணானுட்டாரு. நம்ம கோட்டைக்கு ஒரு முற வரச்சொல்லிடுங்க. முதல்வர் நேர்ல பாராட்டணும்ன்னாருன்னு..!"

"என்ன சாத்தப்பன் மறுபடி மறுபடி! இந்த அவார்டு வந்தப்றம் அரசாங்கத்துக்கு என் ஞாபகம் அடிக்கடி வருதே!"

"இல்ல டாக்டர், நீங்கதான் பாராட்டு விழா வேண்டாம்னுட்டீங்க. முதல்வர் உங்கள நேர்ல பாத்து பாராட்டணுமாம். நீங்க ஒரு முறை செக்ரடேரியட்டுக்குபோய்ட்டு வந்துருங்க. நா அப்பாயிண்ட்மெண்ட் வாங்கிடறேன்!"

"நோ சாத்தப்பன்! நான் யாரையும் போய் சந்திக்க விரும்பல. அவர்கிட்ட நாசூக்கா சொல்லிடுங்க!"

"நாந்தான் சொன்னேனே தலைவரே அந்தப்பாப்பான் திமிரு பிடிச்சவன்! ஏம்ப்பா செகரடரி! வேற எதுனா பார்ப்பானவருங்க பரிசு வாங்கியிருக்காங்களா சமீபத்துல? இந்த ஓடறது, தாண்டி குதிக்கறதுன்னுட்டு..?"

"டேய் பாளையம்! சும்மா இர்ரா! சரி இத விடுங்க! ஏண்டா அந்த நாங்குநேரி தோட்டம் என்னடா ஆச்சு? அந்த வட்டச்செயலாளர்ட்ட கேளுன்னேன்னே!"

அடுத்த வாரம் புதன் கிழமை

"சார்! டீனுங்களா?"

"ஆமா வைகுண்டம்தான் பேசறேன்?"

"நா ஹெல்த் செகரட்ரி பேசறேன். மணிமாறனோட உதவியாளர் பாளையம் திடீர்னு மயக்கம் அடிச்சு விழுந்திட்டாரு.

உடம்பெல்லாம் வேர்த்து ஊத்துது! மூச்சுவிட சிரமப்படறாரு!”

“உடனே இங்க கொண்டாங்க! நான் ரெடி பண்றேன்!”

“உங்கள கூப்பிட தயக்கமா இருந்தது, ஆனாலும் வேற வழியில்லைன்னுதான்..!”

“என்னைக் கூப்பிட ஏன் தயக்கம்?”

“இல்ல இவருதான் உங்கள கன்னாபின்னான்னு பேசி அவமானப்படுத்தினவரு, அதான்..?”

“என்னையா அவமானப்படுத்தினாரா எப்போ? இப்ப அதனால என்ன? எனிவே, உடனே அனுப்புங்க! நான் பாத்துடறேன்!”

”ப்யூலா! கெட் தி எமர்ஜென்ஸி ரெடி! கால் அவினாஷ் அண்ட் நிர்மலா! கார்டியாலஜிஸ்ட் ட்யூட்டில யாருன்னு பாரு! உடனே ஆபரேஷன் தியேட்டர் ரெடி பண்ணச்சொல்லு!

டாக்டர் வைகுண்டம் சுறுசுறுப்பாக இயங்கினார்.

அறம் என்பது...

காதைக்கிழிக்கும் சப்தத்துடன் ஆம்ப்யுலன்ஸ் ஜெனரல் ஆஸ்பத்திரி வளாகத்தில் நுழைந்தபோது மணி முன்னிரவு ஏழு. எமஜென்சியில் பரபரப்பு ஒன்றும் புதியதல்ல. சட்டென்று இரண்டு ட்யூடி டாக்டர்கள் ஓடிவந்து இறக்கப்பட்ட ஸ்ட்ரெச்சரைக் கண்காணித்து அருகாமை படுக்கையில் படுக்க வைக்கச்சொல்லி உடனே முக்கிய பாராமீட்டர்களைக்கண்காணிக்கும் அதே சமயத்தில் வீட்டுக்குப்போக கீழே வந்த பெரியவர் எமர்ஜென்சியில் எட்டிப்பார்த்தார். படுக்கையில் அவர் பார்த்த உருவத்தின் முகத்தின் ரத்தக்களறி அவரைப் பரபரக்க வைத்தது. தன் கைப்பையை ஓரமாக வைத்தார்.

"மூவ்!"

ஜுனியர் ட்யூட்டி டாக்டரை நகர்த்திவிட்டு இவரே பரிசோதித்தார்.

"டாக்டர்! அஸால்ட் விக்டிம்! போலீஸ் கேஸ்!"

"ஐ டோண்ட் கேர்! ஹி மஸ்ட் லிவ்! மூவ் ஹிம் டு ந்யூரோ! புரோண்டோ!"

பெரியவருக்கு அவன் யார், எப்படி அடிபட்டது, ஏன் அடித்தார்கள், ஆக்சிடெண்ட்டா, அஸால்ட்டா என்பது பற்றியெல்லாம் இப்போது ஒரு கவலையும் இல்லை. “போலீஸ் கேஸ்” என்றால் “கிளைம்ப் ய ட்ரீ” என்று சொல்லிவிட்டு பேஷண்ட்டைக்கவனிக்கப் போய்விடுவார். ந்யூரோவில் அட்மிட் செய்தவுடனே யே “செந்தில்! ஏ பி சி டி” என்றார்.

ஏ என்றால் ஏர்வே, அதாவது காற்று வழி. ஆம்ப்யுலன்ஸ் ஆசாமிகள் சரியான வேலை செய்திருந்தார்கள். காற்று வழி கிளியராக இருந்தது. கழுத்துதான் அசைவின்றிக்கிடந்தது.

கவலை!

பி என்றால் ப்ரீதிங், மூச்சு விடுதல். ஆசாமிக்கு மூச்சு ஒழுங்காக வந்துகொண்டிருந்தது. அவனின் சட்டை கிழிக்கப்பட்டு திறந்த மார்புடன் படுத்துக்கொண்டிருக்க, செந்தில் ஸ்டெத்தை வைத்துப்பார்த்தார். ஒன்றிரண்டு விலா எலும்புகள் நொறுங்கியிருக்க்கூடும் என்று செந்தில் கணித்தார். பரவாயில்லை, பின்னால் பார்த்துக்கொள்ளலாம். ஆசாமி உயிர் பிழைக்க வேண்டும் எலும்பு சிகிச்சை அப்புறம். ஆனால் அவன் பல்ஸ் நார்மலாக இருக்கு வேண்டிய எண்பதைத் தாண்டி நூறுக்கும் மேலே அடிக்க, “வேகம்! ரொம்ப வேகம், புரொஃபசர்” என்றார் செந்தில்.

சி என்றால் சர்க்யுலேஷன், ரத்த ஓட்டம். இந்த சில நிமிடங்களில் எமர்ஜென்ஸி ட்யூட்டி டாக்டர் இரண்டு இண்ட்ராவீனஸ் கதீட்டரை சொருகிவிட்டான். ஒன்று 20 மில்லி லிட்டர் ரத்தத்தை வெளியே எடுத்து ஆய்வுக்கு அனுப்ப, இன்னொன்று ஐஸோடானிக் எனப்படும் கிறிஸ்டல்லாய்ட் திரவத்தை உடம்பினுள் செலுத்தியது.

டி என்றால் டிஸெபிலிடி அதாவது இயலாமை. அது செமத்தியாய் அடி வாங்கியிருப்பதை பெரியவர் கவனித்தார். முகமும் தலையும் அடையாளம் தெரியாமல் தாக்கப்பட்டிருந்தன. கிளாஸ்கோ கோமா ஸ்கேலில் பதினைந்து இருக்க வேண்டிய ரீடிங் ஆறு தான் காட்டியது. மூன்று என்பது ஆழமான

கோமா கிட்டத்தட்ட மூளைச்சாவு எனலாம். ஆசாமிக்கு ஆறு என்றது.

“உடனே ஸ்கானுக்கு ஏற்பாடு பண்ணு! அண்ட் கெட் மி டாக்டர் சபாபதி!”

சபாபதி இரண்டு நிமித்தில் மொபைலில் வந்தார்.

”சபாபதி! கெட் ரெடி ஃபார் ய சர்ஜரி! இங்க ஒரு மேஜர் இண்ட்ரா கிரேனியல் ஹெமடோமா காத்திருக்கிறது! இம்மீடியட்!”

அப்போது எமர்ஜென்ஸியில் சலசலப்பு உண்டானது.

“யார்ரா இங்க டாக்டர்! எவண்டா என் சிங்கத்த விட்டுட்டு எவனோ அனாமதேயத்த கவனிக்கறது!”

இரண்டு மூன்று கரை வேட்டிகள், அவர்களில் ஒருவன் எமர்ஜென்சி ட்யூட்டி டாக்டர் இளைஞன் ஒருவனை கொத்தாக காலரில் பிடித்து இழுத்துக்கொண்டு, பெரியவர் சூழ்ந்திருந்த டாக்டர்கள் குழுவை நோக்கி ஆத்திரத்துடன் வர...

இன்னொரு நாள். இன்னொரு எமர்ஜென்சி. அதே ஜெனரல் ஆஸ்பத்திரி.

மாங்கொல்லையில் மதியம் இரண்டு மணிக்கே கூட்டத்திற்கான ஆரம்ப அறிகுறிகள் தோன்றிவிட்டன. பெரிய மேடை அமைத்து நாற்காலிகள் போடப்பட்டு, நடுவில் மட்டும் அரண்மனை சிம்மாசனம் போல ஒன்று, பின்னாடி படுதாவில் கட்சியின் கொடி வைக்கப்பட்து. வழியெங்கும் சவுக்கு கம்பம் நடப்பட்ட்டு கட்சிக்கொடி கலரில் துணி சுற்றப்பட்டன. ஒவ்வொரு கம்பத்திலும் ட்யூப் லைட் வைக்கப்பட்டன. தெரு முனையின் டிரான்ஸ்ஃபார்மரிலிருந்து கரண்ட் இழுத்துக்கொள்வார்கள். ஆளுங்கட்சியின் கூட்டம்! இரண்டு பக்கமும் ஆளுயர ஃப்ள்கெஸ் போர்டில் ஒரு பல் வரிசை தவறியிருந்தும் வசீகரமாகச் சிரிக்கும் இளைய தலைவன் இளங்கார்வண்ணனின் படம்.

வரும் வாரம் மந்திரி சபை மாற்றத்தில் இளங்கார்வண்ணனுக்கு பதவி உண்டு என ஆதாரபூர்வ தகவல்கள் கசிந்துவிட்டன.

இளங்கார்வண்ணன் ஆளுங்கட்சியில் இளைய வயது எம்எல்ஏ. திண்டிவனம் தொகுதியில் கடந்த நான்கு வருடங்களாகத் தோன்றியிருக்கும் நம்பிக்கை நட்சத்திரம். அபார பேச்சுத்திறமை. எதிர்கட்சிகளின் விமரிசனத்துக்கு ஆதாரங்களை வைத்துக்கொண்டு பதிலளிக்கும் அறிவு. வார்த்தை ஜாலத்தில் எதிரிகளை கிண்டலடிக்கும் சாதுரியம். இரண்டாவது வருடத்திலேயே தலைவரின் கவனத்தைப்பெற்றுவிட்டான்.. போன வருடம் நடந்த தேர்தலில் டிக்கட்டும் கிடைத்து நாற்பதாயிரம் ஓட்டு வித்தியாசத்தில் ஜெயித்தும் விட, முதலிலேயே மந்திரியாவான் என எதிர்பார்க்கப்பட்டது.

தலைவர் லேசுப்பட்ட ஆளா? அவனை ஒரு வருடம் காக்க வைத்து கவனித்தார். இளங்கார்வண்ணன் தான் பாட்டுக்கு தொகுதி வேலைகளை மும்முரமாகப்பார்த்து நல்ல பேரை எடுப்பதை கண்டு கொண்டார். இந்த விஸ்தரிப்பில் இடம் கிடைக்கும் என்றுதான் பெரிய இடத்தில் பேச்சு ஓடுகிறது.

இந்த எதிர்பார்ப்பில்தான் இளங்கார்வண்ணன் இன்று மாங்கொல்லையில் பேச வருகிறான். அவனைப்பார்க்கவே கூட்டம் கூட ஆரமித்துவிட்டது. நாலு மணிக்கு கட்சி நடிகரின் பாடல்கள் போடப்பட்டன. நாலரைக்கு உள்ளூர் கட்சி ஆசாமி சோகையான அடுக்கு மொழியில் பேசத்தொடங்கினான்.

எதிர் கட்சி ஆட்கள் இன்று இளங்கார்வண்ணனின் கூட்டத்தில் ரகளைக்கு ஏற்பாடு செய்திருந்தனர். இந்தக் கூட்டத்தில் கலவரம் உண்டு பண்ணி அவன் பெயருக்கு களங்கம் செய்தால் பதவி கிடைக்காமல் போகும். திண்டிவனம் தொகுதியில் ஆளுங்கட்சியைச்சேர்ந்த தலைவர் செந்தழல் வேந்தனே இதைத்தூண்டி விட்டுக்கொண்டிருந்தார். கட்சியில் இளங்கார்வண்னின் வளர்ச்சி அவருக்குப் பிடிக்கவில்லை. கட்சியில் அவரின் பிடி தளர ஆரமித்துவிட்டது. அவருக்கு இளங்கார்வண்ணன் மேல் க்ஷாத்திரம் ஏற்பட வேறொரு காரணமும் உண்டு. அவன் அவருடைய முன்னாள் கார் டிரைவரின் மகன். அவன் பள்ளிப்படிப்புக்கே இந்தச் செந்தழல் வேந்தன்தான் உதவி செய்திருக்கிறார்.

இளங்கார்வண்ணன் படிப்பில் சுட்டி. பேசிலும் வல்லவனாக இருந்தான். ஏழாம் வகுப்பிலிருந்து எல்லா பேச்சுப்போட்டிகளிலும் அவனே முதல் பரிசைத்தட்டிக்கொண்டு சென்றான். அவன் காலேஜ் வந்தபோதுகூட செந்தழல் வேந்தன் முன்னின்று செங்கல்பட்டு காலேஜில் சொல்லிவைத்து அவன் கேட்ட சப்ஜெக்டை வாங்கிக்கொடுத்தார். அவன் எம் ஏவையும் முடித்துவிட்டு அரசு வேலைக்கு முயன்று கொண்டிருந்தபோது திண்டிவனம் கட்சிக்கூட்டம் ஒன்றில் ”தன் மகனைப்பேச வாய்ப்புக்கொடுக்கச்சொல்லி டிரைவர் வேண்டினார். செந்தழல் வேந்தன் இளங்கார்வண்ணனைப்பேச அழைத்தபோது அவன் நல்ல நேரம் தலைவர் சென்னையிலிருந்து வந்துவிட்டார். ஆசுவாசப்படுத்திக்கொள்வதற்காக அவர் ”அந்தப்பையன் பேசட்டும்! அடுத்து நான் பேசுகிறேன்!” என உட்கார்ந்துவிட, அன்றைய இளங்கார்வண்ணன் பேச்சு தலைவரை அப்படியே ஆட்கொண்டுவிட்டது.

“ஏன்யா செந்தழல்! இப்படி ஒரு புலி திண்டிவனத்துல இருக்கறதா நீ சொல்லவே இல்லியே! தம்பி! இத்தன நாள் எங்கிருந்தே!”

அன்று முதல் அவனைத் தன்னுடனேயே வைத்துக்கொண்டு கூட்டங்களுக்கு அழைத்துப்போனார். ஒரே வருடத்தில் அவன் தலைவரின் அன்புக்கு பாத்திரமானான். அவனின் தலைவர் நெருக்கத்தை உணர்ந்த திண்டிவனம் தொகுதி ஆசாமிகள் இளங்கார்வண்ணனை அணுக ஆரமிக்க, செந்தழலுக்கு உள்ளூரில் மவுசு குறைய ஆரம்பித்தது.

”எங்கங்க! எப்ப போனாலும் செந்தழலண்ணன் பிசி பிசின்றாரு! ஆனா நம்ம இளம் இருக்கான் பாரு, எதுனா வேணுமின்னா உடனே தலைவராண்டவே பேசி செஞ்சுடுவாப்ல!”

போன வருடத் தேர்தலில் திண்டிவனம் சீட் செந்தழலுக்கு இல்லாமல் இளங்கார்வண்ணன் எம் எல் ஏ சீட் பெற்றதோடு 40,000 ஓட்டு வித்தியாசத்தில் ஜெயித்தும் விட்டான். செந்தழலுக்கு கிடைத்த வேறொரு தொகுதியில் அவர் முக்கி முனகி நாலாயிரத்திச்சில்லறை ஓட்டு வித்தியாசத்தில்தான்

வெல்ல முடிந்தது. ஆச்சு, இதோ மந்திரி பதவி வேறு இளங்கார்வண்ணனுக்கு வந்து விட்டால் தன் செல்வாக்கு திண்டிவனத்தில் காலி என்பதை செந்தழல் உணர்ந்து மாங்கொல்லை கூட்டத்தில் ரகளைக்கு முட்டுக் கொடுக்கத் தயாராய் இருந்தார்.

மாங்கொல்லை தெரு பிதுங்க கூட்டம் வழிந்தது. உள்ளூர் ஆசாமி எதுகை மோனையெல்லாம் விரயம் செய்து இளங்கார்வண்ணனைப்பாராட்டி பேச அழைத்தான். இளங்கார்வண்ணன் பேசத்தொடங்கும்போது சலசலப்பு தொடங்கியது. முன் வரிசை ஆள் ஒருவன், எதிர்கட்சியால் அனுப்பப்பட்டவன், எழுந்து “பேசறதுக்கு மின்ன எங்கேள்விக்கு பதில் சொல்லுங்க” என்றான்.

“டாய்! உக்கார்ரா! போடுரா அவந்தலையில!”

கூட்டத்தில் கூச்சல் எழ, இளங்கார்வண்ணன் குறுக்கிட்டு “இருங்க இருங்க! நண்பருக்கு என்ன வேணுமின்னாவும் கேட்கட்டும்! கேக்க அவருக்கு உரிமை இருக்கு, பதில் சொல்ல எனக்கு கடமை இருக்கு” என்றான்.

“இந்தப் பசப்பெல்லாம் வேறெங்கானு வெச்சிக்குங்க! உங்க தொகுதி திண்டிவனம் தானே! இங்க வந்து என்னத்த பேசப்போறீங்க!”

வம்படியாகப்பேசுவது தெரிந்தது.

“ஏன் தமிழ் நாட்டில் எங்கு வேணுமினாலும் நான் பேச தடை உண்டா? நண்பர் சொல்லட்டும்!”

“டேய்! உந்தொகுதிக்குபோடா! சம்மந்தமில்லாம இங்க ஏண்டா வர்ர!”

அவன் டா போட்டுப் பேசியவுடன் கூட்டத்தில் ரகளையாயிற்று. இளங்கார்வண்ணனுக்கும் அந்த சதி புரிந்து விட்டது. இரண்டு மூன்று பேர் அந்த ஆசாமியை சுற்றி நின்றுகொண்டு அடிக்க ஆரமித்தார்கள். அங்கே குழப்பமும் கூச்சலும் பெருக, இளங்கார்வண்ணன் சமாதானப்படுத்த கீழே இறங்கினான்.

இதற்காகவே காத்திருந்த செந்தழல் வேந்தனின் ஆட்கள் இளங்கார்வண்ணனை நெருங்கி கட்டையால் கழுத்தில் ஒரு அடி அடித்துவிட, தள்ளு முள்ளுவில் நகர்ந்து அந்தக் கட்டை அடி இளங்கார்வண்ணன் நெற்றியில் பட்டு குபுக்கென ரத்தம் வழிய, இப்போது அந்த இடம், கூச்சல்-கெட்ட வார்த்தைகள்-தள்ளுமுள்ளு-கூச்சல்-கெட்ட வார்த்தைகள், என்று வர்ஜ்யாவர்ஜ்யமில்லாத ஒரு குழப்பத் தீவாக மாறியது.

எதிர்த்துக் கேள்வி கேட்ட மாற்றுக்கட்சி ஆசாமி செமர்த்தியாக அடிக்கப்பட்டான். அவனின் முகத்தில் குத்துக்களும், மண்டையில் சவுக்குக்கட்டை அடியும் விழ அங்கே ரத்தம் விரயமாகியது. ஆசாமி மயங்கினான். சில போலீஸ்காரர்கள் ஓடி வந்து இளங்கார்வண்ணனை அணைத்து காரில் ஏற்றி ஜி ஹெச்சுக்கு அனுப்ப, சைரனுடன் வந்த ஆம்ப்யூலன்ஸ் அடிபட்ட ஆசாமியை அள்ளிப்போட்டுக்கொண்டு அதுவும் ஜி ஹெச்சுக்கு விரைந்தது.

ஆத்திரத்துடன் நெருங்கி வரும் தொண்டர்களைக் கண்டு இளம் டாக்டர்கள் ஒதுங்க பெரியவர் அவர்களை எதிர்கொண்டார்.

“என்ன ஆச்சு? யார்யா நீங்க?”

“யோவ் பெரிசு! நீதான் இங்க பெரிய டாக்டரா? என்ன கத்துக்கொடுத்திருக்க உங்க டாக்டருங்களுக்கு!”

“முதல்ல டாக்டர விடுய்யா! உனக்கு என்ன பிராப்ளம்?”

“என் தலைவன் இளஞ்சிங்கம் அடிபட்டு வந்திருக்கான், அவர கவனிக்கல! கூட்டத்துல தலைவன அவமானப்படுத்தின அந்த……..ப் பயல வுயுந்து வுயுந்து கவனிக்கிறீங்க? என்னடா நாங்க ஆட்சியில இருக்கும்போதே இப்படியா?”

“யோவ்! நீ முதல்ல டாக்டர விடுய்யா?அதுவரைக்கும் நான் பேச மாட்டேன்!”

“என்னா பெர்சு! உனுக்கும் கேக்குதா? ஒரு உலுக்கு உலுக்கினேன்னா தெரியும் பாரு! வாய்யா வந்து எந்தலைவன கவனிய்யா!”

“முடியாது போடா! நீ முதல்ல டாக்டர விடு! ஏய்! செக்யூரிட்டிய கூப்பிடு! போலிஸுக்கு போன் பண்ணு!”

“த பார்ரா! பெர்சு போலிசக்கூப்பிடுது! இப்ப உடனே நீ எந்தலைவனக்கவனிக்கலைன்னா உனுக்கு ஆபரேஷன் பண்ணும்படி ஆய்டும்!”

பெரியவர் துணிவுடன் எதிர்த்து நின்றார்.

“முதல்ல நீங்கல்லாம் இங்கேர்ந்து போகாம உங்க தலைவனைப்பாக்க மாட்டேன்! என்னை அடிப்பியா? எங்க செய் பார்க்கலாம்!”

செக்யூரிட்டியும் கூடவே இரண்டு போலிஸும் வந்துவிட, அந்த இடம் கொஞ்சம் தெளிவாகியது. அதற்குள் இளங்கார்வண்ணனே மெல்ல நடந்து வந்துவிட்டார்.

“யோவ்! போங்கப்பா! போங்கப்பா! எங்க போனாலும் ரகளை பண்றதே வழக்கமா போச்சு!”

“நீ சொம்மா இரு தலைவா! உன்ன கவனிக்காம அந்த பேமானிய கவனிச்சுக்கினு இருக்கானுங்க! எல்லாம் எதிர்கட்சி ஆளுங்க! இவனுங்கள ஓர்த்தன் விடாம நாஸ்தி பண்ணிடலாம்!”

“டேய்! இவன கூட்டிக்கினு போ! டாக்டர் எனக்கும் அடி விழுந்திருச்சு. என்னையும் கவனிக்கணும்னு முரட்டு அன்பு இந்தப்பசங்களுக்கு! மன்னிச்சுருங்க!”

“செந்தில்! நீ இவரக்கவனி! நான் போய் அந்தப் பேஷண்ட்டைப் பாக்கறேன்!”

“டேய்! பார்த்துக்கினே இருக்கேன் என்ன நீ எந்தலைவன விட்டுட்டு அவன கவனிக்கறேன்னு போய்க்கினே இருக்க? அங்க நீ போவக்கூடாது! அவஞ்சாவட்டும்!”

“அண்ட் ஹூ ஈஸ் திஸ் ப்ரூட்! முதல்ல நீ வெளில போய்யா! யாரைப்பாக்கணும்ங்கறத நா முடிவு பண்ணிக்கறேன்!”

இளங்கார்வண்ணன் குறுக்கிட்டார்.

“டாக்டர்! இவங்கள்ளாம் முரட்டுப்பசங்க! என்னையைப்

பார்த்து ட்ரீட் பண்ணிடுங்க. இல்லேன்னா கலாட்டா பண்ணுவாங்க. உங்களுக்கு எதுக்கு ஆபத்து!"

"என்ன பயமுறுத்தறீங்களா? உங்களுக்கு ஜஸ்ட் நெத்தியில லீஷன், அவ்வளவுதான்! அங்க அந்த பேஷண்ட் ஈஸ் இன் சிவியர் கிரேனியல் ஹெமடோமால இருக்காரு! இந்த ரவுடிதான் அடிச்சானா! எனக்கு அவனத்தான் பாக்கணும். உங்கள என் ஜூனியர் டாக்டர்ஸ் பாத்துப்பாங்க! கமான், அவினாஷ்! லெட் அஸ் கோ!"

அந்த ரவுடி இப்போது முன்னேறி பெரியவரின் சட்டையைப்பிடிக்க, இளங்கார்வண்ணன் தடுத்தார்.

"வேண்டாண்டா! பெரிய டாக்டர்! தொட்டா வம்பாய்டும்! விடு! ஹெல்த் மினிஸ்டருக்கு ஃபோனைப்போடு! தம்பி! நீங்க நல்ல டாக்டர்தானே! என்னையைக்கவனிங்க!"

இளங்கார்வண்ணன் படுத்துக்கொள்ள செந்தில் அவருக்கு காயத்தை கிளீன் செய்து பாண்டேஜ் கட்டி, ஏடிஎஸ் போட்டுவிட்டான். டோலோபார் தந்து சாப்பிடச்சொன்னான். அரை மணியில நீங்க போய்டலாம் சார்!"

ந்யுரோவில் பெரியவர் ஸ்கான் ரிப்போர்ட்டைப்பார்த்து அலுத்துக்கொண்டார்.

"பிளட் ஈஸ் பிரெஸ்ஸிங் தி பிரெயின்! மை காட்! என்ன ஃபோர்ஸ்! சீக்கிரம் சபாபதி! டூ லேட் ஆகறதுக்குள்ள சர்ஜரி தொடங்குங்க!"

சரியாக ஏழே முக்காலுக்கு சர்ஜரி ஆரமித்தது.

மண்டை ஓட்டில் மூன்று துளைகள் முக்கோணமாக போடப்பட்டன. ஸ்கானில் காண்பித்தபடி பிரஷர் ஏற்படும் இடத்தை சுலபாக அடைந்துவிட்டார் சபாபதி. முக்கோண துளையால் மூளையைஅழுத்திக்கொண்டிருந்த ரத்தம் வடிந்து போக, தமனிகள் முடிச்சுப்போடப்பட்டவுடனே யே ரத்தக்கசிவு நின்று போய் மூளை தன் பழைய சைஸுக்கு விரிந்துவிட்டது.

"வெல் டன் சபாபதி!"

மனித உடல் வேடிக்கையான சமாச்சாரம்! எறும்பு கடித்து இறக்கலாம். அதே சமயம் மிகப்பெரிய ட்ரௌமாவிலிருந்து தப்பித்து சுகமாகி “இன்னிக்கு தவலை அடை டிபன் உண்டா” என்று கேட்கலாம்.

அடுத்த நாள்.

பெரியவர் தன் ரூமுக்குள் நுழைந்தபோது அவினாஷூம் நிர்மலாவும் ப்யூலாவும் சங்கடமான அமைதியில் இருந்தார்கள். ப்யூலாவின் கையில் ஒரு அரசாங்க வாசனை அடிக்கும் லெட்டர்.

“என்ன எல்லாரும் பேயறைஞ்சா மாதிரி இருக்கீங்க?”

ப்யூலா லெட்டரை நீட்ட பார்த்தார்.

“உதகமண்டல அரசு ஆஸ்பத்திரிக்கு டீனாக மாற்றல் உத்தரவு. ஒரு வாரத்தில் சேர ஆணை!”

அதை அப்படியே டேபிள் மேல் அலட்சியமாக விசிறிக்கடாசினார்.

““ப்யூலா! செந்திலை வரச்சொல்லு! அந்த ஹெமடோமா ஆசாமி கண் முழிச்சானா?”

அதற்கும் அடுத்த நாள் நடந்த சில நிகழ்ச்சிகள்

- டிரான்ஸ்ஃபர் ஆர்டர் ரத்து செய்யப்பட்டது
- மந்திரிசபை விரிவாக்கம் நடந்தது. இளங்கார்வண்ணன் மந்திரி ஆகவில்லை.
- இன்னொரு மந்திரிக்கு பதவி போயிற்று

ஆங் ஒரு சம்பவத்தைச் சொல்ல விட்டுப்போய்விட்டது.

பெரியவரின் டிரான்ஸ்ஃபர் ஆர்டர் வந்த அன்று மதியம் லஞ்ச் நேரத்தில் ப்யூலா ஜிஹெச்சுக்கு எதிரே செண்டிரல் ஸ்டேஷனுக்கு அருகாமை எஸ் டி டி பூத்திலிருந்து டெல்லிக்கு மூன்றே நிமிடங்கள் போன் பண்ணியிருந்தாள்.

மற்றபடி தமிழ் நாட்டில் பருவ மழை தொடங்கியது.

அனுகூல மருந்து

"சவரி! பெரியவரு கூப்ட்டாரே! எப்ப வரே நீயி?"

"தோ வண்ட்டேன் ப்யூலாம்மா!"

"என்ன வண்ட்டேன்! சொல்லி அனுப்ச்சி அரை மணிக்கு மேலாவுது! ரெண்டு தரம் கேட்டாரு!"

சவரி மூச்சுவாங்கினான்.

"இல்லம்மா! உடம்பு நோவுது! டயர்டா இருக்கு! மூச்சு கர் கர்ருனுது!"

"இப்ப சொல்லு! நா என்ன டாக்டரா? சரி பெரியவராண்ட என்னான்னு கேட்டு வேலய முடி! அப்றமா போயி நிர்மலாம்மாவப்பாரு!"

சவரி உள்ளே போனான். ப்யூலா சரவெடிக்கு காத்திருந்தாள். ஒன்றும் நிகழவில்லை. பத்து நிமிஷங்களுக்குப்பிறகு பெரியவர் குரல்.

"ப்யூலா! நிர்மலாவயும் அவினாஷையும் வரச்சொல்லு!"

இருவரும் வந்ததும் வராததுமாக டெசிபல்ஸ் எகிறியது.

“வாட் இர்ரெஸ்பான்ஸிபிலிடி ஐ ஸே! பேஷண்ட்டைத்தான் பாக்கணுமா? நம்ம ஆள் கூடவே இருக்கானே அவனோட கண்டிஷன்ஸ் பார்த்தா தெரியாது? என்ன டாக்டர்ஸ் நீங்களாம்!

இருவரும் மௌனம். சவரி கிலி பிடித்து நின்றிருந்தான்.

நிர்மலா! ஆஸ்க் திஸ் இடியட் ஃபார் ஹிஸ் சிம்ப்டம்ஸ்!”

நிர்மலா கண்ணாலேயே சவரியைக்கேட்க அவன் உளறினான்.

“எனுக்கு ஒண்ணுமில்லீங்க! ரெண்டு நாளைக்கு ரசம் சோறு சாப்ட்டா சரியாய்டும்!”

“லுக் அட் திஸ் ஸ்கங்க்! அவனப்பாரு! இருமிண்டு இருக்கான். கேட்டா ஆறு மாசமா இருக்குங்கறான். ப்ரெத்லெஸ்ஸ்னஸ் அப்பப்ப வருமாம்! இன்னிக்கே பாரு உதட்டுலயும் கை நகத்துலயும் ப்ளூயிஷ் க்ரே கலரிங்!”

“புரொஃபசர்! பிளட் டெஸ்ட்....”

“மை லெஃப்ட் ஃபுட்! என்ன டெஸ்ட்! அவனுக்கு இருக்கறது ஸி ஓ பி டின்னு ரெண்டு மைல் தூரத்துலயே தெரியறது! தினோம் நம்மள சுத்தி வரானே அவன் கண்டிஷன் என்னன்னு நோட் பண்ண வாண்டாமா! இந்தப் பெரிய மனுஷருக்குக் கூடவே பீடி பழக்கம்! நாஸ்டி ஹாபிட்!”

இடி இடித்து ஓய்ந்தது.

“உடனே ஸ்பைரோமெட்ரி அண்ட் சி டி ஸ்கான் பண்ணிடறோம் புரொஃபசர்!”

“அண்ட் ஆர்ட்டீரியல் ப்ளட் கேஸ் டெஸ்ட் டூ! கெட் கோயிங்!”

இப்போது குரல் மெல்லிசானது.

சவரி! உடம்ப பாத்துக்க வாணாமா? ரெண்டு பொண்ணா உனக்கு? போ போ! அவினாஷும் நிர்மலாவும் சொல்றதக்கேளு. லீவெல்லாம் போட வாண்டாம். வந்துண்டு இரு. ஆனா வேலை எதுவும் உனக்கு குடுக்க வாணாம்னு சொல்லியிருக்கேன்.

ரெண்டு வாரம் ரிலாக்ஸா இருந்துட்டு அப்பறமா வேலைய ஆரமிக்கலாம்!”

சரிங்கய்யா!

“பீடி பிடிக்கறதைப் பார்த்தேன், நானே ஊசிபோட்டுக் கொன்னுடுவேன்!”

முகத்தைப்பயுந்தவாறு வைத்துக்கொண்டு”அய்யோ! மாட்டேங்க” என்று சொல்லிவிட்டு ப்யூலாவைப்பார்த்து சிரித்துக்கொண்டே சவரி வெளியேறினான்.

இப்போது ஒரு இளம் பெண் உள்ளே வந்தாள். மாநிறம். லட்சணமான முகம். உயர்தர சல்வார் கமீஸ், கையில் கொஞ்சம் பெரிய ஹேண்ட் பேக். கம்பெனி மானேஜர் போல இருந்தாள்.

“டாக்டர வைகுண்டம் இருக்காரா?”

“நீங்க..?”

வர்ஷிணி! டாக்டர் சாரோட அடுத்த வீடு!”

ஓ! காலையில சொன்னார். போங்க! ஃப்ரீயாத்தான் இருக்காரு!”

“அட! வாம்மா!”

குட் மார்னிங் டாக்டர்!”

“சொல்லும்மா! எப்படி இருக்கே?”

”வெரி ஃபைன் டாக்டர்! எல்லாம் உங்களால!”

அலட்சியமாக அதை மறுதளித்தார்.

“என்ன பண்றே? எப்படி இருக்காரு உன் ஹஸ்பண்ட்?”

“எல்லாம் மாறியாச்சு டாக்டர்! இப்ப நாந்தான் முழு அட்மினிஸ்ட்ரேஷன் பாத்துக்கறேன். அவர் மார்க்கெட்டிங். அவருக்குக்கீழ நாலஞ்சு சேல்ஸ்......!”

“சேல்ஸ்.....?”

“சேல்ஸ் மென்! ஷோபனா அண்ட் சுப்ரியா டிஸ்மிஸ்ட்!”

கலகலவெனச் சிரித்தாள்.

“ஆமா பெரியவர்....?”

“அவர் இப்ப அமெரிக்காவுல! அவரோட தம்பி இருக்கார். ஆறு மாசம் இருந்துட்டு வாங்கன்னு அனுப்பியிருக்கோம்!”

குட் வெரி குட்! ஆமா என்ன விஷயமா என்னைப் பாக்கணும்னு வந்தே?”

வர்ஷிணி சொன்ன பதில்தான் இந்தக்கதையின் கடைசி வரியாக இருக்கப்போகிறது!

நான்கு மாதங்களுக்கு முன்னால் ஒரு ஞாயிற்றுக்கிழமை.

வேதவல்லியின் லலிதா சஹஸ்ரனாமம் மெல்லியதாக ஒலிக்க வைகுண்டம் ஹாலில் ஸ்டான்ஃபோர்ட் மெடிகல் ஜர்னலில் மூழ்கி இருந்தார். வாசனைப்புகை பூஜை அறையிலிருந்து பரவி மெதுவாக ஹாலுக்குள் வந்தது.

”வேதம்! சொன்னா கேக்கமாட்டேங்கற? இந்த பென்சாயின் பொக உனக்கு ஆகவே ஆகாது!”

“பென்சாயின் என்ன பென்சாயின்? சாம்பிராணின்னு சொல்றது?”

“சரி சாம்பிராணி! அத இன்ஹேல் பண்ணினா சி ஓ பி டில கொண்டேபோய் விட்றும்!”

“அதெல்லாம் நா நல்ல டாக்டரா பார்த்து ட்ரீட் பண்ணிப்பேன்!”

ஐம்பது வயசுக்கும் குறும்பு கொப்பளிக்க வேதம் சொல்லிவிட்டு வைகுண்டத்தைப்பார்த்து கண்ணடித்ததை ரொமான்ஸ் என்று சுலபமாகச் சொல்லிவிடலாம்.

“ஆமா இதெல்லாம் பண்ணு! நா எத்தன நாளாக்கேட்டுண்டு இருக்கேன்! அந்த மெந்தியக்கொழம்பு பண்ணினா என்ன?”

கிச்சனுக்குள் நுழைய இருந்த வேதம் சட்டென்று நின்றாள். நேராக நடந்து வந்து வைகுண்டத்தின் கைகளைப்பிடித்து இழுத்தாள்.

“வாங்கோ சொல்றேன்1”

“என்ன வேதம்? எங்க?”

“வாங்கோ வாங்கோ சொல்றேன்!”

“வேதம் இவ்ளோ கார்த்தால இதுக்கு மேல ரொமான்ஸ் நமக்கு ஆகாது!”

“ம்க்கும்! அந்த ஆசை வேற இருக்காக்கும்!”

நேராக அந்த ஆறடி சாம்சங் ராட்சனை நெருங்கி பட்டென்று கதவைத்திறந்து காண்பித்தாள்.

“இது பக்கம் கீழேர்ந்து மூணாவது தட்டு! என்ன இருக்கு?”

வைகுண்டம் அந்தக்கிண்ணத்தின் மூடியைத்திறந்து பார்த்தார்

“என்னமோ வெத்தக்குழம்பு மாரின்னா இருக்கு?”

“ம்க்கும்! இருக்கும்! நேத்திக்குதான் மெந்தியக்குழம்பு! ஹாஸ்பிடல்ல என்ன சாப்பிடறோம் எத்தன சாப்பிடறோம்னு ப்ரக்ஞை இருந்தாத்தானே!”

வைகுண்டம் அசடு வழியக்கூடாதென்றோ என்னவோ வாசலில் டிரைவர் ராஜூவின் குரல் பரபரத்தது.

“அய்யா அய்யா!”

“என்ன ராஜூ?”

உங்களத்தேடி ரெண்டு பேர்! அவசரம்ன்னாங்க!”

வைகுண்டம் வாசலுக்கு வந்தார்.

ஐம்பது வயது சொல்லக்கூடிய ஆசாமி. அவருடன் அவர் சாயலாக வளைந்த மூக்கு, அகன்ற நெற்றி அவரின் பிள்ளை.

“எஸ்?”

டாக்டர்! எமர்ஜென்ஸி! உடனே எங்க வீட்டுக்கு நீங்க வரணும்!”

“வாட்? என்ன ஆச்சு? யாரு நீங்க?”

இதற்குள் வாசலுக்கு வந்த வேதவல்லி சொன்னாள்

“இவா ரெண்டு பேரும் நமக்கு அடுத்த வீடு! வாங்கோ உள்ள வாங்கோ!”

பெரியவர் அசட்டுச் சிரிப்புடன் பேசினார்.

“மாமிக்குத் தெரிஞ்சிருக்கு! டாக்டர் தான் ரொம்ப பிஸியாச்சே?”

“இருக்கட்டும்! சொல்லுங்க என்ன அர்ஜென்ஸி?”

டாக்டர் சார்! என் மாட்டுப்பொண்ணு, இவனோட ஒய்ஃப் வெஷத்த சாப்ட்டுட்டா?”

“என்னது?

ஆமா டாக்டர்! கார்டினால் பாதி பாட்டில் காலியக்கெடக்கு! மயங்கி விழுந்துட்டா! உடனே வந்து பாருங்க ப்ளீஸ்!”

“சார்! இது போலீஸ் கேஸாச்சே! நா வரேன்! ஆனா யூ மஸ்ட் ரிப்போர்ட் டு தி போலீஸ்1 ஒக்கே கமான்!”

பையைத்தூக்கிகோண்டு பரபரவென ஓடி கேட்டைத்திறந்து அடுத்த பங்களாவில் நுழைந்தார். இருவரும் அவருக்கு முன்பு ஓடினார்கள்.

நேர்த்தியான வெராண்டாவில் பச்சை நிற கேன் ஃபர்னிச்சர். விலை உயர்ந்த கர்ட்டன், இனிமையாக ஒலிக்கும் ஷைம் மணிகள். அடுத்து ஹாலின் விஸ்தீரணம் பிரமிக்க வைத்தது. காஸ்ட்லி அப்ஹோல்ஸ்டெரி. எம் எஃப் ஹுஸைனின் அம்மணக்கட்டை பெண் ஓவியம். அடுத்த அறை பெரிய பெட்ரூம். அதில் கட்டிலில் கண் மூடின பெண். நிலமை சரியில்லாதால் விவரிக்க நேரமில்லை. சுமாரான அழகு. லட்சணம் என்று சொல்லலாம். மூச்சு சீராகத்தான் வந்து.

வைகுண்டம் அமர்ந்து பல்ஸ் பார்த்தார். சரியாக அடித்தது. ஸ்டெத் வைத்து சோதித்தார். ஒரு தடங்கலும் தெரியவில்லை.

“என்ன ஆச்சு டாக்டர்? உசிருக்கு....?”

வைகுண்டம் ஒரு கணம் யோசித்தார்.

“ஐயாம் நாட் ஷ்யூர்! ஒண்ணு பண்ணுங்க!”

பரபரவென தன் பேடை எடுத்து இரண்டு சீட்டில் வேறு வேறு மருந்து எழுதி அவர்களிடம் கொடுத்தார்.

"உடனே ரெண்டு பேரும் போய் ஏதாவது ஒரு மருந்து வாங்கிண்டு வாங்க! க்விக்!"

"கிருஷ்ணா! நீ போ! காரை எடுத்துண்டு ஓடு!"

"சார்! ரெண்டு எழுதிக்கொடுத்திருக்கேன்! இன்னிக்கு சண்டே வேற. இந்த மருந்து அடையார் ஜானகி ஃபார்மஸிலதான் கெடைக்கும். ரெண்டு பேரும் போங்கோ. ஒருவேள ஜானகியில இல்லேன்னா தனித்தனியா போய் எப்படியாவது ஒரு மருந்தாவது வ்சாங்கிண்டு வந்துடுங்க!"

"இல்ல நீங்க இவளோட ..?

"ஏன் வீட்ல உங்க ஒய்ஃப் இல்லியா?"

"இல்ல டாக்டர்! ஷி பாஸ்ட் அவே லாஸ்ட் இயர்! நாங்க மூணு பேர் தான்!"

"நோ பிராப்ளம்! நா இவள அப்சர்வ் பண்ணிக்கறேன்! போங்க! க்விக்! புரோண்டோ!"

இருவரும் அகன்றதும் டாக்டர் அந்தப் பெண்ணையே உற்றுப்பார்த்தார். மூச்சும் சீராகத்தான் வந்துகொண்டிருந்தது. முகத்தில் ஆயாசம். மூடியிருந்த கண்களைக் கவனித்தார். சின்ன அசைவு. ஆனால் டையர்டான அசைவு இல்லை. படபடக்கும் அசைவு. உன்னிப்பாகப் பார்த்தார். செருமிக்கொண்டார்.

"அவங்க ரெண்டு பேரும் போயாச்சு. இப்ப கண்ணைத் தெறக்கலாமா?"

அவள் உடலில் ஒரு மெல்லிய, மிக மெல்லிய விதிர்ப்பு.

"லுக்! எனக்குத் தெரியும் நீ நடிக்கறேன்னு! ஸோ, ஓப்பன் யுவர் ஐஸ்!"

அவள் அசையவில்லை.

"ஓகே! இஃப் யூ வாண்ட் டு ப்ளே லைக் திஸ்! நா வெறும்

பிகாம்ப்ளெக்ஸ்தான் எழுதிக்கொடுத்திருக்கேன். அவங்களை இங்கேர்ந்து போக வெக்கத்தான். ஆனா நீ கோஆப்பரேட் பண்ண மாட்டேங்கற. அவங்க வந்தா நா உனக்கு இஞ்செக்ஷனைப்போட்டு ஹாஸ்பிட்டலுக்கு அனுப்பியாகணும். அண்ட் போலீஸ் டூ. உங்க மாமனார் போலீஸச்சரி கட்டிடுவார். ஆனா ஹாஸ்பிட்டல்ல உனக்கு ட்யூப் போட்டு, பம்ப் பண்ணி........ இட் கேன் பி வெரி பெயின்ஃபுல்!"

அந்தப்பெண் சட்டென்று எழுது உட்கார்ந்துகொண்டுவிட்டது.

"வாண்டாம் டாக்டர்! என்னைக் காட்டிக்கொடுத்துடாதீங்க!"

"ஏன் இப்படிப்பண்றே? இது ரொம்ப ஆபத்தான விளையாட்டும்மா!"

"என் கஷ்டம் அப்படி டாக்டர்! என்னால இந்த அப்பா பிள்ளையோட நடவடிக்கையெல்லாம் சகிக்க முடியல!"

"தப்பாரு! அவங்க வர்ரதுக்கு இன்னும் கால் மணியாகும்! யூ கேன் டெல் மி! அப்பதான் என்னால உனக்கு ஹெல்ப் பண்ண முடியும்!"

இவங்க ஒரு பாக்கேஜிங் கம்பெனி நடத்தறாங்க. அண்ணா நகர் வெஸ்ட்டுல ஃபாக்டரி இருக்கு. அதும்பூரா ஒரே லேடீஸ வேலைக்கு வெச்சிருக்காங்க.

"அதுவா உனக்கு சந்தேகம்?

இல்ல டாக்டர்! என் மாமனார் காரக்டர் சரி கிடையாது. என் ஹஸ்பண்ட் ஒழுங்காத்தான் இருந்தாரு. ஆனா இப்ப சில மாசங்களா இவர் போக்கே சரியில்ல. ரெண்டு பேரும் கூட்டா இந்த ஃப்ளர்ட்டிங் பண்றாங்க! கேவலமா இருக்கு! அதான் இப்படி ஒரு ஷாக் ட்ரீட்மெண்ட் குடுக்கலாம்னு...!"

"ஸ்டுப்பிடிட்டி! நீ பண்ணின காரியத்தால எத்தன டென்ஷன், வலி, அவமானம் தெரியுமா? ஆமா உன்னோட சந்தேகத்த வெச்சு இப்படி யோசிக்கலாமா?"

"இல்ல டாக்டர்! ப்ளீஸ் பிலீவ் மி! நா ரெண்டு பேரோட

மொபைல் ஃபோனெல்லாம் பார்த்துட்டேன். ஆஃபீஸ்ல இவங்களோட செகரட்டரி ஷோபனான்னு! அவளும், ஃபினான்ஸில் இருக்கும் சுப்ரியான்னு, அவங்க ரெண்டு பேரும்தான் என் ஹஸ்பண்டையும் மாமனாரையும் வளைச்சு பிடிக்குள் வெச்சிருக்காங்க. ரெண்டு பேருக்கும் நெறைய செக்கு காஷ்னு பணம் போயிருக்கு. மாமா எங்க டூர் போனாலும் ஷோபனாவ கூட்டிண்டு போய்டறார். இவர் சுப்ரியாவை! எல்லாத்தையும் நான் செக் பண்ணிட்டேன் டாக்டர்!"

இப்போது அந்தப்பெண் அழுதாள். பொய்யில்லை. பாசாங்கு இல்லை.

"சரிம்மா! லெட் மி ஹெல்ப் யூ. இப்ப அவங்க வந்ததும் பிகாம்ப்ளெக்ஸ் இஞ்செக்ஷன போடறேன். பதிஞ்சு நிமிஷத்துக்கப்றம் நீ எழுது வாந்தி வராமாதிரி சத்தம் போட்டு பாத்ரூம்ல தண்ணிய கொட்டி ரகளை பண்ணிட்டு வெளில வந்துடு. நா அதுக்குள்ள அவங்கள்ட்ட பேசிப்பாக்கறேன்!"

இஞ்செக்ஷனைப்போட்டவுடன் இருவரையும் சைகை செய்து ஹாலுக்கு அழைத்துப்போனார்.

"நீங்க ரெண்டு பேரும் லக்கி! மருந்து சரியான டைமுக்கு கெடச்சுது! இன்னும் கொஞ்ச நாழியில ஷி வில் வாமிட் ஆல் தி பாய்சன்! ஆனா ஒரு விஷயம். அவ ஏன் வெஷத்த சாப்ட்டா? நீங்க ஏதோ தப்பு பண்றீங்க. அத நிறுத்துங்க. இல்லேன்னா ஷி வில் டு திஸ் அகெயின்! நெக்ஸ்ட் டைம்,. நானே விட்னஸ் ஆக வேண்டியிருக்கும்!"

இருவரும் ஒருவரை ஒருவர் பார்த்துக்கொண்டு மௌனமாக இருந்தார்கள்.

""டாக்டர்! எங்க ஆஃபீஸ்ல லேடி எம்ப்ளாயீஸ் உண்டு. அத வெச்சு அவ எம்ப்பேர்ல சந்தேகப்படறா. வெரி பொஸஸிவ்!"

"இதப்பாருங்க! அவ மனசு மாறணும்னா நீங்க மாறணும். பேசாம அவளையும் ஆஃபீசுக்கு வரச்சொல்லிடுங்க. அவ படிச்சவதானே?"

"எம் காம் டாக்டர்!"

நல்லதாப்போச்சு! நீங்க ஒண்ணும் தப்பு பண்ணலைன்னா பிராப்ளமே இல்லியே! பேசாம அவள ஆஃபீஸ் இன்சார்ஜா போடுங்க. அங்கயே இருக்கறதால வீண் சந்தேகமெல்லாம் வராது! ப்ளீஸ் டு இட் க்விக்லி. அவங்க ரொம்ப வல்னெரபிளா இருக்காங்க! பிராப்ளம் பூதாகரமா ஆகறதுக்கு மிந்தி சரி பண்ணிடுங்க! ரைட் நா வரேன்!"

நான்கு மாதங்களுக்குப்பிறகு டாக்டர் வைகுண்டத்தைப் பார்க்க வந்திருந்த வர்ஷிணி சொன்ன பதில்தான் இந்தக்கதையின் கடைசி வரியாக இருக்கப்போகிறது என்று முன்பே சொல்லியிருந்தேனா?

"ஐ.யாம் ப்ரெக்நண்ட் டாக்டர்! மூணு மாசம்! இங்க கைனக் வார்டுலதான் குழந்த பெத்துக்கப்போறேன்! நீங்கதான் என்னை கவனிச்சுக்கணும்!"

அனுபவங்களும் அபத்தங்களும்

சந்தோஷி சரியாக ஐந்து இருபதுக்கு கோடம்பாக்கம் ஆஃபீஸிலிருந்து கிளம்பினாள். நிஸ்ஸான் மைக்ராவை லாவகமாக ஓடித்து நுங்கம்பாக்கம் ஹைரோடில் திருப்பி அந்த பாழாய்ப்போன ட்ராஃபிக்கில் ஊர்ந்து ஊர்ந்து, ஸ்டெர்லிங் ரோடை அடைந்து, கொஞ்சம் வேகமாகி, சேத்துப்பட்டு ப்ரிட்ஜைத்தாண்டி பூனமல்லி ஹைரோடில் மறு படி நெக்கி நெக்கி டைலர்ஸ் ரோடில் அதிசயமாக ட்ராஃபிக் இல்லாமல் வேகத்தை அதிகரித்து ரோடின் வளைவுக்குத்தோதாய் தானும் வளைந்து ஒரு வழியாய் ந்யூ ஆவடி மெயின் ரோடை நெருங்கும்போது வேகம் கொஞ்சம் அதிகம்தான்.

"நாளை டில்லி போக வேண்டும்."

"சேல்ஸ் ரிவ்யூ. மாதாந்திர அவஸ்தையே தேவலாம் போல அந்த சர்தார்ஜி புடுங்குவான்"

"விஷ்ணுப்பிரியாவுக்கு பாட்டு க்ளாஸ் போய்வர வேறு ஏற்பாடு பண்ணனும்."

"மாமியை ரெண்டு நாளைக்கு ஒழுங்கா லீவு போடாம வரச்சொல்லணும்."

ந்யூ ஆவடி மெயின் ரோடில் தண்ணீர் லாரி போக்குவரத்து அதிகமாகி விட்டது. ஏப்ரல் வந்தால் இப்படித்தான். ஒரு ட்ரிப்புக்குக்கிடைக்கு முன்னூறு ரூபாய்க்கு ஆசைப்பட்டு லைசென்ஸ் இல்லாத கற்றுக்குட்டி டிரைவர்கள் லாரியை ஓட்டுகிறார்கள்.

சந்தோஷி ந்யூ ஆவடி மெயின் ரோடில் இடது பக்கம் திரும்பின அதே நேரத்தில் எதிரே வந்த தண்ணி லாரியும் வலது பக்கம் திரும்ப...

ஆம் ஆம் ஆம்!

ஸ்டீயரிங் அவள் மார்பில் இடித்து நசுக்க மூச்சு திணறி "காற்று காற்று" என்று சத்தமில்லாமல் அலறின அதே க்ஷணத்தில் எதுவோ எங்கேயோ பெரிசாக இடிக்க, அது அநியாயமாய் அவள் தலைமேல் அதிர... அவள் முழுசாய் நினைவிழந்து...

"அவளை செக் பண்ணி டெஸ்ட் பண்ணினபோது கிளாஸ்கோ கோமா ஸ்கேல் என்ன தெரியுமா, ஈ-1, வி-1, எம் -2!"

"ஓ புரொஃபஸர்! கண் திறக்கல, ஒரு சப்தமும் இல்ல, ஆனா வெளிலேர்ந்து ஸ்டிம்யுலை குடுத்தா லேசான அசைவு! உசிர் பொழச்சாங்களா?"

"விட்ருவோமா அவினாஷ்? இத்தன படிச்சுட்டு இவ்வளவு பெரிய ஹாஸ்பிடல்ல இருந்து இதைப் பண்ணாட்டா எப்படி?"

"வாவ்! பொழச்சுட்டாங்களா? மஸ்ட் பி ய மிராக்கிள் புரொஃபசர்!"

"இல்லை நிர்மலா! அவ பொழச்சது மிராக்கிள் இல்ல! அதுக்கப்பறமா அவ சொன்னது வேணா மிராக்கிளா இருக்கலாம்!"

"ப்ளீஸ் சொல்லுங்க டாக்டர்!"

"அவள அட்மிட் பண்ணின கையோட எல்லா டெஸ்டும் பண்ணினோம்! பிளட் கலெக்ட் ஆகி மெனிஞ்செஸைச்சுத்தி சேர ஆரமிச்சுடுத்து. ட்யூரா அண்ட் ஆர்க்நாய்ட் மேட்டரோட

உள் லேயரெல்லாம் ரத்தம். சப்ட்யூரல் ஸ்பேஸ்ல நரம்பெல்லாம் கட் ஆயிருந்தது!"

"ஓ என்ன பண்ணினீங்க புரொஃபசர்?"

"ஆபரேட் பண்ணினோம்! இடது பக்க சப்ட்யூரல் ஹெமடோமா! நல்ல வேளை ஆபரேஷன் சக்ஸஸ்! எட்டு நாள் வெண்டிலேட்டர்ல வெச்சிருந்தோம்."

"எப்ப சரியானாங்க?"

"ரெண்டு மாசம் அன்கான்ஷியஸா இருந்தா சந்தோஷி! தினமும் அவ பொண்ணு, எட்டு வயசு, வந்து அம்மாவோட கையைப்பிடிச்சுண்டு பேசச்சொன்னோம். அது தெனம் ஸ்கூல விஷயங்கள எல்லாம் சொல்லும்!"

"ஓ பாவமே!"

"சந்தோஷி முழுசா ரிகவர் ஆக ஒரு வருஷம் ஆச்சு!"

"ஏதோ மிராக்கிள்னு சொன்னீங்களே புரொஃபசர்?"

"சந்தோஷியோட நெறையப் பேசினேன்! அந்த ரெண்டு மாசம் அவளுக்கு ஏதாவது தெரிஞ்சதா, மனசுல ஏதானும் ஓடித்தான்னு கேட்டேன்!"

"எப்படி இருந்ததாம் டாக்டர்?"

"சந்தோஷி! உனக்கு தெரியுமா நீ ரெண்டு மாசம் சலனமே இல்லாம அன்கான்ஷியஸா இருந்திருக்கே?"

"அப்படியா டாக்டர்? ஆனா நா வேற விதமா ஃபீல் பண்ணினேன் அந்த பீரியட்ல!"

"நீ ஃபீல் பண்ணினையா? என்னது ஃபீல் பண்ணினே?"

"பளீர்னு மின்னல் மாதிரி லைட் டாக்டர். ஆனா ஒரு செகண்ட் மின்னிட்டு போற லைட் இல்ல. அது அப்படியே பளீர்னு இருந்தது. மின்னல் ஒரு செகண்டுல போகாம அப்படியே இருந்தா எப்படி இருக்கும், அது மாதிரி!"

"ஓ!"

“அந்த வெளிச்சத்துக்குள நான் நடந்து போனேன். இல்லை நடந்துன்னா சொன்னேன், இல்லை மிதந்து போனேன்! அங்க என்ன பார்த்தேன்னு சொன்னா ஆச்சரியப்படுவீங்க டாக்டர்!”

“சொல்லு சந்தோஷி! என்னோட இத்தன வருஷ மெடிக்கல் அனுபவத்துல நான் ஆச்சரியப்படற விஷயங்கள்ளாம் ஒவ்வொண்ணா கொறஞ்சுண்டே வருதும்மா!”

“அங்க கடவுள்களைப் பார்த்தேன் டாக்டர்?”

“கடவுள்கள்! யூ மீன் இன் ப்ளூரல்?”

“ஆமா டாக்டர்! ப்ளூரல் மட்டுமில்ல, அவங்களுக்குன்னு ஒரு வரிசை இருந்தது!”

“வரிசை? கம் அகெயின்?”

“பாந்தியான் ஆஃப் காட்ஸ்! ஆமாம் டாக்டர், சில கடவுள்கள் சீனியர் போலவும் சிலர் ஜூனியர் போலவும்! ஹைரார்க்கி டாக்டர்!”

“ஹைரார்க்கி இன் காட்ஸ்! ம், அதிசயம் தான்!”

“பிரும்மா சிவன் விஷ்ணுவெல்லாம் இருந்தாங்க! ஆனா அவங்களுக்கும் மேலான கடவுள் ஒருத்தர் இருந்தாரு !யாரு தெரியுமா?”

“இல்லைம்மா நா கெஸ் பண்றதா இல்ல! நீயே சொல்லிடு?”

“ஓம் தான் டாக்டர்! நாம உச்சரிக்கற அந்த ஓம்தான் இருக்கறதிலேயே பெரிய கடவுள்! அந்த ஓம் எப்படி தெரியுமா, வெளிச்சத்தோட குவியமா இருந்தது டாக்டர்!”

”அப்படியா?”

“எனக்குக் கிடைச்சது ஆஃப்டர் லைஃப் அனுபவம்னு தோணறது டாக்டர்!”

“எப்படிம்மா சொல்றே?”

“என்னால நா ஐசியுவுல படுத்துக்கிடக்கறத வெளிலேர்ந்து பார்க்க முடிஞ்சது டாக்டர்! நீங்க வந்தது, அஸிஸ்டண்ட்ஸ் கிட்ட

சப்தம் போட்டது! என்னை ஈஈஜி மானிட்டர்ல போட்டது, அது நேர்க்கோடா வர்ரத பார்த்து படபடப்போட சி பி ஆர் பண்ணச்சொன்னது, எல்லாத்தையும் நான் வெளிலேர்ந்து அதாவது என் உடம்புக்கு வெளியேர்ந்து பார்க்க முடிஞ்சது டாக்டர்! இது ஆஃப்டர் லைஃப் தானே?"

அவினாஷ் குறுக்கிட்டான்.

"புரொஃபசர்! கம் அகெயின்! அந்த சந்தோஷி சொன்னது அவளே அவளுக்கு நடக்கறதைப்பார்த்தாளாமா?"

"அவளோட உடம்புக்கு நடக்கறத!"

"அப்போ வெளிய இருந்த வஸ்துக்கு என்ன பேரு டாக்டர்? அதுதான் ரமணர் சொல்லும் நான்ங்கற ஆத்மாவா?"

"ஓ அவ்வளவு தூரத்துக்கெல்லாம் இன்னும் போகல அவினாஷ்! சாவுக்கு மிக அருகில் அனுபவம்ங்கறது பத்தி நிறைய ரிகார்ட் பண்ணின சம்பவங்கள் இருக்கு. சிலதெல்லாம் ரொம்ப இண்டரஸ்டிங்! ஆனா அதெல்லாம் கேட்டா நாம கடவுள் ஆத்மாங்கற கான்சப்ட்லேர்ந்து எதிர் திசையிலதான் போவோம்!"

"ஏன் அப்படிச் சொல்றீங்க புரொஃபசர்?"

"நிர்மலா! சிலபேருடைய அனுபவங்கள், அதாவது ஃபேடல் ஆக்ஸிடெண்ட், இஞ்சுரிக்கு அப்புறமா அவங்க முழு கொமடோஸ் ஸ்டேஜ்ல இருந்தபோது அவங்க அப்ப பார்த்ததா கேட்டதா சொல்ற அனுபவங்கள் என்னை அப்படி யோசிக்க வெக்குது!"

"அது என்ன அனுபவங்கள்?"

"அவங்க அனுபவம் அவங்களோட மதம் சம்மந்தப்பட்டதா இருக்கறதுதான் எனக்கு அந்த சந்தேகத்த உண்டு பண்றது! வைஷ்ணவர் மகாவிஷ்ணுவையும் ஆதிசேஷனையும் பார்த்தேங்கறரு, சைவர் என்னடான்னா சிவனையும் நந்தியையும் பார்த்தேன்னு சொல்றாரு. கிருஸ்துவர் ஒர்த்தர் மேரி மாதாவை குழந்தையோட பார்த்தேன்னு சொலியிருக்காரு. அவினாஷ்!

திங்க்! இதெல்லாம் அவங்கவங்க மூளை உருவாக்கிக்காட்டற பிம்பங்கள்னுதான் நான் சொல்லுவேன்! இன் ஃபாக்ட், பென்ஸ்ஃபீல்டுங்கற எக்ஸ்பர்ட் அடிச்சு சொல்றாரு இதெல்லாம் டெம்போரல் கோர்டெக்ஸ்ல உண்டாகற ஸ்டிம்யுலேஷனால வரும் குழப்பமான ஹாலுஸினேஷன்! மார்க் மை வோர்ட்ஸ் நிர்மலா, ஹால்லுஸினேஷன்!"

"டாக்டர்! அப்படி தீர்மானமா சொல்லிட முடியுமா?"

"முடியல! ஏன்னா நியர் டெத் அனுபவ ஆசாமிகள் தங்களோட உடம்புலேர்ந்து விலகி பார்த்தேன்னு சொல்றதுல உண்மை இருக்கே!"

"பார்த்தீங்களா! நீங்களே ஒப்புக்கறீங்க!"

"இங்க பாரு அவினாஷ்! நான் ஸ்ரீரங்கத்து வைஷ்ணவன். பொறாத்துக்கு மெடிசன் படிச்சு சயன்ஸை முழுசுமா நம்பறவன். எனக்கு குழப்பம் தான்! இப்பன்னு இல்லை. வையமே தகளியாய் வார்கடலே நெய்யாக, வெய்ய கதிரோன் விளக்காகங்கற வரைக்கும் வாய் பேசாம தலையை ஆட்டி ஒத்துக்குவேன். அடுத்து பொய்கையாழ்வார் ஒரு தாயம் போடறார் பாரு "செய்ய சுடர் ஆழியான் அடிக்கே"ன்னு அங்க ஸ்தம்பிச்சுடறது! பூமி இருக்கு, கடல் இருக்கு, சூரியன் இருக்கு! ஆழியான் சுடரடிங்கற போது அவன எங்க போய் பார்க்க முடியும்!"

"என்ன சொல்ல வரீங்க புரொஃபசர்?"

பாற்கடல். அதுக்கு நடுவுல குழுமிய சக்தி அதுதான் விஷ்ணு என்னும் மகா சக்தி, அந்தச்சக்தி இடையாறாது அசைஞ்சுண்டு இருக்கும். அதன் ஒரு மைக்ரான் தான் நமக்குள் இருக்கும் ஆத்மா....சாரி அவினாஷ்! இந்த ஆத்மா சமாச்சரத்துக்கெல்லாம் என் கிட்ட பதில் இல்ல! சந்தோஷியோட, அதே மாதிரி கோமாவுல இருந்த வேற சிலரோட அனுபவங்கள், அதுவும் அஃபிஷியலா ரிகார்ட் ஆன அனுபவங்களைச் சொன்னத நானு, உங்க கிட்ட சொல்றேன், அவ்வளவுதான்!"

“பட் புரொஃபசர்! அப்ப சந்தோஷி பார்த்தது, இல்லை இல்லை, பார்த்ததாகச் சொன்னது?”

“எனக்குத் தெரிஞ்ச பதில் சயன்ஸூம் ஆராய்ச்சியும் சொல்ற பதிலதான்?”

“அது என்ன பதில் புரொஃபசர்?”

“சொல்றேன் நிர்மலா! ஸைக்கலாஜிகல் அண்ட் ந்யூரோ ஃபிஸியலாஜிகல் சங்கதிகள் தான். என்ன கூடவே பேஷண்ட்டோட எண்ணங்கள், கவனி, மனசு இல்ல, எண்ணங்கள், மூளையின் செல்களில் பதிஞ்சு இருக்கற எண்ணங்கள்! அதுதான் சிவன் விஷ்ணு ஜீஸஸ்னு சலனங்களை உண்டு பண்றது! இதெல்லாம் ஹாலுஸினேஷனா அல்லது உண்மையாகவே நியர் டெத் அனுபவமாங்கறதை எதிர்காலம்தான் சொல்லணும்!”

“ஆனா எனக்குத்தோணறது வேறொரு விஷயம் டாக்டர்?”

“சொல்லு அவினாஷ்!”

“சாவுக்கு மிக அருகாமை அனுபவங்கள்ள கடவுளைப் பார்த்தேன்னு நம்பறவங்க வாழ்க்கையில இன்னமே தப்பு பண்ன யோசிப்பாங்க! எனக்கு கடவுள் தரிசனம் கிடைச்சுது. அந்த நன்றியில நான் ஒழுங்கா இருக்கணும்னு வாழ்வாங்க!”

டாக்டர் வைகுண்டம் கச்சிதமாகச் சிரித்தார்.

“என்ன டாக்டர் சிரிக்கறீங்க! சொல்லிட்டு சிரிங்களேன்!”

“இதப்பாரு அவினாஷ்! எனக்கு டைம் ஆச்சு! ஏற்கனவே இத்தன நேரம் பேசியாச்சு! ஸோ, ஐயாம் கோயிங்!”

“டாக்டர்! டாக்டர்! இப்படி சஸ்பென்ஸ்ல விட்டா எப்படி?ப்ளீஸ்! சொல்லுங்க!”

“என்னை ஆளை விடுங்க! இத எழுதறானே, அதான் இந்த ஜெயராமன் ரகுநாதனைக் கேளுங்க! ரகுநாதா! கொஞ்சம் சொல்லுப்பா!”

டாக்டர் வைகுண்டம் மிடுக்காக நடந்து அறைக்குள் போய்விட, “ப்யூலா! வாட் ஈஸ் திஸ்.....என்று அவரின் சன்னமான சப்தங்கள் கேட்க, இப்போது நான், அதாவது இதை எழுதும் நான் ஒரு சங்கடத்தில் தவிக்கிறேன். அவினாஷின் வார்த்தைகளை நினைத்துப்பார்த்தேன்.

“சாவுக்கு மிக அருகாமை அனுபவங்கள்ள கடவுளைப்பார்த்தேன்னு நம்பறவங்க வாழ்க்கையில இன்னமே தப்பு பண்ண யோசிப்பாங்க! எனக்கு கடவுள் தரிசனம் கிடைச்சுது. அந்த நன்றியில நான் ஒழுங்கா இருக்கணும்னு வாழ்வாங்க!”

சந்தோஷியை எண்ணிப்பார்க்கிறேன்.

முழுசுமாகத் தேறி மீண்டும் ஆஃபீசுக்குப் போக ஆரம்பித்து வருடாந்திர ரிவ்யூவுக்காக டெல்லி போய்ச்சேர்ந்த சந்தோஷி ரிவ்யூ மீட்டிங்கில் புதிதாகச்சேர்ந்திருந்த பிஸினஸ் மானேஜர் அனூப்பை சந்தித்துப்பேசினதும், அவனின் புத்திசாலித்தனத்தில் வியந்ததும், எதேச்சையாக காரில் அவனுடன் போனதும், ஒன்றாக டின்னர் சாப்பிட்டதும், தன்னைவிட ஏழு வயது குறைந்த அவனின் இளமையிலும், சாகசத்திலும் மயங்கினதும், டாக்டர் பரதனையும் தன் மகளையும் விட்டு விலகி அனுப்பையே மறு திருமணம் செய்துகொண்டதும்.........

அது வேறு கதை.

“என்ன சேலஞ்ச்...?”

அவினாஷின் முன் உட்கார்ந்திருந்த அந்த மனிதருக்கு வயது ஐம்பத்தைந்து என்றது மெடிக்கல் ரிப்போர்ட்.

“அக்யூட் காடிகரில வந்துருவீங்க போலருக்கே மிஸ்டர் பஞ்சாபகேசன்!”

“எவ்வளவு இருக்கு டாக்டர்?”

“*HbA1c* ஏ எட்டுக்கு மேல இருக்கே சார்!”

“இப்ப என்ன மெடிசன் எடுத்துக்கறீங்க?”

“விலாக்ட் 1000, அமரில் 5 எம்ஜி!”

“போறாதே சார்!”

“என்ன டாக்டர்! நானே இத்தன ஸ்ட்ராங்கா மெட்ஃபார்மின் சாப்பிடறோமேன்னு கவலைப்பட்டுண்டு இருக்கேன்?”

“ஆனா உங்க ஷுகர் லெவல் குறையவே இல்லியே?”

“இதோட ஏழு வருஷம் ஆச்சு டாக்டர் எனக்கு டையபெடிஸ்னு கண்டுபிடிச்சு!”

“சார் உங்க மெடிக்கல் ஹிஸ்டரி கொஞ்சம் டீடெயிலா சொல்லுங்க!”

பஞ்சாபகேசன் ஏழு வருஷத்துக்கு முன்பு ஒருநாள் உறவினர் வீட்டு கல்யாணத்துக்குப் போயிருந்தார். காலை டிஃபன் கொஞ்சம் ஹெவி. இரண்டு இட்லி, ஒரு தோசை, பொங்கல் கூடவே ஒரு முழுக்கரண்டி கேசரியும் சுடச்சுட காஃபியும் சாப்பிட்டார். மண்டபத்தில் ஊஞ்சல் ஆரம்பத்திற்கு ஆயத்தங்கள் செய்துகொண்டிருக்கும்போது அவருக்கு அடித்துப்போட்டாற்போல உடம்பு டயர்டாக இருந்தது.

"ஜானு! சித்த ஒரு டம்ளர் தண்ணி கொண்டு வந்து குடேன்?"

ஜானகி அங்கே போய்க்கொண்டிருந்த ஒரு பரிசாரகனை அழைத்து டம்ளரில் தண்ணி கொடுக்க, வாங்கிக்குடித்தார். ஊஞ்சல் பிடிக்கு ஜானகியை அழைக்க அவள் எழுந்து போனாள். பஞ்சாபகேசனுக்கு மீண்டும் தாகம் வரட்டியது. எழுந்து டைனிங் ஹால் வரை போகலாம் என்றால் ஆயாசமாக இருந்தது. ஒரு வழியாக கல்யாணத்தில் மதியம் சாப்பாடானதும் இருவரும் கிளம்பி ஆட்டோவில் ஏறும்போதே பஞ்சாபகேசன் அலுத்துச்சலித்துக்கொண்டார்.

"என்ன ஆச்சு உங்களுக்கு இப்படிப் படுத்தறேளே?"

"என்னமோ தெரியல ஒரே தாகமா இருக்குடி!"

"தாகமா? சாப்பிடும்போதே கவனிச்சேன்! மூணும் டம்ளர் தண்ணிய வாங்கி வாங்கி சட்டையிலெல்லாம் வழிய விட்டுண்டு குடிச்சேளே?"

"ஆமாண்டி! தாகம் தணியவே இல்ல! டயர்டாவும் இருக்கு! கொஞ்ச நாளாவே இப்படித்தான் இருக்கு! கார்த்தால எழுந்துக்கறதே சிரமமான்னா இருக்கு!"

"இல்ல இல்ல, இத இப்படியே விடப்படாது!"

அன்று மாலையே டாக்டர் ஸ்ரீவத்சனிடம் போனார்கள். பஞ்சாபகேசனுக்கு பொறுமை அதிகம். கூடவே தமக்கு என்னவோ ஆகிவிட்டது என்னும் பயம் வேறு. ஆகவே ஸ்ரீவத்சனைப்பொறுத்துக்கொள்ள வேண்டியதாகிவிட்டது. அப்படித்தான் டாக்டர் ஸ்ரீவத்சன் பேஷண்ட்டுகளைப் பார்ப்பார்.

சொன்னதைக் காது கொடுத்தே கேட்காமல் மருந்தும் டெஸ்டும் எழுதிக்கொடுக்கும் ஆசாமி. இருவரும் ஒண்ணரை மணி நேரக் காத்திருப்புக்குப்பின் உள்ளே நுழைந்ததுமே ஒரு போன் வந்துவிட்டது. போனில் பேசியவாறே அவர்களைக் கண் ஜாடையில் உட்காரச்சொன்னார்.

“கொஞ்ச நாளாவே டயர்டா இருக்கு, தாகம் தாகமா வருது!”

“ம், நா மூணு மணிக்கெல்லாம் ரெடியாய்டுவேன்! ம்... சொல்லுங்க?”

“அதுவும் கார்த்தால எழுந்தவுடனே, காலை கீழேயே வைக்க முடியல! அடிச்சுப்போட்டாப்ல........!”

“நீ காரை அனுப்பு. உமாவும் ரெடியாத்தான் இருப்பா!”

இப்போது ஜானகி பேசினாள்

“டாக்டர்! இவருக்கு கொஞ்சம் பிரஷர் உண்டு!”

“ராத்திரி பத்து மணிக்கெல்லாம் முடிஞ்சுடுமோனோ?”

போனை வைத்துவிட்டு, “ஒண்ணும் கவலைப்பட வேண்டாம். நா எழுதித்தர டெஸ்ட் பண்ணிட்டு அடுத்த வாரம் மறுபடி வாங்க. இப்ப பீஸ் *500* ரூபாய்” என்று வாங்கிக்கொண்டு அனுப்பிவிட்டார்.

அவினாஷ் பஞ்சாபகேசனைக் கேட்டான்

“என்ன டெஸ்ட் கொடுத்தார்?”

“*HbA1c* டெஸ்டுதான்!”

“அப்ப என்ன ரிசல்ட் வந்துது?”

“*6.5?*”

“மருந்து கொடுத்தாரா?”

டாக்டர் ஸ்ரீவத்சன் *HbA1c* ரிப்போர்ட்டைப் பார்த்தார்.

“ஷுகர் இருக்கே சார்! அதான்!”

“எனக்கு டையபடீஸ் வந்துருத்தா டாக்டர்?”

இப்போது டாக்டரின் மொபைல் போன் அடிக்க எடுத்துப் பேசினார்.

“சொல்லு மாஞ்சு?”

“ஓரல் மெடிசன் போறுமா டாக்டர்?”

“என்னது சியாமளா வராளா? ஆமாம் நா எழுதித்தரேன்! ரெகுலரா சாப்பிடணும்!”

“இன்சுலின் போட்டுக்கணுமா டாக்டர்?

“நா வராம எப்படிடா மாஞ்சு? உமாவையும் கூட்டிண்டே வந்துர்ரேன்! இன்சுலின் வேணாம்!”

“டையட்டெல்லாம் எப்படி குடுக்கணும் டாக்டர்?”

ஜானகி கேட்டாள்.

“அப்படி எல்லாம் இல்லை மாஞ்சு! நீ வேணா பாரேன் இந்த தரம் நா மூணு வேளையும் இருந்துட்டுதான் கௌம்பறேன்! கிளினிக்குக்கு லீவு விட்டுர்ரேன் போறுமா? என்ன டையட் பிரமாத டையட்? சக்கரை இல்லாம சாப்பிடணும் அவ்வளவுதான்!”

“இல்ல டாக்டர். எதுக்கு கேட்கறேன்னா.....?”

“த பாருங்கம்மா டையாபெடிஸெல்லாம் இப்ப ரொம்ப காமன்! நீங்க கூகிள்ள போய் படிங்க! எல்லாம் அதுலவே இருக்கே!”

அபத்தமாகச்சிரித்தார். ஏதோ பிரிஸ்கிரிப்ஷன் எழுதிக் கொடுத்தார்.

“இத சாப்பிடறதுக்கு அரை மணி முன்னால போட்டுக்குங்க! சரியாய்டும்!”

“சரியாய்டுமா டாக்டர்?”

“சார் நீங்க ஒருத்தர்தான் எனக்கு பேஷண்ட்டா? சொன்னதையே திருப்பித் திருப்பிச் சொல்லணுமா? கௌம்புங்கோ ஃபீஸ் ஐநூறு ரூபாய்!”

மீண்டும் மொபைல் அடித்தது.

இருவரும் எழுந்துவிட்டார்கள்.

அவினாஷ் சிரித்துக்கொண்டே கேட்டான்.

“:என்ன மருந்து கொடுத்தார் டாக்டர் ஸ்ரீவத்சன்?”

“என்னடி பேரு அதுக்கு?”

“ஆங் கிளைசிஃபேஜ்.”

”அடுத்த வாரமே இன்னொரு டாக்டர்ட்ட போனோம்! அவரும் ரிப்போர்ட்ட பார்த்துட்டு இதே மருந்து போறும்னுட்டார்”

“சரி அப்புறம்?”

ஒரு வருஷம் சாப்ட்டேன். ரிவ்யூவுக்குப்போனபோது HbA1c டெஸ்ட் எடுத்தாங்க குறையவே இல்ல!”

ம்?”

”மருந்து டோஸ் ஜாஸ்தி பண்ணினாங்க!”

“ஏழு வருஷமா இதே மெடிசனா சாப்பிட்டு வர்ரீங்க?”

“இல்ல டாக்டர். மூணு வருஷத்துக்கு முன்னால வேற டாக்டர் பார்த்தோம். அவர் HbA1c எடுத்த போதும் ஆறுதான் இருந்தது.”

“அவர் என்ன மருந்து கொடுத்தார்?”

“க்ளைஸிஃபேஜ் நிறுத்தச்சொன்னார்! அதுக்கு பதிலா ஜல்ரா எம்முன்னு ஒண்ணு கொடுத்தார்!”

“வில்டாக்ளைப்டின் அண்ட் மெட்ஃபார்மின்!”

“என்ன டாக்டர்?”

“ஒண்ணுமில்ல! மேல சொல்லுங்க!”

“அதுவுமே மூணு வருஷமா சாப்பிடறேன். HbA1c இன்னும் 5.7 லேர்ந்து 6க்குள்ள தான் மாறி மாறி வருது!”

“இங்க வரச்சொன்னது யாரு?”

“இவளோட ஃப்ரெண்ட் அடையார்ல இருக்காங்க. மூணு

மாசம் மிந்தி அவங்க டாக்டர் நரசிம்மன்னு ஒருத்தர்கிட்ட கூட்டிப்போனாங்க!"

"ஓ நம்ம டாக்டர்!"

"அவரத் தெரியுமா?"

"தெரியும்! எங்க டீனோட பெஸ்ட் ஸ்டூடெண்ட்! ஓ அவர்தான் இங்க அனுப்பினாரா?"

"அவர் என்னோட ஹிஸ்டரியப்பார்த்துட்டு உடனே இன்ஸுலின்ல போட்டுட்டாரு! போன வாரம் HbA1c டெஸ்ட் எடுத்தப்ப 5.6க்கு வந்திருந்தது. ஆனாலும் நரசிம்மன் உங்க கிட்ட ஏன் அனுப்பினாருனு தெரியல!"

"சரி நீங்க உட்காருங்க! நான் போய் டீன் ஃப்ரீயா இருக்காறான்னு பாத்துட்டு வர்ரேன்!"

"என்ன சொல்ற அவினாஷ்! ஏழு வருஷமா மெடிக்கேஷன்ல இருந்தும் HbA1c ஆறுக்கு மேலயே இருந்திருக்கா? டையட்ல எப்படி ஆசாமி?"

"ஒழுங்காத்தான் இருந்திருக்காரு புரொஃபசர்!"

சரி, வரச்சொல்லு நா பாக்கறேன்!"

பெரியவர் பஞ்சாபகேசனுடன் அரை மணி நேரம் பேசினார்.

"சரி, நீங்க வெளில உட்காருங்க. ப்யூலா! இவங்களுக்கு காண்டீன் காமி! சார் நீங்க போய் ஒரு காஃபி, சக்கரை இல்லாமத்தான், சாப்பிட்டுட்டு வாங்க!"

பஞ்சாபகேசனும் ஜானகியும் வெளியேறினார்கள்.

"அவினாஷ்! ஃபாஸ்டிங் டெஸ்ட் எடுத்திருக்காங்களோ?"

"நான் பார்த்தவரைக்கும் இல்லை புரொஃபசர்!"

"ஒய் ப்ளைமி ஒய்? ஈவன் நரசிம்மன் கொடுக்கலியா?"

"பட் புரொஃபசர்! HbA1c கன்ஸிஸ்டண்ட்டா ஆறுக்கு மேலயே இருந்திருக்கே! கிறிஸ்டல் க்ளியர்!"

"பட் ஃபாஸ்டிங் பிளட் அடிப்படை இல்லியா? வாட் ஈஸ் ஹேப்பெனிங் டு யூ டாக்டர்ஸ்!"

"என்ன சஸ்பெக்ட் பண்றீங்க புரொஃபசர்?"

"அவினாஷ்! மை டியர் அவினாஷ்! நம்ம ஆசாமி டைப் 1 டையாபெடீஸ் கேஸ்!"

"ஓ நோ புரொஃபசர்! இம்பாஸிபிள்! நாப்பது வயசுக்கு மேல க்ளூகோஸ் மாலிக்யூல்ஸ் இன் ஹிமோக்ளோபின்! HbA1c ஆறுக்கு மேல! டைப் 2ங்கறது சுவர்ல எழுதியிருக்கே!"

"ஓகே! நீ அவர நாளைக்கு ஃபாஸ்டிங் அண்ட் பி பி பிளட்டோட வரச்சொல்லு! சி பெப்டைடும் இன்சுலின் ஆட்டோ -ஆண்ட்டிபாடீஸூம் பண்ணிப்பாரு! அண்ட் ஒன் மோர் திங், Zinc transport 8உம் கூட செக் பண்ணு!"

"பண்றேன்! ஆனா இது டைப் 2ங்கறதுல உறுதியா இருக்கேன் புரொஃபசர்! அண்ட் ஃபார் ஒன்ஸ் உங்களோட மாறுபடறேன்!"

"குட்! பார்த்துடலாம்! சேலஞ்ச் என்ன வெச்சுக்கலாம் அவினாஷ்?"

"நா ஜெயிச்சா நீங்க ஒரு வாரத்துக்கு எங்களப்பார்த்து சப்தமே போடக்கூடாது!"

"ஓகே! ஆனா நா ஜெயிச்சா, நீ ரெண்டு ட்வெண்டி ஃபோர் ஹவர் ட்யூட்டி பார்க்கணும், என்ன?"

"ஓகெ டன், புரொஃபசர்! ஐ டேக் தி சேலஞ்ச்!"

அடுத்த நாள் அவினாஷ் பெரியவர் கண்ணில் படவில்லை. அவர் ரவுண்ட்ஸ் முடித்துவிட்டு திரும்பும்போது பஞ்சாபகேசனும் ஜானகியும் படி இறங்கி வெளியே போய்க்கொண்டிருந்தைப்பார்த்தார். அடுத்த நாளும் அவினாஷ் அவரைப்பார்க்க வரவில்லை. மூன்றாம் நாள் நிர்மலாவிடம் கேஸ் பற்றி விவாதித்துக்கொண்டிருக்கும்போது கேட்டார்.

"எங்க இந்த அவினாஷ்? லீவா? என்னைப் பார்க்கவே வரலையே?"

நிர்மலா பதில் சொல்லவில்லை. ப்யூலாவைக் கூப்பிட்டார்.

"ப்யூலா! அவினாஷ் லீவா? எங்கியாவது செமினார் கிமினார் போயிருக்கானா?"

நிர்மலாவும் ப்யூலாவும் சிரித்தார்கள்.

"என்ன சிரிப்பு இது? காலெஜ் கேர்ல்ஸ் மாதிரி கிக்ளிங் சிரிப்பு! ஆன்ஸ்வர் மி?"

புரொஃபசர்! அவினாஷ் நேத்தும் இன்னிக்கும் ட்வெண்டி ஃபோர் ஹவர் ட்யூட்டில இருக்கான்!"

நிர்மலாவும் ப்யூலாவும் தொடர்ந்து சிரிக்க, இப்போதும் பெரியவரும் சேர்ந்து கொள்ள, அதை கிக்ளிங் என்று சொல்லலாமா என்று எனக்குத்தான் தயக்கமாக இருக்கிறது!

கண்ணில் தெரிந்த சொர்க்கம்

"*புரொஃபசர்! கேன் ஐ கம் இன்?*"

"*வா அவினாஷ்! யாரு, மாசிலாமணி கேஸ்தானே?*"

"*ஆமாம் புரொஃபசர்!*"

"*சொல்லு!*"

"*அவரோட பி எஸ் ஏ சீரம் 6.7!*"

"*கிளாஸிக் பிராஸ்ட்ரேட் கார்ஸினோமா!*"

"*எக்ஸாக்ட்லி! ட்ரீட்மெண்ட் தொடங்கிடலாமா?*"

"*என்ன ட்ரீட்மெண்ட் தரப்போற?*"

"*ராடிகல் பிராஸ்ட்ரெக்டோமி அண்ட் லோகல் ரேடியோதெராபி, புரொஃபசர்!*"

"*ஏன் ஆண்ட்ரோஜென் டெப்ரைவேஷன் அண்ட் ஹார்மோனல் தெரபி யோசிக்கல நீ?*"

பெரியவர் நக்கலடிக்கிறார் என்பது அவினாஷுக்குப் புரிந்தது.

"*புரொஃபசர்?*"

"*என்ன விளையாடறியா? மாசிலாமணிக்கு என்ன வயசு?*"

"*தொண்ணூத்தி ரெண்டு!*"

"பின்ன? அவரோட பிளஸ்ர லெவல் எப்பவோ எகிறியிருக்கும்! ஆனா மெல்ல மெல்லத்தான் அது கிளினிக்கலி சிக்னிஃபிகண்ட்டா ஆயிருக்கும்! இப்ப லோக்கல் அண்ட் ஆர்கன் கன்ஃபைன் பண்ணி ட்ரீட் பண்ணினாக்கூட தாங்காது1"

"அப்ப என்ன பண்றது, புரொஃபசர்?"

"சும்மா பாலியேட்டிவா ஏதாவது போட்டு விடு!"

"புரொஃபசர்! அவர் புள்ள என்னைக் கொன்னே போட்றுவாரு!"

"யாரு கார்வண்ணன் தானே? அவன் பெரிய மினிஸ்டரா இருந்தா நமக்கென்ன? நாமதானே டாக்டர்ஸ்? எங்கிட்ட அனுப்பு! நா பேசிக்கறேன். நீ போய் பாலியேடிவ் கேர் ஆரம்பி!"

இரண்டாம் நாள் மாசிலாமணி இறந்துபோனார். கார்வண்ணன் வார்டில் சப்தம் போட்டதை பெரியவர் கேள்விப்பட்டார். அவரைத்தன் ரூமுக்கு வரச்சொன்னார். கூடவே அவினாஷ், நிர்மலா ஆவ்ரில்லும் வந்தனர்.

"டீன் சார்! நீங்க இருக்கறப்பவே இப்படி அநியாயமா எங்கப்பாவை கொன்னுட்டானுங்களே! நானும் ரெண்டு நாளா கேட்டுக்கினே இருந்தேன் எப்ப ட்ரீட்மெண்ட் தொடங்குவீங்கன்னு! என்னத்தையோ இங்க்லீஷில சொல்லி டபாய்ச்சுட்டான், இதோ இவந்தான், ஆந்தை முளி முளிக்கறான் பாருங்க!"

டென்ஷனிலும் ஆவ்ரில் களுக்கென் சிரித்துவிட்டாள்

பெரியவரின் கண்ணில் நெருப்பு..

"கார்வண்ணன்! அமைதியா இருங்க! நாந்தான் ட்ரீட்மெண்ட் வேண்டாம்னு சொன்னேன்!"

"ஐயோ நீங்களா? ஏன் சொன்னீங்க சார்! எங்கப்பாரு பார்க்க வேண்டியது எவ்வளவோ இருக்கே! என்னை சீஃப் மினிஸ்டரா பாக்கணுமின்னு ஆசைப்பட்டாரே! அதுக்குள்ள சாவடிச்சிட்டீங்களே!"

"கார்வண்ணன்! அவருக்கு இப்பவே தொண்ணூத்தி ரெண்டு

வயசு. ட்ரீட்மெண்ட் பண்ணியிருந்தாலும் செத்துப்போயிருப்பார். ஆனா சித்திரவதை பட்டிருப்பார். வலியில துடிச்சிருப்பார்! அப்படியெல்லாம் சாகாம அமைதியா போனாரே அது முக்கியம் இல்லியா கார்வண்ணன்?"

"அப்படியா சொல்றீங்க டாக்டர்?"

"உண்மையா கார்வண்ணன்! மாசிலாமணிக்கு நீங்களும் உங்க தம்பியும் தானே ரெண்டு பிள்ளைங்க? நீங்க ரெண்டு பேருமே வாழ்க்கையில நல்லபடியா முன்னேறி பெரிய இடத்துக்கு வந்தது, பேரப்பிள்ளைங்களோட கொஞ்சி விளையாடினது, தொன்னூறு வயசு வரைக்கும் வியாதி கியாதின்னு ஆஸ்பத்திரிக்கு வந்து அவஸ்தைப்படாம ஹெல்த்தியா இருந்துன்னு நல்ல வாழ்க்கை வாழ்ந்துட்டு போயிருக்கார் உங்க அப்பா! கல்யாண சாவு கார்வண்ணன்! எல்லாருக்கும் அமையாது! தயவு செஞ்சு புரிஞ்சுக்கோங்க! நாங்க நல்லதுதான் செய்திருக்கோம் உங்கப்பாவுக்கு!"

சந்தேகத்தோடுதான் கார்வண்ணன் எழுந்துபோனார்.

பெரியவர் பெருமூச்சுவிட்டபடி சோம்பல் முறித்தார்.

"இதப்பார்த்தியா? கிளவனாருக்கு தொன்னூத்தி ரெண்டாவுது. இன்னம் எவ்வளவோ பாக்கணுமின்னு இது ஆசைப்படுது!"

"ஆவ்ரில்! அப்படிச்சொல்லாத! எந்த வயசிலேயும் சாவுங்கறது டீப்லி டிஸ்டர்பிங் தான்!"

"இன்னம் ரெண்டு நாளைக்கு கார்வண்ணன் அவங்கப்பா சாவையே அரசியலா மாத்தி ஊர்வலம் அது இதுன்னு பப்ளிசிடி பண்ணிடுவாரு புரொஃபசர்!"

"அவினாஷ்! உனுக்கு ஆந்தை மூஞ்சின்றாரே நம்ம மந்திரி!"

ஆவ்ரில் சொல்லிச்சிரிக்க நிர்மலாவும் ஏன் பெரியவரும் மெல்லப் புன்னகைத்தார். அவர் கை தன்னிச்சையாக தலைக்கு மேல் இருந்த ஷெல்ஃபிலிருந்து அந்த ஹீ-மேன் பொம்மையை எடுத்து ஆதுரமாக தன் மடியில் வைத்து கர்ச்சீஃபால் துடைத்தார். ஆசையாக கன்னத்தில் வைத்துக்கொண்டு அதன் சில்லிப்பை ரசித்தார்.

“இன்னா டாக்டர்! கொயந்தீங்க பொம்மை வெச்சுக்கினு இருக்கீங்க?”

“இது எனக்குக் கெடச்ச கிஃப்ட்!””

“பேரப்பிள்ளையோட கிஃப்ட்டா, புரொஃபசர்?”

“பேரனோட கிஃப்ட் இல்லை, பேஷண்ட்டோட கிஃப்ட்!”

“பேஷண்ட்டா! அது என்ன கதை புரொஃபச்ர்?”

“என்னோட மிட் லைஃபுல எனக்குக் கிடச்ச வழிகாட்டி, விஸ்டம்னே சொல்லலாம்!”

பெரியவர் விவரிப்பார் என்று அவினாஷ், நிர்மலா, ஆவ்ரில் மூவரும் எதிர்பார்ப்போடு நின்றார்கள்.

“அந்தக் குழந்தையோட பேரு நவநீதன். கோகுலக்கண்ணன் மாதிரி களையான முகம். சிரிச்ச கண்கள். பளிச்சுன்னு இருப்பான். அவனை என் கிட்ட அழைச்சிட்டு வரும்போது நாலு வயசுதான் அவனுக்கு!”

“என்ன கம்ப்ளெயிண்ட் புரொஃபசர்?”

“விடாத ஜுரம், உடம்பு வலி, வீக்னஸ், வெயிட் லாஸ் வேற! எத்தனையோ டாக்டர்ஸ் பார்த்துட்டு யாரோ சொன்னாங்கன்னு இங்க வந்தாங்க!”

“என்ன டையக்நோஸிஸ் புரொஃபசர்?”

“கண்ணுல வீக்கம், கண்களைச் சுத்தி சொரசொரப்பு. அப்டமின்ல ஸ்வெல்லிங்! முதல்ல இமேஜிங் பார்த்தேன்,. சரியாப்புரிபடல. ஸிடி ஸ்கானும் எம் ஆர் ஐயும் கூடப்பண்ணினேன். ஒரு டவுட் இருந்ததால எம் ஐ பி ஜியும் பண்ணினேன்!”

“ஓ மை காட்! ந்யூரோப்ளாஸ்டோமாவா புரொஃபசர்?”

“யெஸ்! காட் டாம் யெஸ்!”

“எந்த ஸ்டேஜ் புரொஃபசர்?”

“நாலு!”

“கடவுளே! மெடஸ்டஸைஸ்ட்! போன் மாரோவா?”

“ஆமாம்!”

“நாலு வயசுக்குழந்தைக்கா ந்யூரோப்ளாஸ்டோமா?”

“நவநீதனுக்குப் பொறக்கும்போதே இருந்திருக்கு! ஹி வாஸ் பார்ன் வித் கான்சர்!”

”என்ன கொடுமை? ஏன் புரொஃபசர்?”

“இதுக்கு பதில் இருக்கா நிர்மலா?”

“என்ன ட்ரீட்மெண்ட் புரொஃபசர்?”

“ஹை ரிஸ்க் பேஷண்ட்டாச்சேன்னு எல்லாம் டிரை பண்ணினோம்! கீமோ, சர்ஜரி, ரேடியேஷன் அண்ட் இம்யுனோ தெராப்பி!”

“ரெஸ்பாண்ட் பண்ணினானா குழந்தை?”

“குழந்தை ரொம்ப சிரமப்பட்டான். வலி வேற. அழுவான். என்னமோ என்னைப்பார்த்தா அவனுக்கு ஒரு ஆறுதல், சிரிப்பு. நா வரும்போதெல்லாம் என் கையைப் பிடிச்சுப்பான். ஒரு நாள் கீமோ முடிஞ்சு நாஸியாவால அவஸ்தைப்பட்டான். நான் தான் அவம்பக்கத்துல போய் அவன் கையைப்பிடிச்சிண்டு கதை சொன்னேன். கொஞ்சம் வலியை மறந்து சுவாரஸ்யமா கேட்டான்.

“ஓ!”

“நான் நகரும்போது அவனோட இந்த ஹி-மேன் பொம்மையை எங்கிட்ட குடுத்தான்.

“டாக்டர் அங்கிள்! உங்களுக்கு என்னோட கிஃப்ட்! பத்திரமா வெச்சுக்கோங்க!”

“ஹவ் ஸ்வீட்!”

“அடுத்த நாள் நான் ட்யூட்டிக்கு போகும்போது ஹி ஹேட் ஸ்லிப்ப்ட் இன் டு ய கோமா.

நிர்மலாவின் கண்ணில் நீர். லேசான விசும்பல் கூட.

“ஹோப் இல்லைன்னு தெரிஞ்சு போச்சு! அவன் அப்பாவையும்

அம்மாவையும் சமாளிக்கவே முடியல! நாள் முழுக்க அவன் பெட்டுக்குப் பக்கத்துலயே உட்கார்ந்துண்டு சுலோகம் சொல்லிண்டு இருந்தா. முதல்ல அலறி அழுதா. அப்புறம் விசும்பல், அப்புற, வெறும் கண்ணீர் கண்ணீர். என்ன சொல்லி சமாதானப்படுத்த முடியும், சொல்லு?"

"என்ன ஒரு நரகமான அனுபவம் அவங்களுக்கு?"

"என்ன ஆச்சு புரொஃபசர்?"

"நா தினமும் என் ட்யூட்டி முடிஞ்சாவுட்டு அவனோட பெட்டுக்கு போய்டுவேன். நானும் அவனையே பார்த்துண்டு இருப்பேன். ஒரே ஒரு மெல்லிசு கோடா மூச்சு மட்டும் போய்ட்டு வந்துண்டு இருந்தது. மத்தபடி எந்தச்சலனமும் இல்லை. கூப்ட்டு பார்த்தோம், அசைச்சுப்பார்த்தோம்.

"ரெஸ்பாண்டே பண்ணலியா?"

ம்ஹூம்! எப்படி முடியும்? நர்வஸ் சிஸ்டம் பிரெய்ன்லேர்ந்து சுத்தமா ஒதுங்கிடுத்துன்னு தெரிஞ்சது! ஸ்கான்ல பார்த்தா மூளைக்கும் ஸ்பைனல் கார்டுக்கும் தொடர்பே இல்லை, நின்னுடுத்து!"

"அய்யோ கஷ்டமே!"

"நாலாம் நாள் லஞ்ச் முடிச்சுட்டு நா என்னோட வார்டுக்கு ப்போகறதுக்கு முன்னாடி நவநீதனைப் பார்க்கப் போனேன். அப்படியேதான் நிலமை. அவனோட அம்மா கட்டிலுக்கு அடியில உட்கார்ந்துண்டு மொணமொணன்னு சுலோகம் சொல்லிண்டே குழந்தையோட முகத்தையே பார்த்துண்டு இருந்தா! எனக்குமே அடிவயத்துல கலக்கமாத்தான் இருந்தது. எண்ட் ஈஸ் கமிங்குன்னு ஒரு அனுமானம். அந்தச் சமயத்துல அதை எதிர்கொள்ள என்னோட தைரியம் தயராக இல்லைங்கறது தான் நெஜம், அவினாஷ்!"

"ஐ கேன் அண்டர்ஸ்டாண்ட் புரொஃபசர்!"

"என்னவோ நடக்கப்போறதுங்கற எதிர்பார்ப்புல நானும் அப்படியே நின்னுட்டேன். அப்பத்தான் அது நடந்தது!"

“இன்னா டாக்டர், சொல்லேன் சீக்கிரமா!”

பதைபதைப்பில் ஆவ்ரில்லுக்கு மரியாதை தவறியது.

“இன்னிவரைக்கும் நான் பார்த்தது நெஜம்மான்னு நிச்சயமா சொல்ல முடியல ஆவ்ரில். நானு, அவனோட அம்மா, நம்ம ஆன்காலஜிஸ்ட், அப்ப டாக்டர் சுரேஷ்னு இருந்தார், நர்ஸ் எல்லோரும் பாக்கறோம், நவநீதன் அப்படியே ஒரே போல்ட் ஆக்‌ஷன்ல படுக்கைலேர்ந்து எழுந்து உட்கார்ந்தான்!”

“கம் அகெயின் புரொஃபசர்? அவனோட நர்வஸ் சிஸ்டம் ப்ரெயின்லேர்ந்து ஸ்னாப் ஆயிடுத்துன்னு சொன்னீங்களே?”

“ஆமாம் உண்மைதான். நாலு நாளா அசைவே இல்லாம இருந்த நவநீதன்! மூளைக்கும் செயல்பாட்டு நரம்புக்கும் தொடர்பு விட்டுப்போன அதே நவநீதன்தான்! அப்படியே எழுந்து உட்கார்ந்தது நெஜம் தான்! நூத்துக்கு நூறு நெஜம். அவனோட முகத்துல ஒரு புன்னகை ஆரமிச்சு மெதுவா விரிஞ்சு, அப்படியே ஒரு சிரிப்பு. அவினாஷ்! சிரிப்புன்னா நானும் நீயும் சிரிக்கற மாதிரி இல்ல. ஏன் இன்னொரு குழந்தை சிரிக்கற சிரிப்பு கூட இல்லை. இது வேற மாதிரி. எக்ஸ்டஸி ஆமாம், பரவசம்னுதான் சொல்லணும். அவனோட கண்கள்ள ரெண்டு ஓரத்துலயும் விசிறிக்கோடுகளா தெரிஞ்ச சிரிப்பு. கூட இருந்த நர்ஸ் சொல்றா டாக்டர்! சிரிக்கறான் நவநீதன் சிரிக்கறான்! அவனோட அம்மா ஆச்சரியத்துல அசையல. எனக்குமே பெரிய ஷாக்,, ப்ளெசண்ட் ஷாக்!”

“என்ன பண்ணினான் நவநீதன் எழுந்துட்டானா புரொஃபசர்?”

“அப்படியே பார்த்தான். எங்களைத்தாண்டி ஜன்னலைத்தாண்டி எங்கியோ தூரத்துல பாக்கறா மாதிரி. நாங்க அங்க இருக்கறது ஒரு பொருட்டே இல்லாத மாதிரி. ஆனா என்ன சந்தோஷம் என்ன சிரிப்பு அவன் முகத்துல! பரமானந்தம்னு சொல்லி கேட்டிருக்கேன், அன்னிக்குதான் நவநீதன் முகத்துல பார்த்தேன்!”

“ஓ மைகாட்! அப்புறம் என்னாச்சு? மெதுவா குணமாய்டுத்தா டாக்டர்?”

"இப்ப எங்க இருக்கான் நவநீதன்? ஒருதரமாவது பாக்கணும்! ஹி மஸ்ட் பி மோர் தேன் ட்வெண்ட்டி!"

"எத்தனை நாழி அப்படி உட்கார்ந்தான்னு இப்ப எனக்கு சொல்லத்தெரியல! ஒரு செகண்டா இல்ல ஒரு சில நிமிஷங்களா?"

பெரியவர் நிறுத்தி மூச்சுவாங்கினார். நெற்றி சுருங்கிக் கோடுகள் போட்டன. பெருமூச்சு விட்டார்.

"அப்படியே திரும்பிப் படுத்துட்டான். முகத்துல அந்த சிரிப்பு மெதுவா சுருங்கி சலனமில்லாம ஆச்சு. அவனோட அம்மா எதிர்பார்ப்போட அவன் கையைப்பிடிச்சுண்டா. நவநீதன் தன் கடைசி மூச்சை விட்டுட்டான். இந்த உலகத்துலேர்ந்து அவன் உதிர்ந்த பூ மாதிரி போய்ட்டான்!"

"அய்யோ என்ன சொல்றீங்க புரொஃபசர்? நவநீதன் பொழைக்கலியா?"

"இல்ல நிர்மலா! செத்துப்போய்ட்டான். எத்தனையோ மெடிக்கல் சாவைப் பார்த்த எனக்கே ஸ்டன்னிங் அனுபவம் இது!"

"இது என்ன லாஜிக் டாக்டர்! கடவுள் ஏன் இப்படி ஒரு ஷாக் அண்ட் ஹோப் குடுக்கணும்? அவனோட அம்மா ஒடைஞ்சுபோயிருப்பாளே? எப்படி சமாதானம் ஆனா?"

"சொன்னா நம்ப மாட்டீங்க! அன்னிக்கு நவநீதனுக்கு நடந்ததென்னவோ டிராஜிக்! தாங்க முடியாத சோகம். நான் ஹெல்ப்லெஸ்ஸா அவனோட அம்மாவைப் பார்த்தேன். டு மை சர்ப்ரைஸ், அவ முகத்துல என்ன ஒரு தெளிவு. என்ன ஒரு தீர்க்கம் தெரியுமா? என்னமோ ஒரு க்ஷணத்துல அவளோட சோகம் கரைஞ்சு போய்ட்டா மாதிரி இருந்தது. இன் ஃபாக்ட், கொஞ்சம் சந்தோஷம் கூட அவ முகத்துல பார்த்தேன்!"

"என்ன சொல்றீங்க புரொஃபசர்?"

"ஆமா அவினாஷ்! அன்னிக்கு அவ பேசினது என்னன்னு தெரிஞ்சா உனக்குப் புரியும்!"

“என்ன சொன்னாங்க டாக்டர்?”

“டாக்டர்! எம்புள்ளையோட இறப்பு பெரிய சோகம்தான். இத்தன நாளா இந்தக் குழந்தைக்கு மட்டும் ஏன் கடவுள் எந்த சந்தோஷத்தையுமே குடுக்காம கை விட்டுட்டாரேன்னு ரொம்ப வருத்தப்பட்டிருக்கேன். தினமும் ஸ்கூலுப்போற சந்தோஷம், சாயங்காலம் திரும்பி வந்து என்னைப் பார்த்து முகத்துல தெரியற ஆனந்தம், அவன சர்ப்ரைசா அழைச்சிண்டு போற பீச்சப்பார்த்த குதூகலம், ஐஸ் கிரிம் கப்பை கையில வாங்கும்போது உண்டாகற திரில்ன்னு குழந்தைகளுக்கான எந்த சந்தோஷத்தையும் அனுபவிக்காமலேயே இப்படி அகாலமா செத்துப்போப்போறானேன்னு மருகியிருக்கேன், டாக்டர். ஆனா இன்னிக்கு அவனோட முகத்துல நான் பார்த்த அந்தப்பரவசம்! எனக்கு நிச்சயமாத்தெரியுது அவன் பார்த்தது, பரவசப்பட்டது எல்லாமே சொர்க்கத்தை டாக்டர்! கடவுள் அவனை எழுப்பி சொர்க்கத்தை காண்பிச்சு”நீ இங்கதான் வரப்போறேன்னு” சொல்லியிருக்காரு டாக்டர்! அப்பத்தான் எனக்குப்புரிஞ்சது. இந்த சந்தோஷத்தையெல்லம் விட இன்னொரு மகா பெரிய சந்தோஷத்துக்குத்தான் அவன் போயிருக்கான். ஐயாம் ஹாப்பி ஃபார் மை சன் டாக்டர்!”

“புரொஃபசர்! இந்த எண்ணம் உண்மைன்னா கூட கடவுள் அவனை எழுப்பி உட்கார வைக்காமலேயே சொர்க்கத்தை காட்டியிருக்கக்கூடாதா? பார்டன் மை சினிஸிஸம்?”

“இல்லை அவினாஷ்! அங்கதான் நமக்கு ஒரு பாடம் இருக்குன்னு நான் நம்பறேன்! நாம ட்ரீட் பண்ற பேஷண்ட் எல்லா சமயமும் பொழைச்சுடறது இல்ல. அவங்க உசிரு போகும்போது நமக்கு எப்படி டிப்ரெஸிங்கா இருக்கும்னு உனக்கும் தெரியும்! ஆனால் ஆஃப்டர் டெத்துன்னு ஏதோ இருக்கு போலங்கறாமாதிரி ஒரு அசாதரண நிகழ்ச்சி நடந்தா “ஆஹா! நமக்கெல்லாம் இன்னும் தெரியாத புரிபடாத என்னவோ இருக்கு. அது நாம நெனைக்கறா மாதிரி இல்ல. இங்க இருக்கறதை விட சந்தோஷமானது”ங்கற ஒரு எண்ணம், ஏன் எண்ணம் கூட வேண்டாம், ஒரு சந்தேகமா இருந்தாக்கூட,

நாம ட்ரீட் பண்ணும்போது இன்னும் ஆப்டிமிசத்தோட இருக்க முடியுமில்லையா?"

"ஐ கேன் ஸீ வாட் யு ஆர் செயிங், புரொஃபசர்!"

"அதாவது ஒருவேளை நம் பேஷண்ட்டைக்காப்பாத்த முடியலைன்னாலும் ஒடைஞ்சு போகாம அடுத்த பேஷண்ட்டை முழு எதிர்பார்ப்போட ட்ரீட் பண்ண ரெடியாகற தெளிவு எனக்கு வந்ததுன்னுக்கூட சொல்லலாம். அன்னிக்கு நவநீதனோட ரூம்லேர்ந்து நாங்க எல்லோரும் மனசுல பெரிய ஹோப் எதிர்பார்ப்பு ஆப்டிமிஸத்தோட வெளில வந்தோம்!"

"அப்ப இது கடவுள் செயலா டாக்டர்?"

"எனக்குத்தெரியலங்கறதுதான் என்னோட பதில்! நாம படிச்ச, பிராக்டிஸ் பண்ற மெடிக்கல் சயன்ஸ் படி நவநீதன் எழுந்திருக்க சான்சே இல்ல. ஆனா நடந்ததென்னவோ நிஜம்!"

"அப்ப இத கடவுள் செயல்னுதானே சொல்லணும் புரொஃபசர்?"

"அவினாஷ்! உனக்கு இது கடவுள் செயல்! எனக்கு? பரவசத்தோட 'ரங்கா'ன்னு உரக்க கத்திட்டு இன்னொரு தரம் சேவிச்சுட்டு நகர்ந்துட என்னால முடியல. நான் பார்த்த நிகழ்ச்சியும் நான் படிச்ச சயன்ஸும் முரண்பட்டு என்னை குழப்பற ஒரு பாயிண்ட்டா இருக்கு! என் காலத்துலயோ அல்லது எனக்கு அப்புறமோ இதுக்கு ஆன்ஸர் கிடைக்கும்னு நம்பறேன்!"

பெரியவர் இப்போது நவநீதன் கொடுத்த ஹீ-மேன் பொம்மையை மறுபடி கன்னத்தில் வைத்து இழைத்து அந்த ஆனந்தத்தில் கண்களை மூடிக்கொள்ள, மூவரும் சப்தமின்றி அவர் ரூமிலிருந்து வெளியேறி ஹாஸ்பிடலின் அன்றைய தேவைகளைக் கவனிக்கப்போனார்கள், ஆம், ஆப்டிமிசத்தோடும் எதிர்பார்ப்போடும் தான்!

சர்வ வித்யாம் தேஹி ஸ்வாஹா

"சர்வ வித்யாம் தேஹி ஸ்வாஹா" என்று வத்ஸலா கணபதி மந்திரத்தை முடித்து வைஷ்ணவ அடையாளத்துக்காக "கஸ்தூரி திலகம் லலாட"வைச்சொல்லி எழுந்திருக்கும்போது மணி ஏழடித்துவிட்டது. பத்ரி ஏக இரைச்சலுடன் பாத்ரூமில் பல் தேய்க்கும் சப்தம்.

"கொஞ்சம் மெதுவாத்தான் பல் தேயேன்! எல்லாத்திலயும் சத்தம்! பல் தேய்க்கறதுலேர்ந்து ராத்திரி...!"

"அய்யங்கார்ப்பொண்ணா நீயி? சுவாமி சுலோகம் சொல்லிண்டா ராத்திரி மாட்டர் பேசறே! இரு வரேன்1"

பத்ரி பாய்ந்து வந்து வத்ஸலாவைப் பின்புறமாகக் கட்டிப்பிடித்து முகத்தைத் திருப்பி...

"லீவ் மை மாம்!"

மழலை சப்தத்துட சுதர்ஸன் ஓடி வர, இருவரும் சட்டென்று பிரிந்து குழந்தையை அள்ளிக்கொண்டனர்.

42, பாலஸ் கார்டென் டெர்ரஸ் என்னும் அட்ரஸில் இருக்கும் அபார்ட்மெண்ட்டுகளில் குடியிருக்க வேண்டுமானால் உங்களின் வருட வருமானம் ஒரு மில்லியன் பவுண்டாவது இருக்க

வேண்டும். மஹா லண்டனின் கென்சிங்டன் பகுதி என்றால் சும்மாவா? மேற்சொன்ன அட்ரஸில்தான் வத்ஸலாவும், பத்ரியும் தங்களின் ஒரே பையனான சுதர்ஸனுடன் இருந்தார்கள். வத்ஸலா பத்ரி இருவருமே டாக்டர்கள்தான்.

“வத்ஸு! ஏன் இவ்வளவு ஏர்லி? எமர்ஜென்ஸியா?”

“ஆமாம்! யூ நோ, தி பேஷண்ட் ஈஸ்... வான் பெட்ரோஸ்!”

“வாட்! யூ மீன் பர்மிங்ஹாம் யுனைட்டெட் ஃபுட்பால்...!”

“எஸ் எஸ்! அவனேதான்!”

“வாவ்! வத்ஸு! கெட் ஹிஸ் ஆட்டோகிராஃப் ஆன் மை ஃபுட்பால்!”

“ம்ஹும்! அவனோட கண்டிஷன் இப்ப பாத்தெடிக்கா இருக்கு!”

“ஏன் என்ன ஆச்சு? ஃபுட்பால் ப்ளேயர்! அதுவும் ஃபோர் டைம்ஸ் சாம்பியன் பர்மிங்ஹாம் யுனைட்டெட்ல லீட் ப்ளேயரா வெளையாடியிருக்கான். ஏகப்பட்ட அட்வர்ட்டைஸ்மெண்ட்ல வந்திருக்கான். ஹி மஸ்ட் பி ய மில்லியனர்! ரிடயர் ஆகி மூணோ நாலோ வருஷம் தானே ஆயிருக்கு?”

“அதெல்லாம் சரிதான்! ஆனா இப்ப பெரிய ஹெல்த் பிராப்ளம்! ட்ரீட்மெண்ட்டுக்கு ஏகச்செலவு. கட்ட பணமோ சொத்தோ இல்ல!”

“வாட் ஆர் யூ சேயிங் வத்ஸு?”

“ஆமா! நாலு டைவர்ஸ் இதுவரைக்கும்! அலிமனி குடுத்தே அழிஞ்சிருக்கான்! இப்ப இருக்கறது ஒரே அபார்ட்மெண்ட்! மேஜர் ந்யூரோ பிராப்ளம்! பாவம்!”

“நீ எண்டாக்ரினாலஜிஸ்ட்! ந்யூரோக்கு நீ எங்க போனே?”

“மை டியர் பத்ரி! என்னோட அடுத்த டார்கெட் ஈஸ் ந்யூரோ மெடிஸின்! ரெஜிஸ்டர் பண்ணிட்டேன்! அதான் வான் பெட்ரோஸ் கேஸுல எனக்கு ஆர்வம்! ஓகே கெட்டிங் லேட்! நீ சுதர்ஸன ஸ்கூலுக்கு கௌப்பிட்டு போ! சமையல் ஆய்டுத்து!”

வத்ஸலா சென்னையில் பிறந்து எம் எம்ஸியில் படித்து லண்டன் கிங்ஸ் காலேஜில் எம் எஸ் முடித்து, அப்பா அம்மா பார்த்து வைத்த டாக்டர் பத்ரியைக்கல்யாணம் பண்ணிக்கொண்டு லண்டன் வந்து ஒன்பது வருடங்கள் ஆகிவிட்டன. இப்போது ஹாமர்ஸ்மித் ஹாஸ்பிடலில் எண்டொக்ரினாலஜிஸ்டாக இருக்கிறாள்.

நேற்று மாலை ஹாமர்ஸ்மித் ஹாஸ்பிடலில் ஒரே பரபரப்பு. ஸ்டார் பேஷண்ட் வான் பெட்ரோஸ்!

பெட்ரோஸ் ஆறடி இரண்டங்குல உயரம். தொண்ணூறு கிலோ எடை. முழுவதும் முறுக்கேறிய தசை உடம்பு. கறுத்த ஆப்பிரிக்க முகத்தில் வெள்ளைப்பற்கள் பளீரிடும் குழந்தைச்சிரிப்பு. பர்மிங்ஹாமின் செயிண்ட் ஆண்ட்ரூஸ் ஸ்டேடியத்தில் பெட்ரோஸ் இறுக்கிப்பிடித்த அரை டிராயருடன் பந்தை எக்கித்தட்டிக்கொண்டே ஓட்டமாக ஓடி, போட்டி டீம் ஆட்டக்காரர்களை லாகவமாக சமாளித்து, எதிர் முகாமில் அனாயாசமாக நுழைந்து ஒரு அரைவட்ட ஸ்பின்னில் பந்தை கோல் கீப்பரிடம் அடித்துவிட்டு வானத்தைப்பார்த்து வெற்றிக்களிப்பில் எம்பிக்குதிக்கும்போது, பார்த்துக்கொண்டிருக்கும் இளம் பெண்கள் அடி மடியில் கை வைத்துக்கொண்டு சப்திப்பார்கள் என்பது எல்லோரும் அறிந்த ரகசியம்.

அவனைக்கொண்டு வந்தபோது மார்ஃபைன் மயக்கத்தில் இருந்தான். சில வருஷங்களாகவே டிப்ரேஷன் மருந்துகள் சாப்பிட்டு வந்தான் என்பது தெரிந்தது. ந்யுர்ரொ டிபார்ட்மெண்ட்டின் தலைவர் ஹெஸ் ஜான்சனின் அனுமதியோடு வத்ஸலா இந்தக்கேஸில் அப்சர்வராக இருக்க அனுமதிக்கப்பட்டாள். பெட்ரோஸின் ரிபோர்ட்டுகளைப்படித்தால் கொஞ்சம் குழப்ப சாகரமாகவே இருந்தது. மூன்றாம் வருடம் அவனைக்கவனித்த டாக்டர் ஷிட்ஸோஃப்ரீனியா என்று கணித்து மருந்துகள் கொடுத்திருந்தார். பிற்பாடு இன்னொரு டாக்டர் “இது பையோ போலா டிஸார்டர்” என்று சொல்லியிருந்தார். மூணாவதா

இன்னொரு டாக்டர் வெறும் டிப்ரெஷன் தான் என்று வேறு மருந்துகள். போதாக்குறைக்கு பெட்ரோஸ் நிறைய ஆல்கஹால் அருந்தித்தள்ளியிருந்தான். பெட்ரோஸின் முக்கியமான கண்டிஷன் அதீத எதிர்மறை உணர்சிகள். ஒரு சமயம் அமைதியாக இருப்பான், அடுத்த கணம் சாமான்களை விசிறிக்கடாசிவிடுவான். சிரித்துப்பேசிக்கொண்டிருப்பவன் ஒரு சின்ன இர்ரிடேஷனால் வெறிபோல கோபம் வந்து கத்துவான். அடிக்கடி மயக்கம், கூடவே ஸ்யூஸைடல் மனோபாவம் வேறு.

வத்ஸலா ஹெஸ் ஜான்சனைக் கேட்டாள்.

“என்ன டையக்னோஸிஸ் டாக்டர்?”

“பையோபோலார் மாதிரிதான் இருக்கிறது! எக்ஸ்ட்ரீம் மூட் ஸ்விங்ஸ், ஸ்யுயிஸைடல் பிஹேவியர், டிப்ரெஷன் அண்ட் ஆல் தட்!”

“யுவர் சஜஸ்டட் ட்ரீட்மெண்ட் டாக்டர்?”

“நாட் ஈஸி வத்ஸ்! அவர் நம் ஹாஸ்பிட்டலில் நீண்ட நாள் இருக்க வேண்டும். மூட் ஸ்டபிலைஸர், ஆண்ட்டி டிப்ரஸண்ட், ஆண்ட்டிஸைக்கோட்டிக்ஸ், அண்ட் ஆண்ட்டி ஆன்க்ஸைட்டி மெடிகேஷன்!”

“ஸோ லித்தியம் வால்போரிச், ரிஸ்பெர்டால், அண்ட் பென்சோடையாஸிபைன்! வெரி டஃப் டாக்டர்! ரியல்லி டஃப் ஆன் ஹிம்!”

“வத்ஸ¬! ஐயாம் இம்ப்ரெஸ்ட் வித் யுவர் நாலெட்ஜ் இன் ந்யூரோ! ஆனா நாம அவன அட்மிட் பண்ண முடியாது போல இருக்கு!”

“ஒய் ஹெஸ்! ஒய் ஈஸ் தட்?”

“அவனிடம் பணம் இல்லை! ஹி கென்னாட் அஃப்ஃபோர்ட் அவர் ட்ரீட்மெண்ட்!”

“பட் ஹெஸ்! வாட் அபவுட் இன்ஷ¬ரன்ஸ்?”

“ம்ஹ¬ம்! இல்லை!”

“எப்படி? பெட்ரோஸ் பர்மிங்ஹாம் யுனைட்டடுக்கு ஏழெட்டு வருஷம் லீடா வெளையாடியிருக்கார். அவங்க காண்டிரக்ட்ல லைஃப் லாங் மெடிக்கல் இன்ஷுூரான்ஸ் இருக்குமே?”

“நோ! அவங்க காண்டிராக்ட பார்த்தாச்சு! பிற்கால மெடிக்கல் கண்டிஷன் ஃபுட்பால் வெளையாடினதாலன்னு ப்ரூவ் பண்ண முடிஞ்சாத்தான் கவரேஜ் கிடைக்குமாம். இவங்கண்டிஷன் அப்படி இல்லியே! டிப்ரெஷனோ இல்லை பையோபோலாரோ ஃபுட்பால் வெளையாடினதாலன்னு எஸ்டாப்ளிஷ் பண்ண முடியாதே!”

“அடேடே! அவன் சொத்தும் காலி! நாலு டைவர்ஸுூல! பாவம்! எப்படி இருந்த ப்ளேயர்!”

அன்று இரவு பத்ரியிடம் சொன்னாள்.

“ச்சே! என்ன ஊரு இது? இங்கிலாந்துக்கே பெருமையா இருந்த ஜகான் இந்த வான் பெட்ரோஸ்! இப்ப அவனுக்கே மெடிக்கல் இன்ஷுூரன்ஸ் இல்லேன்னுட்டு ஒதுக்கப்படப்போறான்! க்ரூயல் வத்ஸுூ!”

வத்ஸுூ மொபைலை எடுத்தாள்.

“இந்த நேரத்துல யாருக்கு போன்?”

“அப்பாவுக்கு! அவருக்கு இந்த கேஸ் பத்தி சொன்னா இண்டரஸ்டிங்கா இருக்கும்!”

”யேய்! இப்ப மெட்ராசுல மணி பன்னண்டு ஆயிருக்கும்! டோண்ட் டிஸ்டர்ப் ஹிம்!”

“மெடிக்கல் சம்பந்தமான ஒண்ணுன்னா நோ டிஸ்டர்பன்ஸ் ஃபார் த டீன் ஆஃப் ஜி ஹெச்!”

அந்தப் பக்கம் ஹலோ கேட்டவுடன் வத்ஸுூ குரலை மாற்றிக்கொண்டு பேசினாள்.

“அய்யா! அவசரங்க! எனக்கு வயத்து வலி...!”

“சொல்லு வத்ஸுூ! வேற விளையாட்டு விளையாடு!”

"போங்கப்பா! அவ்வளவு மோசமாவா நா மிமிக்ரி பண்றேன்?"

"சேச்சே மோசமால்லாம் இல்ல!"

"அப்பாடா!"

"கேவலமா இருக்கு! ம்... சொல்லு, என்ன விஷயம்?"

"அப்பா ஒரு இண்டரஸ்டிங் கேஸ்!"

எதிர்ப்பக்கம் சுறுசுறுப்பாகியது.

"வான் பெட்ரோஸ் கேள்விப்பட்டிருக்கீங்களாப்பா?"

"ஹூ ஈஸ் ஹி?"

"ஓகே சொல்றேன்!"

எந்தவித குறுக்கீடும் இல்லாமல் கேட்டார். சற்று நேரம் அமைதி. அந்தப் பக்கம் சிந்தனை ஓடியிருக்க வேண்டும்.

"கேன் யூ செண்ட் ஹிஸ் ரிபோர்ட்ஸ்?"

"நோ ப்பா! நாட் அலவ்ட்! கான்ஃபிடென்ஷியல் அண்ட் ஆல் தட்!"

"ஓகே! இதுல யோசிக்க வேண்டிய விஷயம் ஒண்ணு இருக்கு! ஆனா யுவர் ஹாஸ்பிடல் ஈஸ் இன் ஹ்யூமன்!"

"டாட்! இது ஜெனரல் ஆஸ்பத்திரி இல்ல! அங்க நீங்கதான் அத்தாரிட்டி டிக்டேட்டர் கிரவுன் எம்பரர் எல்லாம்! இங்க ஹாஸ்பிடல் போர்ட் இருக்கு! கொதறிடுவாங்க!"

"டிக்டேட்டர் கிரவுன் எம்பரர்... யாரு நானா? நாட் ய குட் ஜோக்! சரி ஃபோனை வெய்யி! நான் நாளைக்கு கூப்பிடறேன்! ஏதாவது இருந்தா! குட் நைட்!"

அடுத்த நாள் பதினொரு மணிக்கு ஹாமர்ஸ்மித் ஹாஸ்பிடலில் பெட்ரோஸை டிஸ்சார்ஜ் செய்து அனுப்பிவிட முடிவு எடுக்கப்பட்டு வேலைகள் நடந்துகொண்டிருந்தன. வத்ஸலாவின் மொபைல் போன் ஒலித்தது.

"வத்ஸு! நாந்தான்!"

"எஸ் ப்பா!"

"அந்த பெட்ரோஸை டிஸ்சார்ஜ் பண்ணி அனுப்பியாச்சா?"

"இன்னுமில்லை. ஆனா பேப்பர் ஒர்க் நடக்கறது! இன்னும் ஒன் ஹவர்ல ஹி வில் கோ அவே!"

"ஸ்டாப் இட்! யூகேன் அட்மிட் ஹிம்!"

"என்னப்பா? என்ன சொல்றீங்க?"

"லிஸன் டு மி மை கேர்ள்!"

அடுத்த பதினைந்து நிமிஷம் பேசினார். அவர் முடித்த கையுடன் வத்ஸலா ஓடி ஹெஸ் ஜான்சன் அறைக்குள் பிரவேசித்தாள்.

"ஸ்டாப் அண்ட் அட்மிட் வான் பெர்ட்ரோஸ் ஜான்!"

"என்ன வத்ஸு! என்ன இது லாஸ்ட் மினிட் அட்வென்ச்சர்?"

"இல்ல ஹெஸ்! தேர் ஈஸ் ய வே டு கெட் பெய்ட்!"

"எப்படி? யாரு?"

"பர்மிங்ஹாம் யுனைட்டெட் வில் ஹேவ் டு பே!"

"இல்லையே நம்ம லீகல் அண்ட் ரிஸ்க் அஷ்யூரன்ஸ் பார்த்துட்டாங்க! தே செட் நோ!"

"ஆல் ஆஃப் அஸ் ஆர் ராங், ஹெஸ்!"

"வத்ஸலா! யூ நீட் டு எக்ஸ்ப்ளெயின்!"

வத்ஸலா மூச்சிரைக்கப் பேச ஆரம்பித்தாள்.

"பெட்ரோஸோட கண்டிஷன் ஃபுட்பால் விளையாடின தாலத்தான்!"

"வத்ஸு! மறுபடி முதல்லேர்ந்து ஆரமிக்காத!"

"இல்ல ஹெஸ்! என்னிடம் ஜஸ்டிஃபிகேஷன் இருக்கு!"

"தென் அவுட் வித் இட்!"

"1969ல்ல ராயல் காலேஜ் ஆஃப் லண்டனோட ரிப்போர்ட்

ல தலை மேல் அடிக்கடி அதிர்ச்சியான மோதல் இருந்தால் அது பிரெயின் டாமேஜை ஏற்படுத்தும்னு இருக்கு. யூ ரிம்பர் டாக்டர் ராபர்ட்ஸ் ஃபைல் பண்ணின ரிப்போர்ட்?"

"ஆமாம் அவர் பாக்ஸிங் போடறவங்களுக்கு வரும்னு சொல்லியிருந்தார். அண்ட் அது ஒண்ணும் புதுசு இல்ல. 1928லயே ந்யூ ஜெர்ஸி டாக்டர் மார்ட்லண்டும் சொல்லிட்டாரே!"

"எக்ஸாக்ட்லி! பெட்ரோஸுக்கும் ஃபுட்பால் தலைய்ல அடிச்சு அடிச்சு ஹெட் இஞ்சுரி ஆயிருக்கலாம் இல்லியா?"

"வெயிட் வெயிட் வத்ஸலா! நீ மைக் வெப்ஸ்டர் கேஸ் சொல்றியா?"

"யெஸ் டாக்டர் ஹெஸ்! அதேதான்!"

"மைக் வெப்ஸ்டருக்கு அல்ஷைமர்னு ஏன் ஷீஸோஃப்ரீனியானுகூட சஸ்பெக்ட் பண்ணினாங்க!"

"கடைசியில டாக்டர் ஓமாலுதான் க்ரானிக் டிரௌமாடிக் என்ஸிஃபலோபதின்னு கண்டுபிடிச்சார்!"

"யெஸ் தி ஃபேமஸ் சி டி ஈ! வத்ஸு! பெட்ரோஸோட ஸ்கான் ரிப்பொர்ட்ல என்ன இருந்துன்னு நினைவு இருக்கா?"

"இருக்கு ஹெஸ்! வாஸ்க்யுலர் இஞ்சுரி, புரோட்டீன் அக்யுமுலேஷன் அண்ட் ஃபோகலைஸ்ட் டாமேஜ் ஆஃப் பிரெயின் டிஷ்யூ!"

"மை காட்! பெட்ரோஸுக்கு வந்திருப்பது சி டி ஈ! காரணம் ஃபுட்பால்ன்னால தலையில ஏற்பட்ட ரிபீட்டட் அதிர்ச்சிகள்! ஸோ...?"

"பர்மிங்ஹாம் யுனைட்ட் காண்டிராக்ட் படி பெட்ரோஸோட மெடிக்கல் செலவ அவங்கதான் ஏத்துக்கணும்!"

"வத்ஸு! யூ ஆர் ய டார்லிங்! அண்ட் ய பிரில்லியண்ட் ஒன் அட் தட்!"

விகல்பமின்றி டாக்டர் ஹெஸ் ஜான்சன் வத்ஸுவை அழுந்த கன்னத்தில் முத்தமிட்டுவிட்டு ஓடினார். இந்த

முத்தம் அப்பாவுக்கு போய்ச்சேர வேண்டியதாச்சே என்று நினைத்த வத்ஸலாவுக்கு டாக்டர் ஹெஸ் ஜான்சன் அப்பாவை முத்தமிடுவது போல கற்பனை செய்து பார்த்தாள்.

அடுத்த வாரம் சென்னை ஜிஹெச்சில் மதிய வேளையில் டீனின் மொபைல் ஃபோனில் டிங் என்று ஒரு மெசேஜ் சப்தம். ப்யூலா எடுத்துப்பார்த்தாள்.

“இந்தியப் பெண் டாக்டர் காப்பாற்றிய வான் பெட்ரோஸ்” என்ற தலைப்பில் செய்தி, முக்கியமாக அந்த ஃபோட்டோவில் பெட்ரோஸ் சக்கர நாற்காலியில், அவன் தோளில் கை போட்டபடி...

டாக்டர் வத்ஸலா வைகுண்டம்!

ப்யூலா ‘புரொஃபசர்’ என்று கத்தியே விட்டாள். உள்ளே அவினாஷுடன் பேசிக்கொண்டிருந்த பெரியவர் முகம் சுளித்தார்.

“ப்யூலா! என்ன ஆச்சுன்னு இப்படிக் கத்தற? இது ஆஸ்பிடல்! சென்டிரல் ரயில்வே ஸ்டேஷன் எதிர்க்க இருக்கு!”

“சாரி புரொஃபசர்! இதப் பாருங்க!”

புரொஃபசரும் அவினாஷும் பார்த்தார்கள்.

”வாவ்! புரொஃபசர்! வத்சலா உங்க மகள்னு புரூவ் பண்ணிட்டே இருக்கா?”

ஒரு கனமான கனைப்புடன் பெரியவர் சொன்னார்.

“நான் வத்ஸலாவோட அப்பாங்கறது அவ என் பொண்ணுங்கறதைவிட முக்கியமானது!”

அவினாஷும் ப்யூலாவும் புரியாமல் முழிக்க, மீண்டும் இடி இடித்தது.

“இங்க வேல பண்ணப்போறோமா இல்ல வேடிக்கை பார்க்க வந்திருக்கோமா?”

அந்தக் குரலில் கொஞ்சமே கொஞ்சம் பெருமிதம் இருந்தாற்போல ப்யூலாவுக்குப்பட்டது.

பதிர்பேணி...

எப்போதும் போல ஒரு காலை.

சூடேறும் வெயிலும் அரக்கப்பரக்க நடமாடும் மக்களும் கோணா மாணா டிராஃபிக்கும் யூனிஃபார்ம் குழந்தைகளும் நட்ட நடு ரோடில் வண்டியை நிறுத்தி அட்ரஸ் கேட்கும் ஓலா டாக்ஸி ஆசாமியும்.....

ஜெனெரல் ஆஸ்பத்திரியின் காலைகள் வேறு மாதிரியானவை.

எப்போதும் போல என்று சரியாக நாலு வரிகளுக்கு முன் சொன்னதை வாபஸ் வாங்கிக்கொள்கிறேன்.

ஒவ்வொரு நாளும் ஒவ்வொரு விதம். ஆனால் எல்லா நாட்களிலும் நிறைந்து இருப்பது வலி, ரத்தம், அழுகை, கெஞ்சல், அதட்டல், மருந்து நெடி, சள சள வென பேச்சுக்குரல், அழுக்குப்படிந்த நோயாளிகள், துல்லிய வெள்ளையில் டாக்டர்களும் நர்ஸுகளும்...

"அவினாஷ்! நோட்டீஸ் த பாராமீட்டர்ஸ்! வெரி க்ளியர்!"

"எஸ் சீஃப்!"

"யாரு பொஸிட்ரான் எமிஷன் பண்ணச்சொன்னது?"

“ம்.ம்.... நாந்தான் டாக்டர்!”

“குட் டெஸிஷன் அவினாஷ்! சி டி யிலயோ எம் ஆர் ஐயிலயோ இவ்வளவு க்ளியராத் தெரிஞ்சிருக்காது!”

“தாங்க் யூ புரொஃபசர்!”

“இவரோட கூட யாரு வந்திருக்கா?”

“ஒய்ஃபும் பிள்ளையும் புரொஃபஸர்!”

“ப்யூலா! என் ரூமுக்கு அழச்சிண்டு வா!”

வாங்கம்மா! வாங்க! சிட் டௌன்! எப்பலேர்ந்து வலிக்கறதுன்னாரு?”

“போன மாசம் ஒரு நா இவர் குரல் கம்மியிருந்தது! சத்தமே வராம காத்தா வந்துது டாக்டர்!”

டாக்டர்ட்ட காமிச்சீங்களா?”

“அப்ப இல்ல டாக்டர்!”

“ஏன்?”

“இவர்தான் வேற வேலையில்ல! நேத்து பன்னீர் பொகயல ஜாஸ்தியாடுத்து! அதான்! ரெண்டு தரம் கார்கிள் பண்ணாச் சரியாய்டும்ன்னுட்டாரு!”

“சரியாகல, இல்லியா?

“உடனே கும்மோணத்துல துக்காம்பாளையத் தெருவுல் டாக்டர் மாதவராவ்ட்ட காமிச்சோம்!”

“டாக்டர் மாதவராவ்? ஸ்பெஷலிஸ்டா?”

“இல்ல இல்ல! அவர் ஆயுர்வேத டாக்டர்!”

“என்னது ஆயுர்வேதமா? சூரணம் குடுத்தாரா?”

“சரியாச் சொல்றீங்க டாக்டர்! உடம்பு சூடு கண்டுருக்கு, இது ஆலோசக பித்தம்னு ஒரு சூர்ணம் குடுத்தார். அப்புறம் கீரை சேர்த்துக்க சொன்னார். தயிர் வாண்டாம்னுட்டார்.”

“சரி ஒண்ணும் குணம் தெரியலியா?

“இல்ல! அதான் நேரா இங்க வந்துட்டோம்!”

“அம்மா! அவரோட பழக்கவழக்கமெல்லாம் எப்படி?”

“ஜாலியான பேர்வழிங்க! நல்லா வக்கணையா சாப்பிடுவாரு! தினோம் வெத்தல சீவல் பன்னிர் பொகயலன்னு அதக்கிண்டே இருப்பாரு! இவருக்குனு முசிறிலேர்ந்து வரவழைச்சு போட்டுப்பாரு டாக்டர்!”

“இன்னிக்கு என்ன சாப்ட்டாரு?”

“ஒரு வாரமாவே ஒண்ணும் சாப்பிட முடியல டாக்டர்! தொண்டையில வலின்னாரு. முழுங்க முடியாம கஷ்டப்பட்டார். நீராகாரம்தான் குடுக்க முடிஞ்சது டாக்டர்! இருமி இருமி எச்ச துப்பிட்டே இருந்தாரு! அதான் டெஸ்டெல்லாம் முடிச்சுட்டு குடுக்கலாம்னு பொரிச்ச குழம்பும் கொட்டு ரசமும் பண்ணி எடுத்துண்டு வந்திருக்கேன் டாக்டர்! இப்ப அவருக்குக் கொடுக்கலாமா?”

“என்னது கொட்டு ரசமா? அப்படீன்னா இன்னம்மா?”

“ப்யூலா! கீப் கொயட்! த பாருங்கம்மா அவரால முன்ன மாதிரி ஈஸியா சாப்பிட முடியாது! அவருக்கு தொண்டையில கான்சர் வந்திருக்கு!”

“அய்யோ! கான்சரா?”

“ஆமாம்மா! நீங்க கொஞ்சம் வெளில இருங்க! நான் எங்க டாக்டருங்கட்ட பேசிட்டு ட்ரீட்மெண்ட் சொல்றேன்!”

“டாக்டர்! அவர எப்படியாவது காப்பத்துங்க டாக்டர்! அடுத்த மாசம் அவரோட தங்கை பேரனுக்கு கல்யாணம். பட்டப்பாவத்தான் சமையலுக்கு ஏற்பாடு பண்ணனும். பால் பதிர் பேணி பண்ணச்சொல்லணும்னு பிளான் பண்ணிண்டு இருக்காரு! அவருக்கு கான்சர்ன்னா......?”

“ஒண்ணும் பண்ண முடியாதும்மா! புகையிலய பல வருஷமா பழக்கம் பண்ணினா இப்படித்தான்! எதுக்கும் பாக்கறோம்மா!

நாங்களும் மனுஷங்கதானே!"

"ப்யூலா! கால் அவினாஷ், நிர்மலா அண்ட் ராகவன்!"

"வாட் டிட் யூ சீ அவினாஷ்?"

"ஏழு செண்டிமீட்டருக்கு மேல இருக்கு புரொஃபசர்! அட்ஜாயினிங் டிஷ்யூல்லல்லாம் பரவியிருக்கு!"

"நிர்மலா?"

"ஸ்டேஜ் மூணு நிச்சயமா!"

"சான்ஸஸ் ராகவன்?"

"லெஸ் தேன் 10 பர்செண்ட் புரொஃபசர்!"

"ஓகே! ஐ அக்ரீ! ட்ரீட்மெண்ட்? நீ சொல்லு நிர்மலா?"

"சர்ஜரி உபயோகப்படாது புரொஃபசர்! இம்ப்ளாண்ட் ரேடியேஷன்! ஹாஸ்பிட்டல்ல அட்மிட் பண்ணி ரேடியேஷன் குடுத்துட்டு அப்புறமா கிமோவும் ஒண்ணு இல்ல ரெண்டு கோர்ஸ் புரொஃபசர்!"

"ப்ராகியோவா இல்ல ரேடியோ-ஐஸொடாப்பா?"

"ப்ராகியோ வில் பி டூ மச் புரொஃபசர்! ரேடியோ-ஐஸோடாப்தான்!"

"எவ்வளவு டோஸேஜ் குடுக்கப்போறே நிர்மலா?"

"45 60 Gy புரொஃபசர்!"

"அவினாஷ்? ரகவன்?"

"அக்ரீ டாக்டர்!"

"இன்னொரு விஷயம் புரொஃபசர்!"

"சொல்லு நிர்மலா!"

"ரெண்டு மூணு நாள்ள மால் ந்யூட்ரிஷன் ஆய்டுமே ! அதனால சாப்பாட்டுக்கு நாஸோகாஸ்ட்ரல் பண்ணிடலாமா?"

"நோ நோ நிர்மலா!"

"ஏன் ராகவன்?"

"ரேடியேஷன் தரப்போறோம்! அதுவும் தொண்டையில! அதனால நாஸோகாஸ்ட்ரல் ஆபத்து! அப்டமினல் தான்!"

"அப்டமினலா? பாவம் ஆள் வண்ணமாச்சாப்பிடுவாராம்! அத்தனையும் போச்சு! ஓகே ஐ வில் கெட் ரெடி வித் அப்டமினல் இன்ஸிஷன்!"

"வெயிட் ராகவன்!"

"யெஸ் புரொஃபசர்!"

"இவருக்கு இன்ஸிசிவ் ஃபீடிங் வேண்டாம். முடிஞ்ச அளவு வாய் மூலமாவே குடுக்கட்டும்!"

"பட் புரொஃபசர்..?"

"இரு அவினாஷ்! எனக்குத்தெரிஞ்சு ஆசாமிக்கு லைஃப் இன்னும் ரெண்டு மாசம்தான்! நீ இன்ஸிசிவ் ஃபீடிங் போட்டா அவருக்கு ஒண்ணுமே இல்லைன்னு ஆயிடும். முழுங்க கஷ்டப்பட்டாலும் பிடிச்சத ருசிச்சு சாப்பிடட்டும். அப்டமினல் ஃபீடிங் கொடுமைய்யா! வெறுமனே ந்யூட்ரிஷன் மட்டுமேன்னா இருக்கற கொஞ்ச நஞ்ச வில் பவரையும் ஆசாமி விட்டுருவான்."

"ஓகே புரொஃபசர்!"

"ப்யூலா! சரவணனை வரச்சொல்லு!"

"கூப்டீங்களா டாக்டர்?"

"ஆமாம்! இந்தா சரவணா நூறு ரூபாய். நீ என்ன பண்றே, நேரா பாரிசுக்குப்போய் அகர்வால் பவன்னு நம்ம குறளகத்துக்கு எதிரே இருக்கற தெருவுல இருக்குமே?"

"தெரியும் டாக்டர்!"

"அங்க போய் பால் பதிர்பேணின்னு ஒண்ணு குடுப்பான். உடனே வாங்கிண்டு வா!"

"சரிங்க டாக்டர்!"

“ப்யூலா! பதிர்பேணி வந்தவுடனே அந்தம்மாட்ட குடுத்து அவருக்குத் தரச்சொல்லு!”

“ஓகே டாக்டர்!”

“அவினாஷ்! நிர்மலா! அவர் பதிர்பேணி சாப்பிடட்டும்! அதுக்கப்புறம் ஸ்டார்ட் யுவர் ட்ரீட்மெண்ட்!”

டாக்டர் வைகுண்டம் ஆயாசத்தோடு சுழல் நாற்காலியில் உட்கார்ந்து, ஒரு சுற்று சுற்றி எதிர் ஜன்னல் வழியே தெரிந்த, காலம் கடந்து கம்பீரமாக நிற்கும் அந்தச் சிவப்பு பிரிட்டிஷ் காலக் கட்டிடத்தைக் கண் கொட்டாமல் பார்த்தார்.

திருப்பாற்கடலிலிருந்து ஒரு தூது

ஆண்டு 1752

> "ஆயிரம் விரித்தெழு தலையுடை அருந்திறற்
> பாயற் பள்ளிப் பலர்தொழு தேத்த விரிதிரைக்
> காவிரி
> வியன்பெருந் துருத்தித் திருவமர் மார்பன் கிடந்த
> வண்ணமும்..."

என்று சிலப்பதிகாரத்திலேயே பேசப்பட்ட ஸ்ரீரங்கத்தில் மேற்சொன்ன வருடத்தில் ஒரு நல்ல பௌர்ணமி தினம்.

மாலை நாலு மணி இருக்கும்போது சாத்தார வீதியின் முதல் சுற்றில் இருப்பதிலேயே பெரிய வீடான வேதாந்த தாசரின் விட்டு வாசல் மணி அடிக்கப்பட்டது. திருமலைநம்பி என்னும் வைத்திய உதவியாளன் வாசலுக்கு வந்து கிராதி வழியே எட்டிப்பார்த்தான்.

ஏழெட்டுப் பேர் கும்பலாக நின்றிருந்தார்கள். யாருக்கும் உடல் நிலை பாதிப்பு போல இல்லை. எல்லோரும் கோயிலில் உத்தியோகம் பார்க்கும் பட்டர்களாகத் தெரிந்தார்கள். அவர்களிடையே ஒரு பரபரப்பு காணப்பட்டது.

தெருவில் ஒன்றிரண்டு சிப்பாய்களின் நடமாட்டம் தெரிந்தது.

“டேய்! திருமல! வேதாந்த சுவாமி இருக்காரா? செத்த கூப்டுறா? அவசரம்னு சொல்லு!”

சட்டென்று கதவு நாதாங்கியை நகர்த்தி திறந்துவிட்டுவிட்டு உள்ளே ஓடின திருமலை நம்பி இனி இந்தக் கதையில் வர மாட்டான். உள்ளே நுழைந்த பட்டர்கள் நீண்ட முன்பக்க ரேழியில் வலது பக்கமாக போடப்பட்டிருந்த கருங்கல் மேடையில் உட்கார்ந்துகொண்டாலும் அவர்களின் படபடப்பு வெளிப்படையாகத் தெரிந்தது. கண்களில் அலைபாயும் பயம், இல்லை இல்லை, பீதி என்றே சொல்லலாம். சில நொடிகளில் வேதாந்த தாசர் ரேழிக்கு வந்தார்.

பஞ்ச கச்சம் வைத்து கட்டின வேட்டி, மேல் துண்டு ஊர்த்வபுண்டரமாக நெற்றியிலும் மற்றும் நாராயணனின் பன்னிரண்டு பெயர்களைக் குறிக்கும் வகையில் பன்னிரண்டு இடங்களில் திருமண் காப்பு, காலையில் இட்டிருந்தாலும் இன்னமும் பளபளத்து உடம்பெங்கும் வியாபித்திருந்தது. மருத்துவ ஓல்லைச்சுவடிகளை ஊன்றிப் படிப்பதாலோ என்னவோ கண்கள் இடுங்கியிருந்தன.

வந்தவர்களை அமைதியாகப் பார்த்தார்.

“வாருங்கோ! என்ன விசேஷம்? எல்லாருமா சேர்ந்து எழுந்தருளியிருக்கேளே? பானகம் தரச்சொல்லலாமா?”

“வேண்டாம் சுவாமி! பெரியவா தயவு வேண்டித்தான் வந்திருக்கோம்!”

“நான் சின்ன மனுஷன்! சொல்லுங்கோ என்ன செய்யணும்? யாருக்கானும் தேகாவஸ்தையா?”

“இன்னும் இல்லை தாஸரே! இனிமேத்தான்!”

“ஏன்ன சொல்றேள்? புரியறா மாதிரி சொன்னேள்னா தேவலாம்!”

“நம்ம ரங்கனோட தனாதிகார உத்தமநம்பி உம்மிடம் அனுப்பினார்!”

“என்ன விஷயம் சுவாமி!, சொல்லுங்கோ?”

“இன்னும் ரெண்டு மூணு நாளில் நகரத்துக்கு வெளில சண்டை வரப்போறதாம்!”

”சண்டையா? ஏன்? யாரோடு?”

“அந்தச் சண்டாளப் பாவிகள் கிழக்கிந்திய கம்பெனிகாராளோட படைதான்!”

“அதான் உள்ள இங்க ஒரு படை இருக்கே நம்மைப் பாதுகாக்க?”

“அவா இருக்காளோ நாம் பொழச்சோம் சுவாமி! ஸ்ரீரங்கம் படையில மட்டும் மூவாயிரம் குதிரை அதோட ஆயிரக்கணக்குல வீரர்கள் இருக்கறதாலநாம பாதுகாப்பா இருக்கோம்!”

“சரி இதுல நா எங்க வரேன்? ஒண்ணும் புரியலியே?”

“மஹா வைத்திய சுவாமியாச்சே நீங்க! அதனால பேஷ்கார் என்ன விருப்பப்படறாருன்னா சண்டை நடக்கற எடத்துலயே போய் அடிபடறவாளுக்கு வைத்தியம் பண்ணிட்டா அவா ஆபத்தில்லாம உசிர் பொழைப்பா. நம்ம படைகள் உங்க மாதிரி கூட வர வைத்தியர்களுக்கு நல்ல பாதுகாப்பு கொடுக்கறதா உத்தரவாதம் பண்ணியிருக்கா. ஆக ஏழெட்டு வைத்தியர்கள சுத்துப்பட்ட சமயபுரம், கோவிலடி, உடாத்தூர்லேர்ந்து வர வெச்சிருக்கா. அவாளுக்கெல்லாம் தலைமையா நீங்களும் வந்தாக்க ஆங்கிலேயப்படைகளோட சண்டைபோடறபோது ஒத்தாசையா இருக்கும்னு...!”

“என்னது சண்டை போடற எடத்துக்கே போய் வைத்தியம் பண்றதா? என்ன சுவாமின்! இப்படிச் சொல்றீர்? நாங்கள்ளாம் உடல் உபாதைக்கு சொஸ்தம் காண்றவா! எங்களைப்போய் ஒருத்தர ஒருத்தர் அடிச்சு குத்தி கொல்ற எடத்துக்குப் போச்சொல்றேளே! இதெல்லாம் நியாயமா சொல்லுங்கோ?”

“இல்லை சுவாமி! அந்த நவாபுப் படைகளோட ஆங்கிலேயப் படைகளும் சேர்ந்துண்டு இருக்கா. ஏதோ ரங்கனோட தயவுனால மைசூர் ராஜா நமக்கு பாதுகாப்பா இருக்கார். நம்ம ஊரையும் உசுரையும் காப்பாத்தத்தானே அவா

படை சண்டை போடப்போறது? அவாளுக்கு நன்றியா நாம் இதைச்செய்யலாமேன்னுதான் உத்தம நம்பி உம்மிடம் அனுப்பினார்!"

"மன்னிக்கணும் சுவாமின்! இது என்னால செய்ய முடியாது! அங்க அடிபட்டிருக்கற எத்தன பேர வேணா இங்க எடுத்துண்டு வரட்டும். அன்னம் தண்ணி இல்லாம நான் அவளுக்கு வைத்தியம் பண்றேன்! ஆனா சண்டை நடக்கற எடத்துக்கே என்னை அனுப்பற சமாச்சாரம் சரிப்பட்டு வராதுன்னா! க்ஷமிக்கணும்னு பேஷ்கார் சுவாமிட்ட சொல்லிடுங்கோ!"

வேதாந்த தாஸர் சட்டென்று உள்ளே போய் ஸ்னானத்துக்கு தயாரானார். வந்திருந்த பட்டர்கள் குழு ஏமாற்றத்துடன் திரும்பியது.

வேதாந்த தாஸர் சாயங்கால ஸ்னானம் முடித்து குடுமியை ஆற்றிக்கொண்டு மீண்டும் பன்னிரெண்டு திருமண் இட்டுக்கொண்டு அன்றாட அனுஷ்டாங்களை முடித்து ரங்க தரிசனத்துக்கு கோவிலுக்கு கிளம்பினார். சந்த்யாகால நோயாளிகள் இன்னும் ஒரு மணி நேரத்தில் வரத்துவங்கிவிடுவார்கள்.

அந்தக் காலகட்ட ஸ்ரீரங்கத்தின் நிலமையைக்கொஞ்சம் பார்ப்போம்.

1751 ஆண்டு, சந்தா சாஹிப் தங்களது தலைநகரான ஆற்காட்டை வெற்றிகொண்டு விட்டு திருச்சியை தாக்க வருகிற நேரத்திற்கு முன்பாக. ராபர்ட் கிளைவ் மற்றும் ஆற்காட்டில் இருந்து துரத்தி விடப்பட்ட நாசீர் ஜங் படைகள் ஸ்ரீரங்கம் கோட்டைக்குள் வந்து தங்கிக் கொண்டனர். காரணம் அவர்கள் படை வலிமை மிக மிகக் குறைவு. இவர்கள் வடக்கு அடையவளஞ்சான் தெருவில் தோப்புக்களில் தங்கி இருந்தனர். அடையவளஞ்சான் திருவீதி முழுவதும் 1736 இல் இருந்து 1792 வரை நிறைய போர் வீரர்கள் தங்கி இருந்த காலம்.

திருச்சி கோட்டையில் தங்கி, அன்று ஆங்கிலப் படையை வழி நடத்தியவர் மேஜர் ஸ்ட்ரிஞ்சர் லாரன்ஸ். அவருக்குக் கீழ்

இரண்டு திறமையான தளபதிகள், நாம் அனைவரும் அறிந்த ராபர்ட் கிளைவ் மற்றும் கேப்டன் டால்டன்.

ஸ்ரீரங்கத்தில் அன்று சுமார் ஏழாயிரத்துக்கும் மேல் படைகள் இருந்தார்கள் என்பதால் சுமார் முப்பதாயிரம் சாமானியர்கள் ஸ்ரீரங்கத்தின் வட பகுதியில் கூடாரம் இட்டு தங்கி இருந்தனர் ..

லாரன்ஸ் தனது படைகளை இரண்டாக பிரித்து பிச்சாண்டார் கோவிலில் ராபர்ட் கிளைவ் மற்றும் கேப்டன் டால்டன் படைகளை தற்கால ஸ்ரீரங்கம் திருவனைகாவல் குறுக்கே செல்லும் சாலையில் இரண்டு ஊர்களுக்கும் இடையே நிறுத்தினார்.

பின்னர் பிச்சாண்டார் கோவிலில் பகுதியில் இருந்து ஸ்ரீரங்கம் வட கரை பகுதியில் தங்கி இருந்த இந்த மக்கள் மற்றும் வியாபாரிகள் கூட்டத்தை பீரங்கி கொண்டு தாக்கினார்கள் இந்த மக்கள் அங்கேயும் இங்கேயும் ஓடினார்கள். தென் பகுதியில் இருந்து டால்டன் படைகளும் இவர்களை பீரங்கியால் தாக்கினர். ஸ்ரீரங்கத்தை வட மற்றும் தென் பகுதியில் இருந்து தாக்கினார்கள்.

இதற்கு மேல் இந்தக் கதையில் சரித்திரம் வேண்டியிருக்காது. இந்தச்சண்டையின் நடுவில் தான் அடிபட்ட வீரர்களையும் சாதாரண மக்களையும் காப்பாற்ற அங்கேயே போய் வைத்தியம் செய்ய வேண்டும் என வேதாந்த தாஸருக்கு விண்ணப்பிக்கப்பட்டதும் அவர் மறுத்ததும்!

சஞ்சல மனசுடன் கோவிலை அடைந்த வேதாந்த தாஸர் தெற்கு வாசல் வழியாக ரங்கவிலாஸ மண்டபத்தைக்கடந்து கருட மண்டபம் வழியாக உள்ளே போனார். கருவறையில் அரங்கனைக் கண் மூடிச் சேவித்தார். அரங்க தரிசனத்தின்போது அவருக்கு மூடின கண்களுக்குள் எப்போதும் வெளிர் மஞ்சள் வண்ணமயமான மேகமூட்டம் தான் தெரியும். ஆனால் இன்று அந்த மேகமூட்டத்திற்கு நடுவில் ஒரு கரும்புள்ளி சுற்றிச்சுற்றி அலைபாய்ந்து அவரை ரங்கனின் முகத்தை தியானம் செய்ய விடாமல் துரத்திற்று. கண்ணுக்கு வெகு அருகில் சிறிய கொசு

பறப்பதைப்போல அந்தக் கரும்புள்ளி அவரின் கவனத்தை ரங்கனிடம் அண்ட விடாமல் தடுத்தது.

"ரங்கா! இந்த ஊரையும் மக்களையும் காத்தருளப்பா!"

ஆயாசத்துடனும் சங்கடத்துடனும் உரக்க பிரார்த்தித்துக்கொண்டு வெளியே வந்தார். பிரதட்சிணமாகச்சுற்றி வரும்போது யக்ஞ சாத மண்டபத்திற்கருகில் ஏதோ சலனம். அமைதியான இடத்தில் பலத்த மூச்சுக்காற்று சப்தம் ஒலித்தது. வேதாந்த தாஸர் நின்று கவனித்தார். கண்ணுக்கு ஒன்றும் புலப்படவில்லை.

"என்ன ரொம்ப அவசரமோ?"

கணீரென்று குரல் கேட்டது.

தாஸர் திடுக்கிட்டு நின்றார்.

"யாரு? யாரு இருக்கா இங்க?"

"ஏன் யாருன்னு சொன்னாத்தான் மேல பேசுவீரோ?"

அந்தக்குரல்?

அன்றொரு நாள் முத்தையனின் குழந்தைக்கு நோய் வந்தபோது அவரைக் கோயிலுக்கு இழுத்து வந்து துளசி எடுக்கச்சொன்ன அதே குரல்.

அவரா? அவரேவா?

"நீங்க யாரு? எங்க இருக்கேள்? கண்ணுல ஒண்ணும் படலியே?"

"கண்ணுல படறதுல என்னஙகாணும் இருக்கு? குரல் கேக்கறதோன்னோ? சரி, வாரும்!"

"எங்க?"

"குரலைப்பாத்துண்டே வாரும்!"

செலுத்தியது போல குரல் அவரை அழைத்துக்கொண்டு யக்ஞ சாத மண்டபத்தைக்கடந்து மேற்காக சந்திர புஷ்கரணி வரை இட்டுச்சென்றது. அங்கே மீண்டும் ஒலித்தது.

“அப்படியே வடக்காகத் திரும்பி தன்வந்திரி சந்நிதிக்கு வாரும்! உம்ம குருவாச்சே வருவீரோல்லியோ?”

வேதாந்த தாஸர் நடந்து தன்வந்திரி சந்நிதிக்கு வந்து நின்றார். அங்கு நடமாட்டம் இல்லை. அமைதியாக இருந்தது. சூரியன் மேற்கே சாய்ந்துவிட்டிருக்க முன்னிரவும் அதன் ஊடாக பனியும் ஒரு கனத்த அமைதியை உண்டு பண்ணியிருந்தன.

வேதாந்த தாஸர் அமைதியாக நின்றார்.

“ஏன் வைத்தியம் பண்ண உமக்கு விருப்பமில்லையா?”

“அடேடே அது என் வேள்வியாச்சே!”

“பின்னே ஏன் மறுக்கிறீர்?”

“என்ன மறுத்தேன்?”

“சண்டைக்கு நடுவில் போய் வைத்தியம் பண்ணுவதைச் சொல்றேன்!”

“எனக்குச் சரியாகப்படவில்லை!”

“எது?”

“நான் உடல் உபாதைகளை சரிபடுத்துபவன். நானே உடல் உபாதை உண்டாக்கும் இடத்தில் போய் நின்றுகொண்டு.. ம்ஹூம்! மனசு ஒப்பவில்லை!”

“ஓய் தாஸரே! காலம் மாறுகிறது சுவாமி! மொத்தமாக மாறப்போகிறது!”

“அதனால்?”

“நீரும் மாற வேண்டும்! தொழில் தர்மமே மாறப்போகிறது! நீர் மாறமாட்டேன் என்றால் எப்படி?”

“இது மாற்றமா?”

“உலகத்தில் கலியின் ஆட்சி முத்திண்டு இருக்கு! எதிர்பார்க்காத மாற்றமெல்லாம் உண்டாகும்! உயிர் காக்கும் தொழில் உம்முது! அதுவும் காலத்திற்கேத்தா மாதிரி மாறவேண்டாமா?”

“இல்லை! என்னால் முடியாது! அரங்கன் என்னை அப்படி வளர்க்கவில்லை!”

“என்னது? அரங்கனா? ஓய் என்னாண்டவே சொல்றீரா?”

மௌனம்.

“சரி, இங்க வாரும். சந்நிதிக்கு நேரே நில்லும். உள்ளே தன்வந்திரி சுவாமியைப்பாரும்! உற்றுக்கவனியும்!”

வேதாந்த தாஸர் அந்தக்குரல் சொன்னபடி சந்நிதியின் இருட்டுக்குள்ளே கண்ணைக்கவித்தபடி தன்வந்திரியின் சிலைப்பார்க்க அங்கே திடீரென்று ஒளி வெள்ளம். ஒரு வினாடிதான். பின்னர் வெள்ளைப்புகையாய் ஏதோ படர்ந்து காட்சிகள் தெரிய ஆரம்பித்தன.

1999 மே மாதம் 26ஆம் தேதி.

“செல்லப்பா! டாக்டர் இல்லியா?”

“ரவுண்ட்ஸ் போனார். பத்து நிமிஷம் வந்துருவார்! உக்காருங்க அருணாச்சலம்!”

சரியாக பத்து நிமிடத்தில் டாக்டர் வந்துவிட்டார்.

கங்கிராசுலேஷன்ஸ் டாக்டர்!”

“தாங்க் யூ அருணாச்சலம்! வாங்க!”

அறைக்குள் நுழைந்து உட்கார்ந்தும் அருணாச்சலம் வாழ்த்தினார்.

“நாப்பது வயசுக்குகீழவே டைரக்டர் ஆயிட்டீங்க!பெரிய அக்காம்ப்ளிஷ்மெண்ட் டாக்டர்!”

மென்மையாகச்சிரித்தார். உடனேயே முகம் கடுமை காட்டியது.

“ஆமா பெட் நம்பர் 174 என்ன டீடெயில்?”

“வாமிட், ஸ்கின் மஞ்சலா இருக்கு, அப்டமினல் பெயின், தூக்கமில்லாம தவிக்கிறார் டாக்டர்!”

"என்ன டையக்னோஸிஸ்?"

"ஜாண்டிஸ்!"

"நோ! நட் அட் ஆல்! சி டி, அல்ட்ரா சவுண்ட் இல்லேன்னா எம் ஆர் ஐ ஏதானும் பண்ணினீங்களா?"

"இல்ல டாக்டர்! கிளியர் கேஸ்..!"

"டாம்மிட்! உடனே பண்ணுங்க! ஐ சஸ்பெக்ட் ஸிர்ரோஸிஸ் ஆஃப் தி லிவர்!"

"பட் டாக்டர்...?"

"அருணாச்சலம்! பேஷண்ட்டோட பேசினீங்களா?"

"இல்ல டாக்டர்! அவர் ஒய்ஃப்...!"

"என்னய்யா இது? அவர் ரெகுலர் டிரிங்கர்! தெரியுமா?"

"ஓ மை காட்!"

"ஆமா இப்ப சொல்லு! நா ரவுண்ட்ஸூம்போது பார்த்து டெஸ்ட் ஆர்டர் பண்ணியிருக்கேன்! கெட் தி ரிப்போர்ட்ஸ் அண்ட் கம் ஹியர் அட் த்ரீ டுடே!"

அருணாச்சலம் பம்மிக்கொண்டே ஓடினார். டாக்டர் அன்றைய அக்கப்போரில் மூழ்கினார்.

இரவு வீட்டில் சாப்பிட்டானவுடன் சோஃபாவில் வந்து உட்கார்ந்து டீவியை ஆன் பண்ணினார். செய்தித் தொகுப்பில் வந்த விஷயங்கள் அவரை நிமிர வைத்தன.

மே மாதத்தின் இரண்டாம் வாரத்தில், ஆடு மேய்ப்பவர்களிடமிருந்து கிடைத்த ஊடுருவல் குறித்த தகவலால் படாலிக் எல்லைப்பகுதியில், கேப்டன் சௌரப் காலியா தலைமையில் இந்தியப் படையினர் ரோந்துப் பணியில் ஈடுபட்டனர். ஊடுருவியிருந்த பாகிஸ்தான் இராணுவத்தினர் இவர்களைத்தாக்கினர். இதன்மூலம் எல்லையில் ஊடுருவல் நடந்திருப்பது உறுதிபடுத்தப்பட்டது. ஆனால் ஆரம்பத்தில் ஊடுருவியவர்கள் ஜிகாதிகளாகத்தான் இருக்கக்கூடுமெனவும்

ஓரிரு நாட்களில் அவர்களை அப்புறப்படுத்திவிட முடியும் எனவும் இந்திய இராணுவத்தினர் நினைத்தனர். பின்னர், எல்லைக்கோடு நெடுகவும் ஊடுருவல் நிகழ்ந்திருப்பது கண்டறியப்பட்டதும், தாக்குதல் எதிர்பார்க்கப்பட்டதைவிட பல மடங்கு பெரிதாகத் திட்டமிடப்பட்டிருப்பது இந்தியப் படையினருக்குப் புலனானது.

இந்திய அரசு, ஆக்கிரமிப்புக்காரர்களுக்குப் பதிலடி கொடுக்க ஆபரேஷன் விஜய் நடவடிக்கையைத் தொடங்கியது. எல்லையில் இரண்டு லட்சம் இந்திய போர் வீரர்களைக் குவிக்க உத்தரவிடப்பட்டது. ஆனால் கார்கில் நகரம் கரடு முரடான மலைப் பகுதியில் அமைந்திருந்ததால் பெரிய படைகளை அங்கு கொண்டு செல்ல முடியாமல் போனது. எனவே இந்திய படையினர் சிறு குழுக்களாக முன்னேறினர். இந்திய இராணுவத்தைச் சேர்ந்த இருபதாயிரம் வீரர்களோடு இணைந்து சில ஆயிரம் இந்திய துணை இராணுவ வீரர்களும் இந்திய வான்படையும் ஆக்கிரமிக்கப்பட்ட பகுதிகளில் தாக்குதல் நடத்தினர். இந்தியத் தரைப்படையினருக்கு உதவும் வகையில் இந்திய வான்படை, சஃபேத் சாகர் நடவடிக்கையை ஆரம்பித்தது.

டாக்டர் சட்டென்று தன் அறைக்குப்போய் டெலிபோனைச் சுழற்றினார். ரகசியக் குரலில் பேசிவிட்டு வேதவல்லி சமையல் கட்டு வேலைகளை முடித்துவிட்டு வருவதற்குமுன்னர் சமத்தாக மறுபடி வந்து டீவி பார்க்க உட்கார்ந்துவிட்டார்.

அடுத்த நாள் காலை ஒன்பதரைக்கெல்லாம் ஹெல்த் செக்ரட்டரி வர்மாவிடமிருந்து ஃபோன்.

"டாக்டர்! நேத்து ராத்திரி நீங்க சொன்னது, ஆர் யூ ஷ்யூர்?"

"அஃப் கோர்ஸ் வர்மா ஜி!"

"டாக்டர்! நீங்க இப்பதான் ஜிஹெச்சில் டைரக்டராகி இருக்கீங்க! இங்க பாலிடிக்ஸ் உங்களுக்கே தெரியும்! டெல்லியிலேர்ந்து பிரஷர் வந்ததாலதான் உங்களுக்குக் கொடுத்திருக்காங்க. இல்லேன்ன இப்ப தமிழ் நாட்டுல நீங்க பிறந்த ஜாதிப்படி

மேலேயே வர முடியாது! இந்தச் சமயத்துல நீங்க போனீங்கன்னா அத வெச்சு இங்க வேற அரசியல் நடக்கும்! திரும்பி வரும்போது யூ மே நாட் ஹேவ் திஸ் பொசிஷன்!"

"பரவாயில்ல வர்மா ஜி! எனக்கென்னமோ இப்ப என்னோட சர்வீஸ் அங்கதான் தேவைப்படும்னு நினைக்கிறேன்!"

ஓகே! நா உடனே சி எம்ட்ட பேசிட்டு டெல்லிக்கும் சொல்லிடறேன்!"

"தாங்க் யூ வர்மாஜி!"

"டாக்டர்! ஐயாம் பிரௌட் ஆஃப் யூ!"

வேதவல்லி கஷ்டப்பட்டு அழுகையைக்கட்டுப்படுத்திக்கொண்டிருந்தாள்.

"வேதம்! எனக்கு ஒண்ணும் ஆகாது! நான் என்ன கார்கில்லுல சண்டையா போடப்போறேன்? அடிபட்டவாளுக்கு வைத்தியம் செய்யப்போறேன்! ஒரு வாரமோ ரெண்டு வாரமோ வந்துடுவேன்! நீ தைரியமா இருக்கணும்!"

வேதம் விசும்பினாள்.

"வேதம் ப்ளீஸ்! நீதான் எனக்கு கான்ஃபிடென்ஸ் குடுக்கணும்! நம்ம நாட்டுக்கு சோதனைன்னு வரும்போது ஆளாளுக்கு யாரோ சோல்ஜர்ஸ் சண்டை போடுவான்னு இருக்கலாமா? நம்மளால முடிஞ்ச அளவு காண்ட்ரிப்யூட் பண்ன வாண்டாமா?"

வேதம் கண்களைத்துடைத்துக்கொண்டாள். சிரிக்க முயன்றாள்.

"ஜாக்கிரதையாப் போய்ட்டு வாங்கோ! எவ்வளவு பேரைக் காப்பாத்த முடியுமோ அவ்வளவு பேரைக்காப்பாத்துங்கோ! நானும் இந்தியா கார்கில் சண்டையில ஜெயிக்கணும்னு தினோம் விஷ்ணு சஹஸ்ரநாம் சொல்றேன்! போய்ட்டு வாங்கோ!"

தாம்பரம் ஏர்ஃபோர்ஸிலிருந்து ஏ என் 32 என்னும் அசௌகரியமான இரு-இஞ்சின் சரக்கு ப்ளேன் இன்னும் சில சோல்ஜர்களுடன் டாக்டரையும் சுமந்துகொண்டு டெல்லிக்குப் பறந்தது.

ஜூன் ஜூலை மாதங்களில் டாக்டர் கார்கில் பகுதியில் சுழன்று சுழன்று வேலைசெய்தார். தனக்குக் கீழே கொடுக்கப்பட்ட பதிநாலு டாக்டர்களிடையே உற்சாகத்தை வர்வழைக்கும் படி பேசி, அவர்கள் கூடவே நின்று, நடந்து, ஓடி காயப்பட்டு வரும் ராணுவ வீர்களுக்கு முதலுதவி முதல் தீவிர சிகிச்சை வரை டாக்டரின் மேற்பார்வையில் அபாரமாக நடந்தது.

ரக்பிந்தர் சிங் ஆவானா காப்பாற்றப்பட்டதுதான் சாகசத்தின் உச்சம்.

தற்காலிக காம்ப்புகளிடையே மாறி மாறி டாக்டரும் உதவியாளர்களும் நகர்ந்துகொண்டே இருந்தனர். ஸ்ரீநகரில்கிருந்து லேவுக்குச்செல்லும் தேசிய நெடுஞ்சாலை என் ஹெச் 1 அப்படி ஒன்றும் பாதுகாப்பானது இல்லை. பாகிஸ்தானின் 130க்கும் மேற்பட்ட கண்கணிப்பு போஸ்டுகளிலிருந்து சுலபமாக அவர்களால் நெடுஞ்சாலையின் மீது தாக்குதல் நடத்தி நமது போக்குவரத்தை ஸ்தம்பிக்க வைக்க முடியும். லேவுக்குச்செல்லும் மற்ற சில ராஸ்தாக்களிலும் பாகிஸ்தான் தாக்கியதால் லே பகுதியே துண்டிக்கப்பட்டுவிடும் அபாயமும் இருந்தது. போதாக்குறைக்கு பாக் ராணுவத்தோடு கூட காஷ்மீர் தீவிரவாதிகளும் அவர்களுக்கு உதவியாக தாக்குதல் நடத்திக்கொண்டிருந்த நேரம்.

அன்றைய இந்திய ராணுவத்தின் முதல் இலக்கு பாகிஸ்தான் கைப்பற்றியிருந்த மலை முகடுகளைப் பிடுங்குவதுதான். எனவே அவர்கள் முதலில் ஸ்ரீநகர்-லே வழியில் மிக முக்கியப் பகுதிகளான டைகர் ஹில் மற்றும் ட்ராஸில் உள்ள டொலோலிங்கைக் குறிவைத்து முன்னேறினர். டாக்டர் குழாமும் அவர்கள் பின் சென்றது. அந்த வெற்றிக்குப்பின்னர் சியச்சன் கிளேஸியருக்குச் செல்லும் முக்கிய படாலிக்-டுர்டோக் பகுதிகளைப் பிடித்தனர். பாயிண்ட் 4590 மற்றும் பாயிண்ட் 5353 என்னும் இரு இடங்கள்தான் நமக்கு சேதம் அதிகமான இடங்கள். இங்குதான் ரக்பிந்தர்சிங் ஆவானா மிகப்பெரும் தீரச்செயல் புரிந்து அடிபட்டார்.

இருநூறு அடி தூரத்தில் ரக்பிந்தர் சிங் காலில் குண்டு பட்டு

சாய்ந்தபோது அவருடன் கூட இருந்த வீரர்கள் நால்வரும் படுகாயமுற்றதால் ரெஸ்க்யூ மிஷன் ஆசாமிகள் முதலில் அவர்களைக்கவனிக்க, டாக்டர் ரக்பிந்தரைப்பார்த்துக்கொண்டி ருந்தார். என்ன தோணியதோ என்னமோ, யாரும் எதிர்பாராத வகையில் டாக்டர் சரேலென்று ஓடி வந்து ரக்பிந்தரை அணுகி அவரை அப்படியே குண்டு கட்டாகத்தூக்கி சில அடிகள் நகர்ந்து போக, அதற்குள் இன்னொரு சோல்ஜர் ஓடி வந்து டாக்டருக்கு கைகொடுக்க, இருவருமாக ரக்பிந்தரை தூக்கிக்கொண்டு ஓட்டமாக ஓடியபடி காம்ப்புக்குள் வந்துவிட்டனர். பின்புலத்தில் அருகாமையில் சல்லடையாகத்துப்பாக்கி குண்டுகள் பொழிந்த சப்தம். அதிர்ச்சியில் உறைந்து போயிருந்த காம்ப் மேஜர் அஸ்வதி சக்ஸேனா கத்திக்கொண்டிருந்தான்.

“உங்களுக்கென்ன பைத்தியமா டாக்டர்? மயிரிழையில் உயிர் தப்பியிருக்கிறீர்கள்! அங்கே பாருங்கள்!”

அவன் காட்டிய இடத்தில், சற்றுமுன் டாக்டர் ஓடிப்போய் ரக்பிந்தர் சிங்கை தூக்கிய அதே இடத்தில், எதிரிகளின் துப்பாக்கிக் குண்டுகள் சிதற அடித்திருந்தன.

“யூ ஆர் யன் இடியட் டாக்டர்! பட் ய பிரேவ் ஒன் அட் தட்! ரக்பிந்தரைக்காப்பாற்றிவிட்டீர்கள்!”

ஜூலை மாதம் 14ஆம் தேதி அன்றைய பிரதமர் ஆபரேஷன் விஜய் வெற்றிகரமாக முடித்துவைக்கப்பட்டதாக அறிவிக்க, சரியாக பன்னிரெண்டு நாட்களுக்குள் பாகிஸ்தான் ராணுவம் பின்வாங்கி படாலிக் முகடு முழுமையாக இந்திய ராணுவத்தின் கைவசம் வந்து சேர்ந்தது.

வேதாந்தாஸர் பிரமித்துப்போய் அப்படியே நின்றிருந்தார். இப்போது தன்வந்திரி சிலையின் முன்பு அந்த வெள்ளைப்புகை மண்டலம் நழுவ ஆரம்பிக்க, இன்னொரு காட்சி தெரிந்தது.

ஒரு அழகான வீட்டின் முன்புற அறையின் சுவரில் ஒரு படம் மாட்டப்பட்டிருக்க, அதில் சட்டத்துக்குள் வெள்ளி காசு போன்ற வட்ட வடிவ உலோகம் சிவப்பு நிற பட்டுத்துணியில் கட்டியிருந்து. அந்த உலோகத்தில் வெள்ளியிலேயே ஒரு வினோத

ஆயுதம் பொறித்திருக்க கீழே வார்த்தைகளில் கிழக்கிந்திய கும்பெனியாரின் பாஷயில் ஏதோ எழுதியிருந்தது.

இப்போது புகை மூட்டம் மறைந்து மீண்டும் சந்நிதியின் அரை இருட்டில் தன்வந்திரி சலனமின்றிப்பார்த்துக்கொண்டிருந்தார்.

"என்ன ஓய்! அப்படியே பிரமிச்சுப்போய் நின்னுட்டீர்?"

வேதாந்த தாஸர் பேச வாய் எழாமல் மௌனித்திருந்தார்.

"என்ன பார்த்தீரா? ஏதானும் புரியறதா உமக்கு?"

"இல்லை ஐயனே! இதெல்லாம் என்ன? நான் கண்ட காட்சிகளில் இருப்பவை என்னவென்றே தெரியவில்லையே! இரு தரப்புக்கு சண்டை என்பதும் வினோத ஆயுதங்களும் வாகனங்களும்...!"

"இதெல்லாம் பார்த்தீரே அந்த போர்க்களத்துக்கே சென்று உயிரைக்காப்பாற்றின..."

"ஆம் அந்த வைத்தியரைப்பார்த்தேன்! மிகுந்த தைரியமுள்ளவர்! எனக்குப்புரிந்துவிட்டது! நான் சண்டைப்பகுதிக்குப்போய் வைத்தியம் செய்ய மறுத்த காரணத்தினால் இந்தக் காட்சியைக் காட்டி எனக்கு பாடம் புகட்டுகிறீர்!"

"அதுவாவது புரிந்ததே! ம், கிளம்பும்!"

"இன்னொரு சந்தேகம்?"

அந்தக் குரல் சிரிப்பு. கடகடவென லேசான ஏளனம் தொனிக்கும் சிரிப்பு.

"கேளும் கேளும்!"

"அந்தக் காட்சி... அது என்ன? அந்த வைத்தியர் யார்?"

"நன்னாக்கேட்டீர் போம்! உமது வம்சாவளி பேரன் தான் ஓய் அவன்!"

"என்னது என் வம்சாவளி பேரனா?"

"ஆமாம்! இன்னும் முன்னூறு வருஷத்துக்குப்பிறகு

நடக்கப்போகும் நிகழ்ச்சியைத்தான் நேரமென்னும் பரிணாமத்தில் பயணப்பட்டு எதிர்கால நிகழ்ச்சிகளை உம் கண்ணில் காண்பித்தேன்! உமது வம்சத்திற்கே வைத்தியத்தொழில் வரமாக அளிக்கப்பட்டிருக்கிறது சுவாமி! நீர் சண்டை இடத்திற்குப்போக மாட்டேன் என்று சுணங்கலாமா?"

வேதாந்த தாஸர் நம்ப இயலாமல் வாயடைத்துப்போனார். கண்ணில் நீர் பெருகியது.

"சரி சரி, முழிக்காதீர்! இதெல்லாம் இப்ப உமக்குப்புரியாது. கலி காலம் இன்னும் இன்னும் மோசமாகும். அதுபற்றியெல்லாம் எந்தச்சிந்தனையும் இன்றி கடமையைச்செய்து கொண்டிரும்!"

சுவாமி! குரல் கேட்கிறது! தரிசனம் தரப்படாதா?"

"தரிசனம் என்பது ஒளிதானா? ஒலியும் தரிசனம்தான் ஓய்!"

கணீர்க்குரல் ஒலித்து முடிந்தவுடனேயே எந்தவித முகாந்திரமும் இல்லாமல் ஒரு அலையாய்க்காற்று வீசியது. இலைகள் சலசலத்தன. ஒலி தேய்ந்து மறைந்துபோய் நீல வானத்தில் சந்திரன் முளைத்தான்.

வேதாந்த தாஸர், பேஷ்கார் உத்தம நம்பியின் அலுவலகத்திற்கு விரைந்தார்.

துயர்வறு சுடரடியவனவன்

முதலாம் பகுதி

கிழக்குப்பகுதியில் மிச்சிகன் ஏரி, அழகான சின்னச்சின்ன குளங்கள், பசுமை கொஞ்சும் வெட்டவெளிகள், என்ற மிகப்பணக்காரத்தனமான வடக்கு சிக்காகோவின் லிங்க்கன் பார்க்கில் வில்லா என்னும் தனிவீட்டில், சாப்பிட்டான பிறகான ஒரு குளிர் நிறைந்த இரவில் மூன்று வயது பேரக்குழந்தையை மடியில் கிடத்தி செல்லம் கொஞ்சின தாத்தாவும் அருகே அவரது மனைவியும், எதிரே சோபாவில் மகனும் பக்கவாட்டு பபிள் நாற்காலியில் ரிலாக்ஸாக சாய்ந்தவாறு ஐஸ்கிரீம் சாப்பிட்டுக்கொண்டிருந்த மருமகளும் என்ற மிகப்பெரிய வாக்கியத்துடன் தொடங்கும் இந்தக்கதை சடுதியில் இருநூத்தி அறுபத்தேழு ஆண்டுகளை பின் தள்ளிக்கடந்து, 1750களுக்கு பயணித்து இதோ ஸ்ரீரங்கத்துக்கு வந்துவிட்டது.

'அரங்கம்' எனும் வேர்ச்சொல் கொண்டதும், தீவு, தனிப்படுத்தப்பட்ட இடம் என்ற பொருள் கொண்டதுமான, காவிரியும் கொள்ளிடமும் பிரிந்து சேரும் தீவுப் பகுதியில் மிகப் பழைய கோவிலைச் சார்ந்ததுதமான ஸ்ரீரங்கம் கர்நாடிக் சண்டைகளில் அலைக்கழிந்துகொண்டிருந்த 1753ஆம் வருட நாட்கள்.

மொட்டை கோபுரம் என்று ஒரு காலத்தில் சொல்லப்பட்ட ஸ்ரீரங்கத்தின் பெரிய கோபுரத்தை அடையும் அடையவளஞ்சான் திருவீதி 1736 இல் இருந்து 1792 வரை நிறைய போர் வீரர்கள் தங்கி இருந்த இடம் என்றால் நீங்கள் நம்பித்தான் ஆகவேண்டும்.

சாத்தார வீதியின் முதல் சுற்றுத்தெருவில் இருப்பதிலேயே பெரிய வீடு ரெங்கவிலாஸ தாசனோட இல்லம். ரெங்கவிலாஸ தாசனுக்கு முள்ளிக்கரம்பூர்ல ஏகப்பட்ட நிலபுலன். அத்தனையும் விளை நிலம். வருஷாவருஷம் அவருக்குச்சேரும் தானியமும் தனமும் கணக்கிலடங்காது. தனக்கு வேண்டியதை வைத்துக்கொண்டு மீதி அத்தனையையும் கோவிலுக்கு கொடுத்துவிடும் ஆசாமி ரெங்கவிலாஸ தாசன். அவரின் ஒரே பிள்ளைதான் வைத்திய சிகாமணி வேதாந்த தாசன். ஏனோ சின்ன வயதிலிருந்தே பூஜை புனஸ்காரங்களில் மனதைச்செலுத்தி ஆழ்ந்த படிப்பிலும் விற்பன்னராக இருந்தார் வேதாந்த தாசன். வீட்டில் இருந்த ஓலைச்சுடிகளையெல்லாம் படிக்க ஆரம்பித்தபோது அவருக்கு கிடைத்த பொக்கிஷம் சுஸ்ருத சம்ஹிதா என்னும் வைத்திய சாஸ்திர ஓலைகள். அதன்பால் ஈர்க்கப்பட்டு மனிதர் அவற்றைப்படித்து கரை கண்டார். உடல் வலி, சளி, கபம், வாதம் என்று வருபவர்களுக்கு ஏதோ தான் படித்தறிந்த, தனக்குத்தெரிந்த வைத்திய முறைகளைசொல்ல அவர்கள் வெகு சீக்கிரம் சொஸ்தம் ஆனது கண்டு ஊரே அவரை வைத்திய சிகாமணி ஆக்கிவிட்டது. ஓலைகளுக்குள் படிக்கப்படிக்க புதிதுபுதிதாக சிச்ருஷைகளும் ஔஷத ரகசியங்களும் கலவை சூட்சுமங்களும் பிடிபட்டன. அப்பா ரெங்கவிலாசருமே புள்ளையாண்டான் ஊருக்கு சொஸ்தம் பண்ணுகிறானே என்று நிரம்பவும் சந்தோஷப்பட்டார்.

"வேதாந்தா! ரெங்கன் புண்ணியத்துல உனக்கு வைத்திய சாஸ்திரம் நன்னா வருது. அப்படியே அதுலயே பரிட்சை பண்ணி ஊருக்கு நல்லது செய்யேன்!"

வேதாந்த தாசனும் நாளுக்கு நாள் ஊரில் சுற்றுவட்டாரத்தில் கைதேர்ந்த வைத்திய சிகாமணியானார்.

அது ஒரு புதன்கிழமை. அது 1753ஆம் வருடம், ஏப்ரல் மாதம் இருவத்தைந்தாம் தேதி.

நாமெல்லாம் ஒரு காலத்தில் 'தொர தொர' என்று அடிபணிந்த பிரிட்டிஷ் சரித்திர ஆசிரியர் ராபர்ட் ஆர்மேவாலும் சாதாரண மக்களாலும் உடத்தூர் என்றும் அதற்கெல்லாம் முந்தைய சோழர் காலத்தில் உரத்தூர் என்றும் குறிப்பிடப்பட்ட அந்த ஊர் இந்திய சரித்திரத்தில் சின்ன இடம் பிடித்த நிகழ்ச்சிகள் நடைபெற்றன.

மேலே சொன்ன புதன்கிழமையன்று மாசிலாமணீஸ்வர் கோவில் காலைப்பூஜையை முடித்துவிட்டு நடையைச்சாத்தி வீட்டுக்குப்போக யத்தனித்த சாம்பசிவ குருக்கள் இந்தக்கதையின் இனி வரபோவதில்லை. அவர் தெருவில் இறங்கும்போதே தூரத்தில் கிழக்கே ஐப்பசி மாத மேகமாய் புழுதி எழுந்து, இடி இடிப்பதைப்போன்ற சப்தம் வருவதைக்கவனித்து கோவிலின் மதிற்சுவற்றின் அடியில் ஒடுங்கி, தலையை மட்டும் சற்றே உயர்த்திப் பார்த்தார்.

பாண்டிச்சேரியிலிருந்து ஒரு ஃபெஞ்சுப்படை. டி ஆடெயில் என்னும் கமாண்டரின் தலைமையில் ட்ரிச்சினாப்ளியைத்தாக்க ஆயிரம் சிப்பய்களுடனும் இருநூற்றைம்பது ஐரோப்பியர்களுடன் புறப்பட்டு வந்துகொண்டிருந்தைத்தான் சாம்பசிவ குருக்கள் பார்த்தார். அந்தப்படை உரத்தூரைத்தாண்டி கொள்ளிடம் வரை சென்று தண்டு இறங்கப்போகிறது.

இந்த உரத்தூர் இருக்கிறதே அது படலூருக்கு தென்கிழக்கில் கிட்டத்தட்ட மூணே கிலோமீட்டர் தூரத்திலும் ட்ரிச்சினாப்ளி என்றழைக்கப்பட்ட திருச்சிக்கு முப்பத்தி நாலு கிலோமீட்டர் தூரத்திலும் இருக்கிறது. அப்படி என்ன விசேஷம் இந்த ஊரில் என்றால், நாம் சொல்லும் கதை நடந்த சமயங்களில், அதாவது 1750களில் கர்நாடிக் சண்டை என்னும் பெயரில் பிரிட்டிஷுக்கும் ஃப்ரெஞ்சுக்கும் வியாபாரச்சண்டை நடந்தன.

ஏதோ "தாய் நாட்டின் மானம் காக்க மறவர்கள் போரிட்ட" என்றெல்லாம் மறத்தமிழில் தப்புத்தப்பாக யோசிக்காதீர்கள்.

முகலாய சாம்ராஜ்யம் துண்டாகிப்போகவே வெவ்வேறு ஸ்தலங்களில் அந்தந்த லோகல் தலைவர்கள் தங்களையே மன்னனாகப்பிரகடனப்படுத்திக்கொண்டு பணம் சேர்க்கவும் அதிகாரம் செலுத்தவும் முற்பட்ட குழப்பமான காலம். வியாபாரத்துக்காக இந்தியாவினுள் புகுந்து விட்ட பிரிட்டிஷூம் ஃப்ரெஞ்சும் டச்சுக்கார்ரகளும் வியாபாரம் செழிக்க என்னவெல்லாம் தகிடுதத்தம் பண்ணனுமோ அதையெல்லாம் இந்தத்தலைவர்களின் சுயநலத்தின் ஊடே புகுந்து நடத்திக்கொண்டிருந்தனர்.

இதில் பாதிப்பேர் இறக்குமதி ஒயினையும் கவுன் போட்ட வெள்ளைக்காரிகளை முகர்ந்து பார்க்க கிடைத்த சந்தர்ப்பங்களிலேயே கிறங்கி மொத்தமாக காசு வாங்கிக்கொண்டு தம் ஊர்களில் வரி வசூல் அதிகாரத்தை கிழக்கிந்திய கும்பினிகளுக்கு தாரை வார்த்துவிட்டனர். அதோடு அல்லாமல், முகத்திரையை நீக்குவதற்கே வெட்கப்பட்டு மறுக்கும் தம் மனைவிகளிடம் கெஞ்சுவதைவிட, சில பல செல்வங்களுக்கு, உள்ளே வரும்போதே மேல் துணிகளைக்கழற்றத்தயாராக இருந்த வெள்ளைக்காரிகளின் மோகத்தில் மூழ்கிகிடந்தனர்.

இந்தச் சமயத்தில்தான் ராபர்ட் கிளைவ் தலைமையில் சமயபுரம் அருகில் இறங்கியிருந்த ஆங்கிலேயப்படைகளை தாக்கி அழிக்க டிஆடெயில் படைகளுடன் வந்து உரத்தூரில் இறங்கினான். அந்தப்பக்கம் ஸ்ரீரங்கத்தில் முகாமிட்டிருந்த கமாண்டர் லா தன் படையுடன் தாக்கினால் இங்க்லீஷ் படையை அடித்துவிடலாம் என்று பாண்டிச்சேரியில் ட்யூப்ளே கணக்குப் போட்டிருந்தான்.

தான் உரத்தூருக்கு வந்துவிட்ட விஷயத்தை லாவுக்கு தெரியப்படுத்த, டிஆடெயில் ஒரு தூதுவனை அனுப்பியிருக்க அந்த அசமஞ்சம் லட்டு மாதிரி கிளைவ் வைத்தப் பொறியில் சிக்கி மாட்டிக்கொண்டது. கிளைவ் அவனை செமர்த்தியாக அடித்து துவைத்து முட்டிகளில் ஒன்றையும் முழங்கை சில்லையும் வலது காதையும் சேதப்படுத்தி அவனுக்குத் தெரிந்த விஷயங்களை கிரகித்துக்கொண்டு அவனை மறுபடியும் உரத்தூருக்கே விரட்டி அனுப்பினான்.

குத்துயிரும் கொலையிருமாய் வந்து விழுந்த தூதுவனுக்கு சிகிச்சை அளிக்க ஸ்ரீரங்கத்தில் லாவிடம் சொல்லி வைத்தியரை அனுப்பக்கேட்டான் டிஆடெயில். "என்ன ஜாதியோ என்ன எழவோ" என்று நாராயண தாசன் ஒரேடியாக மறுத்துவிட ஃப்ரெஞ்சு சிப்பாய்கள் வேதாந்த தாசரிடம் வந்து கேட்டார்கள்.

கொஞ்சம் கூட தாமசிக்காமல் அவர் அந்த குதிரை வண்டியிலேயே உரத்தூர் வரை போய் அந்த தூதுவனுக்கு சிகிச்சை அளித்துவிட்டு மருந்தெல்லாம் குழைத்து கொடுக்கவேண்டிய பக்குவத்தையும் உணவுக்கட்டுப்பாட்டையும் சொல்லிவிட்டு வந்தார் வேதாந்த தாசர்.

உள்ளூர் வைஷ்ணவர்கள் பராபரியாகப் பேசுவதற்கு இன்னொரு சமாச்சாரம் கிடைத்தது.

கொஞ்சம் அப்படியே நடந்து கருட மண்டபத்துக்குப்போனால் எப்போதும் போல மதியச்சாப்பாடு ஆன பிற்பாடு வெட்டிப்பேச்சுக்காக கூடும் சில ஆசாமிகளை கவனிக்கலாம்.

"என்ன ஓய்! நேத்து ஆளையே காணுமே? வாழக்கா கொண்டு வர மாதிரிமங்கலம் போய்ட்டீரா?"

"நல்லாக்கேட்டீர்! ஆத்தை விட்டு நகரலை சுவாமி! ஊர் என்ன அப்படியா இருக்கு? எப்பப்பாரு சண்டை! ஊர் முழுக்க குதிரை சத்தமும் சாணி நாத்தமுமா ஆகிடுமோன்னு கிலியா இல்ல ஓய் இருக்கு!"

"அது சரி! ஆமா என்ன விசேஷம்! உம்ம மச்சினன் ஓர்த்தன் பாண்டிச்சேரி சிப்பாய்ங்களுக்கு நடுவுல பூந்து பொறப்பட்டுண்டிருந்தானே!"

"அவன் கெடக்கான்! அசமஞ்சம்! ஆபத்துடான்னு சொல்லியாச்சு! பெருசு பெருசா துப்பாக்கியும் பீரங்கியுமா வெச்சிண்டு இருக்காடா! போகாதேன்னா கேட்டாத்தானே! எங்காத்துக்கு அது ஒண்ணும் போறும் தூமகேது!"

"துழாவி விஜாரியுமே! சமாச்சாரம் கேள்விப்பட்டா நாம தேசிகர் சுவாமிகிட்ட சொல்லிடலாமோல்யோ! துலுக்க ராஜா

தூக்கிண்டு போனா மாறி இவாளும் அழகிய மணவாளர எடுத்துண்டு போய் பஞ்சலோகம்னு வித்துடப்போறான்கள்!"

"சும்மா இரும் ஓய்! வாயை வெச்சுண்டு! நா விடல. கேட்டேனே பயல! ஏதேதோ துண்டு துண்டாச்சொல்றான்! ஆரோ லான்னு ஒருத்தனாம்,, இங்கிலாந்துக்குப்பக்கமா ஒரு ஊர்க்காரனாம்! அவந்தான் இப்ப நம்ம ஊர்ல இருக்கற படைக்கு தலைவன் போலருக்கு! திருச்சினாப்பள்ளில இருக்கற ஆங்கிலேயக்கும்பினிக்காரள துரத்தி அடிக்க திட்டமாம்."

"ஏம்யா அப்ப சண்டை இங்க இல்லைங்கறேளா? திருச்சிக்குப்போய்டுமா! பொழச்சுதுடா!"

"நீர் வேற! அதுக்குள்ள அந்த ஆங்கிலேயப் பண்டாரங்கள் படையோட இஞ்ச வந்துட்டாள்னு வெய்யும்! உம்மாத்துலயும் எங்காத்லயும்தான் பீரங்கி வெடிக்கும்!"

"ஏம் ஓய்! நம்ம வைத்திய சிகாமணி பெரியவர் வேதாந்த தாசர் இதப்பத்தி என்ன சொல்றார்?"

"போன வாரம் நம்ம பாட்ராச்சாரி கோவிந்தண்ணாட்ட பேசிண்டு இருந்தாராம்!"

"என்னனு?"

"சண்டைபெல்லாம் இன்னம் கொஞ்ச வருஷத்துக்கு ஓயாதுன்னுட்டு!"

"ஓய் அவர் வைத்திய சிகாமணிங்கறீரு! ஜோஸ்யமும் சொல்வாரா?"

"அவர்தான் பாண்டிச்சேரி படைகளுக்கெல்லாம் வைத்தியம் பண்ணிட்டு வராரே!"

"என்ன சுவாமி! புதுசா என்னமோ சொல்றேளே?"

"ஏதேது நீர் அசலூர் மாதிரின்னா கேக்கறீர்! போன வாரம் பாண்டிச்சேரி சிப்பாய்ங்க ரெண்டு பேர் வண்டி கட்டிண்டு வந்து அவர உரத்தூருக்கு அழைச்சிண்டு போய்ட்டு திரும்ப கொண்டு விட்டாளாம்! அவருக்கு உள் படை விஷயமெல்லாம் தெரியாம இருக்குமா?

“அத விடும்! அவர்தான் ஜாதி வித்தியாசம் பார்க்காம எல்லாரையும் தொட்டுத்தொட்டு வைத்தியம் பண்றாரே சுவாமின்! ஒரு நல்ல வைஷ்ணவன் இப்படிப் பண்ணலாமா சொல்லுமேன்?”

“எங்க அக்கிரகாரத்துல அவரண்ட போறதில்ல, தெரியுமோ? நாரயண தாசர்தான் வைத்தியம்!”

“நாராயணன் பொன்னும் வெள்ளியுமானா கேப்பன்!”

“என்ன பண்றது? இல்லேன்னா வேதாந்த தாசர்ட்டபோகணும்! ஆச்சாரம் போய்டுத்துன்னு எங்க பாஷ்ய தாசர் உள்ள சேர்த்துக்க மாட்டாரே!”

“ஓய் வேதாந்த தாசருக்கு ரங்கனே தரிசனம் குடுத்திருக்கான்னு பேச்சு இருக்கே, தெரியாதா உமக்கு? அன்னிலேர்ந்து தாசர் எல்லோருக்கும் கையைப்பிடிச்சு வயித்த அமுக்கின்னு ஆசாரமே இல்லாமத்தானே வைத்தியம் பண்ணிண்டு வர்ரார்!”

“அவருக்கு ரங்க தரிசனம் ஆச்சுங்கறதையே ஆரும் நம்பலியே! அவரானா மிலேச்சனுக்கெல்லாம் தொட்டு தொட்டு வைத்தியம் பண்றார்! நம்ம மனுஷாள்ட்ட பேரு கெட்டுடப்படாதுன்னு ரெங்க விலாஸ தாசரே புள்ளைக்கு சாதகமா இப்படி ஒரு பொரளியைக் கிளப்பிட்டார்னு சொல்லுவா!”

“அவர அப்படியெல்லாம் சொல்லிடாதேயும்! வேதாந்த தாசர் தொட்டா எந்த வியாதியும் சட்டுனு ஓடிப்போய்டறதே சுவாமி! அவர் ரங்கன் கடாட்சம் பெற்றவர்னு இதுலயே தெரியலியா?”

“எது அந்த சாத்தாரத்தெரு முத்தையன் புள்ளாண்டான் சமாச்சாரம் தானே? அது நடந்து ஏழெட்டு வருஷம் இருக்குமா?”

இரண்டாம் பகுதி

வழக்கம்போல அன்று சாயங்காலம் கோவிலுக்குப்போய் ரங்க தரிசனம் செய்வதற்காக வீட்டை விட்டு இறங்கி வாயில் பாசுரத்தை முணுமுணுத்தபடி சாத்தார வீதியில் நடந்தபோது

நாலாவது சாத்தார வட்டத்தெரு முத்தையன் அரற்றியபடியே ஓடிவந்தான்.

“ஐயா!ஐயா! புள்ளைக்கு உடம்பு தூக்கிப்போடுதுங்க! கை தொட்டா சூடு பொரியுது! கொழந்த தவிக்கறானுங்க! பாருங்கய்யா! கொழந்தையக்காப்பாத்துங்க!”

அவன் பின்னால் மனைவி கையில் குழந்தையுடன் அழுதுகொண்டு வந்தாள்.

வேதாந்த தாசனுக்கு தயக்கம். முத்தையன் கொழந்தையைத் தொடுவதா? இப்போதுதான் குளித்து ஆசாரமாக கோவிலுக்குக் கிளம்பினார்.

எட்டி குழந்தையைப் பார்த்தார். துவண்டு கிடந்தது. குளிர் சுரம் போல தூக்கிப்போட்டபடி நடுங்கிக்கொண்டிருந்தது. சும்மா வாய் வார்த்தையாக ஔஷதம் சொல்லிவிடமுடியாது என்று அவருக்குப்புரிந்தது. தயங்கி நின்றார். முத்தையனும் மனைவியும் அழுதபடியே கெஞ்சலாக இவரைப் பார்த்தனர். சுற்றிலும் நாலாந்தெரு குடியிருப்பு கும்பல்.

வேதாந்த தாசனின் தயக்கத்துக்கு நடுவே கூட்ட த்தை விலக்கியபடி ஒரு வயசானவர் வந்தார்.

“என்ன தயங்கறீரு? ம். குழந்தையப்பாரும்!”

அந்தக் குடியிருப்பு மக்கள் இப்படியெல்லாம் ஒரு வைஷ்ணவரைப் பார்த்து பேசிவிடமுடியாத காலம். கூட்டம் வாயடைத்துப்பார்க்க வேதாந்த தாசனுக்கும் அதிர்ச்சி.

யாரும் எதிர்பார்க்கா வண்ணம் கிழவர் வேதாந்த தாசனின் கையைப்பிடித்து அழைத்துக்கொண்டு போய் முத்தையன் மனைவி அருகே நிறுத்தினார். இன்னமும் தாசருக்கு அதிர்ச்சி விலகவில்லை.

எதிரேயே நிற்கப்படாது. நின்றாலும் இடுப்பு துண்டு தோள் மேல் இருக்கப்படாது. பணிந்து பேச வேண்டும்.

“பாருமய்யா! நீர் வைத்தியர் தானே! பாரும்!”

அதட்டலாய் குரல் வந்தது.

வேதாந்த தாசரின் இயல்பான கருணை முன்னே வர சட்டென்று சுதாரித்துக்கொண்டு குழந்தையைத்தொட்டுப்பார்த்தார். வயிற்றை அழுத்தினார். கண்களை திறந்து இரப்பைகளைப்பார்த்தார். நெற்றியைத்தட்டினார். நாடி பிடித்துப்பார்த்தார்.

“இத பாரு! கைப்பிடி துளசியும் வேப்ப எலையும் கொண்டா! உடனே!”

இப்போது கிழவர் முந்திக்கொண்டார்.

“அவனெங்க போவான்! நீர் வாரும் என்னோட! டேய்! முத்தையா! குழந்தையோட பின்னாடி வா!”

விறுவிறுவென்று வேதாந்த தாசரின் கையைப்பிடித்து இழுத்துக்கொண்டு கோவிலைப்பார்க்க நடந்தார். மொட்டை கோபுரத்தைத்தாண்டி நுழைந்து இடது புரம் திரும்பி சுவற்றின் ஓரமாகப்போனார். அதிசயமாக அங்கேயே ஒரு வேப்ப மரமும் அதனடியில் துளசிச்செடிகளும் மண்டிக்கிடந்தன.

“இந்தாரும்! எடுத்துக்கும்!”

கால் நாழிகையில் குழந்தைக்கு மருந்து புகட்டப்பட்டது. துவண்ட குழந்தை நிமிர்ந்தான். கண்கள் திறந்து சிரித்தான்.

அடுத்த இரண்டு நாளுக்கான பத்தியத்தையும் சொன்னார். அவர் காலில் விழுந்து நமஸ்கரித்து அந்தச்சிறிய கூட்டம் ”பெரியவரு காப்பாத்திட்டாரு! அவரு மனுசரே இல்ல. ரெங்கனே தான்!” என்று பரபரப்பாகப்பேசியபடியே விலகினதும்தான் வேதாந்த தாசருக்கு முதுகில் சொடக்கு போட்டது.

கிழவரின் சிரிப்பு மிக அருகில்.

கேட்டிரா? நீர் ரங்கனேதானாம்! ஆமா நீர்தான் அந்த பள்ளிகொண்ட ரங்கநாதனோ?”

ஏளனச் சிரிப்பு.

வேதாந்த தாசர் மெல்ல வினவினார்.

“நீங்க யாருன்னு...?”

“ஏன் கீழ்ச்சாதி கையைத்தொட்டுட்டேன்னு அநாசாரமா இருக்கோ?”

தாசர் அமைதியாக இருந்தார்.

“அநாசாரத்தை சரி பண்ணிப்பிடலாம் வாரும்!”

கிழவர் மடமடவென கோவிலுக்குள் நடக்க, வேதாந்த தாசர் செலுத்தப்பட்டவர் போல பின்னே போனார். கிழவரின் அழுக்கு மஞ்சள் மேல் துண்டு எதிர் காற்றில் பாவியது. சந்தன மண்டபத்துக்கு அருகில் கிழவர் நின்றார். தாசரும் நின்றார்.

“உமக்கென்ன தொழில்?”

“வைத்தியம்!”

“எல்லோருக்குமா, இல்ல வைஷ்ணவர்களுக்கு மட்டும்தான் பார்ப்பீரா?”

தாசர் தயங்கினார்.

“வைத்தியம் உயிர் காக்கும் தொழிலாச்சே!”

“ஆமாம்!”

“உயிருக்கு வித்தியாசம் உண்டா?”

“கிடையாது!”

“அப்ப எல்லோருக்கும் பாக்கணுமோல்லியோ?”

மௌனம்.

“சொல்லும்?”

அதட்டியது கிழம்

“ஆமாம்!”

“தொடாம வைத்தியம் பாக்கமுடியுமா?”

“சில சமயம் முடியாது!”

“அப்ப ஜாதி பார்ப்பீரா? நாலாம் வர்ணமாச்சேன்னு பார்ப்பீரா?”

மௌனம்

“என்னைப்பாரும்! நான் நாலாவது, இல்லை இல்லை, இன்னும் கீழானவன்! என் கையையே தொட்டீரே! இன்னமே என்ன?”

மௌனம்.

“உம்ம பேர் என்ன?”

“வேதாந்த தாசன்!”

“என்ன பேருய்யா இது? உம்மால வியாதி வந்தவன்ல்லாம் பொழச்சி பூமியிலேயே சொர்கத்தைப்பாக்கறானே! அதனால உம்ம பேரை மாத்திக்கும்!”

வேதாந்த தாசர் முழித்தார்.

“உம்ம குலமே புண்ணியம் பண்ணின குலம் அய்யா! இன்னம் ஏழேழு ஜென்மத்துக்கும் வைத்தியம் பண்ணப்போற குலம்! நீர் போய் அவாளத்தொட மாட்டேன், இவாள கைபடவிடமாட்டேன்னு சொல்லலாமா?”

மௌனம்

“சரி உம்மோடு எனக்கென்ன பேச்சு! வாரும்! உள்ள போலாம்! இன்னிக்கு நீர் பண்ணின அநாச்சாரத்தை நிவர்த்தி பண்ணிப்பிடறேன்!”

கிழவர் விடுவிடுவென நடந்தார். உள் பிராகாரம் காலியாக இருந்தது. நேரே கருவறைக்குள் போனார். உள்ளிருந்து குரல் கேட்டது.

“வாரும் வாரும்! வந்து இதை எடுத்துண்டு போய் வெச்சுக்கும்! எல்லாருக்கும் தொட்டே வைத்தியம் பண்ணலாம்! இன்னியோட அநாச்சாரம்ங்கற பேச்சே கிடையாது உமக்கு!”

உள்ளே போன வேதாந்த தாசர் உறைந்துபோய் நின்றார்.

கிழவரின் அழுக்கு மஞ்சள் துண்டு ரங்கநாதனின் காலில் மாட்டிப்படபடத்துக்கொண்டிருக்க, கிழவரைக் காணவில்லை.

“அப்பா! டோண்ட் டெல் மீ! இது நெஜமா நடந்ததா?”

“இப்ப நா உனக்குச் சொன்னா மாதிரி எங்கப்பாவுக்கும்

தாத்தாவுக்கும் அவாளோட பெரியவா சொன்னதுடா! நம்பாம இருக்கறதுக்கு என்ன இருக்கு இதுல?"

வேதவல்லி குறுக்கிட்டாள்.

"நம்மாத்து பூஜை ரூம்ல மடிச்சு வெச்சு ஒரு மஞ்சள் துண்டு தலைமுறையா இன்னம் இருக்கே அநி!"

"மைகாட்!"

"அந்தக் கெழவர் கடைசில சொன்னாராம். "உம்மால எத்தனையோ பேருக்கு பூலோக வைகுண்டம் கெடைக்கறதே! இன்னமே உம்ம தலைமுறையில ஒண்ணு விட்டு ஒண்ணு ஆண் வாரிசுக்கு வைகுண்டம்னு பேரு வெச்சு இந்த மருத்துவ சேவையை சாதியும்! என்ன செய்வீரா?"

"ஓ அதான் நீங்களும் உங்க தாத்தாவும் வைகுண்டமா?"

"யெஸ்! அதும்படி பார்த்தா த்ருவ்வை ஸ்கூல்ல சேர்க்கும்போது நீ வைகுண்டம்னு பேரு சேர்த்துக்குடுக்கணும்! அண்ட் ஹி மஸ்ட் ஸ்டடி மெடிசன்!"

சௌதாமினி உதட்டோரத்தில் இருந்த ஸ்ட்ராபெர்ரித் துண்டைத் துடைக்க மறந்திருந்தாள்.

"குழந்தை தூங்கிட்டான்! நா போய் அவன் படுக்கையில போடறேன்"

வேதவல்லி எழுந்திருக்க, துருவ்வை எடுத்து அவளிடம் கொடுக்கும்போது அவரின் மொபைல் அடித்து.

"ப்யூலா! இப்ப ஒனக்கு கார்த்தால ஒம்பது மணி ஆயிருக்குமே? ஏன் ஃபோன் பண்ணல? ஓகே டோண்ட் கிவ் மி ரீசன்ஸ்! நேத்து அட்மிஷன் கேஸ் பத்தி சொல்லு! க்விக்!"

அநிருத்தும் சௌதாமினியும் இன்னும் அசையாமல் சோஃபாவிலேயே உட்கார்ந்திருந்தார்கள்.

சிக்காகோவின் குளிர் இன்னும் இறங்கவில்லை.

“காதல் அய்யா...காதல்”

உலகத்தின் மிகப்பெரிய பயணிகள் விமானம் என்று சொல்லும் ஏர்பஸ் 380 800 ராட்சதப் பறவையாய் மேகக்கூட்டத்தைக் கிழித்துக்கொண்டு சின்ன ஆட்டம் கூட இல்லாமல் அப்படியே மிதப்பது போல கீழே இறங்கி ரன்வே 12L/30R கான்க்ரீட் பரப்பில் தரையைச் சீழ்த்து புழுதியைக் கிளப்பி கான்கிரீட்டைச் சாப்பிட்டு ஓடி திரும்பி நிதானித்து மீண்டும் திரும்பி...

டாக்டர் வைகுண்டம் இறங்கி துபாய் ஏர்போர்ட்டில் நுழைந்து செக்யூரிட்டி பண்ணி லவுஞ்சுக்குப்போய் ஒரே ஒரு சாலட் மட்டும் சாப்பிட்டு அடுத்த ஒரு மணியில் இன்னொரு எமிரேட்ஸ் விமானத்தில் ஏறி ஆயாசத்துடன் சென்னையில் இறங்கினபோது மணி காலை ஏழு பதினைந்து. கஸ்டம்ஸ் முடித்து “என்ன டாக்டர்! சிக்காகோவா” வெளியே வந்து ஜிஹெச் காரில் ஏறி வீட்டை அடைந்தபோது வாசலில் முடிச்சு முடிச்சாய் சின்ன கூட்டம். முதலில் திகைப்பு. கொஞ்சம் லேசான பதட்டம். சுற்றிப்பார்த்தபோது அவினாஷ், நிர்மலா, ப்யூலா, ஆவ்ரில் எல்லோரும் அமைதியாக நிற்பதைக்கண்டதும் முதலில் அவர் தேடியது வேதவல்லியைத்தான்.

வீட்டு வாசல் போர்ட்டிகோவில் மேலே வெராண்டாவில் நாற்காலியில் வேதம் அமைதியாக உட்கார்ந்திருக்க அவளுக்கு

முன்பு தரையில் மாலை போட்டு கழுத்து வரை போர்த்திய...

பிணம்!

அருகில் இரண்டு சாஸ்திரிகள்.

போன மாதம் எட்டாம் தேதி டாக்டர் வைகுண்டம் அமெரிக்காவுக்குக்கிளம்பினார். போவதற்கு முன் விலாவாரியாக கட்டளைகள்.

“ப்யூலா! உங்க டைம் சாயங்காலம் ஆறு மணிக்கு எனக்கு கால் வரணும். தினமும்! அன்னிது கேஸ், முந்தைய கேஸ்னு எல்லா டீடெயில்ஸும் சொல்லணூம். யார் யாருக்கு என்னோட பேசணுமோ அவங்கள என் ரூமுக்கு வரச்சொல்லி நீ லைன் போட்டுரு! என்ன?”

சிக்காகோவில் நார்த் வெஸ்டெர்ண் மெமோரியல் ஹாஸ்பிடலில் பிள்ளையாண்டான் அநிருத் வரச்சொல்லியிருந்தான். அவர்கள் ஆஸ்பத்திரிய்ல் ஒரு மிக முக்கிய எதிர்கால மெடிக்கல் கான்ஃபெரென்ஸ் ஒரு வாரம். இவருக்கும் ஸ்பெஷல் பர்மிஷன் வாங்கி அழைத்திருந்தான்.

“அப்பா! ரிசார்ட் அண்ட் டேனியல் சஸ்கிண்ட் கான்ஃபரன்ஸ் பண்ணப்போறா?”

“யேய்! சஸ்கிண்டா! ஆர்டிஃபிஷியல் இண்டெலிஜென்ஸ் எப்படி மெடிக்கல் அண்ட் ஹெல்த் கேர்ல எதிர்காலத்துல உபயோகப்படும்னு ஹெச் பி ஆர்ல எழுதினாளே!”

“டாட்! யூ ஆர் அமேஸிங்! அவாளேதான்! உங்களுக்கும் ஒரு சீட் போட்டு வெக்கட்டுமா? இங்கவரேளா?”

“முடியுமா! நிச்சயம் வர்ரேன்! ஐ டோண்ட் வாண்ட் டு மிஸ் !”

ஓகேப்பா! பத்தாம் தேதி கான்ஃபரன்ஸ்! நீங்க ஏழாம் தேதி கிளம்பி வந்துருங்கோ! ரிடர்ன் நாலு வாரத்துல பண்ணிடறேன்!”

“கான்ஃபரன்ஸ் ஒரு வாரம் தானே? எதுக்கு ரிடர்ன் டிக்கட் நாலு வாரம் தள்ளிப்போடறேங்கற?”

“ஏம்ப்பா! நாங்கள்ளாம் மனுஷாளா தெரியலியா உங்களுக்கு?”

“இல்லேடா! இங்க ஹாஸ்பிடல்ல....!”

“நோ வே டாட்! ஜி ஹெச் அதோட டீன் இல்லாம ஒரு மாசம் நிச்சயமா சமாளிக்கும்! அண்ட் ஐ நோ நீங்க தினோம் அவாளோட போன்ல பேசி மிரட்டுவேள்! இங்க துருவ் உங்களுக்காக ஆசையா காத்துண்டு இருக்கான்! ஸோ யூ மஸ்ட் ஸ்டே வித் அஸ் ஃபார் ஒன் மந்த்! பீரியட்!”

“என்ன வேதம்! இப்படி ஒரேயடியா ஒரு மாசங்கறானே! உன்னை வேற விட்டுட்டு...!”

“ஆமா இந்த பசப்பெல்லாம் எங்கிட்ட வாண்டாம்! ஹாஸ்பிடல், பேஷண்ட், மருந்துன்னா போறுமே! பொண்டாட்டி ஞாபகம் வருமா உங்களுக்கு?”

“யேய்! ஏன் வேதம் இப்படிப்புளுகற? அன்னிக்கு நான் கூட ஹாஸ்பிடல்லேர்ந்து வரும்போது பட்டர் ஸ்க்லாட்ச் ஐஸ் கிரீம் வாங்கிண்டு வரல?”

“என்னிக்கு?”

“அதான் அன்னிக்கு, இப்ப..போன மாசம்..!”

“அது போன வருஷம் நம்ம வெட்டிங் டேக்கு ரெண்டு நாளைக்கப்றம்! ஒரு வருஷமாயாச்சு!”

“அப்படியா? ஒரு வருஷமா? டைம் ஃப்ளைஸ் வேதம்!”

“சரி கிளம்புங்கோ! கொழந்த ஆசையாக்கூப்பிடறானே!”

“ஏன் நீயும் வாயேன் வேதம்!”

“இல்ல! எனக்கு சமஸ்கிருத கிளாஸ் இருக்கு! இந்த தரமும் நான் ஃபர்ஸ்ட் வரமுடியும்னு ஆச்சாரியார் சொன்னார்! நா படிக்கப்போறேன்! உங்க தொந்தரவு இல்லாம ஒரு மாசம்! ஆஹா!”

“என் தொந்தரவா? லைஃப் ஈஸ் டஃப்! அண்ட் மெர்ஸிலெஸ்!”

வேதம், தன் மஞ்சள் இழைந்த குண்டுக்கன்னங்கள், வைர

பேசரி மின்னும் சீரான மூக்கு, வரிசைப்பற்கள் தெரியும் சிவந்த உதடுகள், காதோரம் நரை படர்ந்துவிட்ட சுருள் முடி என நிறைவான அழகு முகத்தில் குறும்புடன் சிரித்ததை வைகுண்டம் கவனித்தாரா!

நார்த் வெஸ்டர்ன் ஹாஸ்பிடல் கான்ஃபரென்ஸில் இவர் கேட்ட கேள்விகளும் கொடுத்த ஆலோசனைகளும் அவர்களை மலைக்க வைத்தன.

“அநிருத்! ஒய் டோண்ட் கன்வின்ஸ் யுவர் டாட் டு ஜாயின் அஸ்?”

ரிச்சார்ட் சஸ்கிண்டே கேட்கும் அளவுக்கு ரகளை பண்ணிவிட்டார். அடுத்து மூன்று வாரம் துருவ், சௌதாமினியுடன் பேசி சாப்பிட்டு சிக்காகோவை சுத்திப் பார்த்து என கழித்து விட்டு கிளம்பி சென்னை வந்தால்...

கேட்டுக்கு வேளியே காரை நிறுத்தி, இறங்கி மெதுவாக அவினாஷை நெருங்கினார்.

“யூ ஷுட் எக்ஸ்ப்ளெயின்!”

அவினாஷ் நகர்ந்து அவருடன் பின்னால் போய் பேசலுற்றான்.

வைகுண்டம் கிளம்பின மூன்றாம் நாள்.

அறுபத்தைந்து வயது சகுந்தலா அடையார் இந்திரா நகரில் வீட்டில் பால்கனி வழியாகப்பார்த்துக்கொண்டிருந்தபோது, தான் முதல் மாடி வீட்டில் இருப்பது தெரியாமல் சகுந்தலா அல்ஷைமர் பேஷண்ட் அடுத்த சில தப்படி நடக்க முற்பட்டு, பால்கனியின் கிரில் உயரம் போதாமல் அப்படியே மூங்கில் கம்பாய் வளைந்து கால் எக்கி சரிந்து முன்னே போட்டிருந்த கார் ஷெட்டின் தகரக்கூரை மேல் விழுந்து உருண்டு, நல்ல வேளை வாசலில் எதற்கோ கொட்டி வைத்திருந்த ஆற்று மணல் குவியலில் விழுந்தாலும் சில பல எலும்புகள் உடைந்த சப்தமே கேட்டதாக பக்கத்து காரில் மொபைல் ஃபோனில் பலான வீடியோ பார்த்துக்கொண்டிருந்த டிரைவர் ராஜு புளுகினான்.

ஜி ஹெச் எமர்ஜென்சியில் கிடத்தி எல்லா டெஸ்டும் எடுத்துப்பார்த்த அவினாஷுக்கு சகுந்தலா பிழைப்பாள் என்ற நம்பிக்கை இல்லை. சாதாரணமாகவே அல்ஷைமெர் பேஷண்ட் கீழே விழுந்தால் கொஞ்சம் சிரம்தான். அதுவும் இடுப்பு எலும்பு முறிந்து போனால் சிக்கல். சகுந்தலாவுக்கு கழுத்திலும் அடி பட்டு தொண்டையிலும் டாமேஜ். ஈஸோஃபேகஸ் என்னும் தொண்டைக்குழாய் சேதமடைந்திருந்தது.

அவளை ஆஸ்பத்திரியில் கொண்டு வந்து சேர்த்தவர் அடுத்த அபார்ட்மெண்ட் நண்பர், சுவாமிநாதன், ரிடயர்ட் போஸ்ட் மாஸ்டர்.

"அவங்க ஹஸ்பண்ட் மட்டுந்தான் இருக்கார். கிருஷ்ணன்னு பேரு. அவருக்கு எழுபது வயசாகுது. ஹார்ட் பேஷண்ட். குழந்தைகள் கிடையாது. பல வருஷங்களா உறவுக்காராளும் யாரும் வந்ததா நா கவனிச்சது இல்ல. அவர சிரமப்படுத்த வாண்டாமேன்னு நானே அட்மிட் பண்ண வந்தேன்.!"

"அப்ப ஹஸ்பண்ட்?"

"நாங்க பாத்துக்கறோம் டாக்டர்!"

"ஓ குட்! ஆனா சுவாமினாதன்! ஒரு விஷயம்! இந்தம்மா பொழக்கறது ரொம்பக்கஷ்டம்! சிவியர் டாமேஜ்! அவங்களுக்கு அல்ஷைமர் இருக்கறதால வலி கூட சொல்லத்தெரியாது! சாப்பிடக்கூட தெரியல. ஈஸோஃபேகஸ் டாமேஜ் ஆயிருக்கு. சரியா முழுங்க முடியாததால சாப்பிடற ஐட்டமே சிலதெல்லாம் லங்ஸுக்குப்போயி நிமோனியா வந்துடும், அப்பறம், சாரி, முடிவுதான்!"

"அடப்பாவமே! நா பக்குவமா அவங்க ஹஸ்பண்ட் கிட்ட சொல்லறேன் டாக்டர்!"

அடுத்த நாளே சுவாமினாதன் ஆம்புலன்ஸில் ஹஸ்பண்டுடன் வந்துவிட்டார்.

"டாக்டர்! கிருஷ்ணனுக்கு ஹார்ட் அட்டாக் வந்துடுத்து!"

அவினாஷ் கார்டியாக் போய் டெஸ்டெல்லாம் எடுத்த பின்

அந்த டாக்டர்களுடன் பேசினான்.

“பிளட் டெஸ்ட்! புரோட்டீன் லீக் இன் டு த பிளட் செக் பண்ணணும்! எக்ஸ் ரேவும்! ஹார்ட் சைஸ் பார்த்தோம் அவினாஷ்!”

“என்ன நிலம செந்தில்!”

“லுக் அட் தி அபெரேஷன் அவினாஷ்!! ஹார்ட் மஸில் இஞ்சுரி!”

“சர்ஜரி பண்ண முடியுமா?”

“என்ன சொல்றீங்க அவினாஷ்! ஹி ஈஸ் நாட் ஃபிட்! பாதி சர்ஜரியிலேயே போய்டுவாருய்யா?”

“அப்ப..?”

“செடேட் பண்ணியிருக்கோம்! ஆல்டெப்ளேஸ் குடுத்திருக்கோம்! கூடவே ஹெபாரின்! ப்ளட் கிளாட் இருந்தா டிஸால்வ் ஆகணும்! பீடா பிளாக்கர்ஸும் குடுக்கப்போறோம்!

“வாட் அபவுட் கார்வெடிலால் ஆர் புரோபனால் செந்தில்?”

“யெஸ்! கார்வெடிலால் பெட்டர். அட்மினிஸ்டர் பண்ணுவோம்!”

“அண்ட் மானிட்டர் ஹிஸ் பீட்ஸ்!”

“பட் அவினாஷ்! எப்ப வேணா எது வேணா நடக்கலாம்! அவரோட ஹார்ட்ல சிவியர் இஞ்சுரி ஆகியிருக்கு! ஆமா இவரோட ஒய்ஃப் ரிலேடிவ் யாரும் இல்லியா?”

“அதான் பரிதாபம் செந்தில்! இவரோட ஒய்ஃப் இங்க அட்மிட் ஆகியிருக்காங்க. ஸ்லிப் அண்ட் ஃபால்! முதல் மாடி! அல்ஷைமெர் வேற! அடுத்த வீட்டு ஆசாமி தவிர வேற சப்போர்ட் கிடையாது!”

“ஓ வாட் ய பிட்டி! அவினாஷ்! எனக்கு நம்பிக்கை இல்ல! சர்வைவல் கஷ்டம்தான்!”

“அந்தம்மாவுமே அதே நெலமதான்!”

அன்று மாலை வேதம் ஃபோன் பண்ணினாள்.

ப்யூலா! எப்படி இருக்கு எல்லாம் ஆஸ்பத்திரியில?"

"ஆல் வெல் மாமி! புரொஃபசர் இல்லேன்னாலும் நீங்க ஃபோன் பண்ணி விஜாரிக்கிறீங்களே! நீங்க எப்படி இருக்கீங்க?"

"எனக்கென்ன! உங்க புரொஃபசர் தொந்தரவு இல்லாம ஜாலியா இருக்கேன்! அத விடு, இன்னிக்கு என்ன ஆஸ்பத்திரி ந்யூஸ்?"

இன்னும் ஒன்னவர்ல புரொஃபசருக்கு ஃபோன் பண்ணிடணும்! அதுக்குள்ள உங்களுக்கு அப்டேட்டா?"

"ஆமாம்! அவினாஷும் நிம்மியும் இருக்காங்களா?"

"இதோ வந்துடுவாங்க மாமி!"

"வாப்பா அவினாஷ்! நிர்மலா! வேதம் மேடம் லைன்ல வந்துட்டாங்க! அப்டேட் கேக்கறாங்க!"

"மாமி அவினாஷ் ஹியர்! நீங்க ஏன் சிரமப்படறீங்க? நாங்க பாத்துக்கறோம்!"

"இல்லப்பா! எங்கிட்ட ஸ்பெசிஃபிக்கா சொல்லிட்டு போயிருக்காரு! அவாளுக்கு ஏதாவது ஹெல்ப் வேண்டியிருக்கலாம்! நீ வாரம் ஒண்ணு ரெண்டு தரம் ப்யூலாவுக்கு போன் பண்ணிப் பேசுன்னுட்டு!"

"இன்னிக்கு ஒரு பாத்தெடிக் கேஸ் மாமி!"

"அய்யய்யோ என்னப்பா கேஸு?"

".."

"அவா பொழக்க சான்ஸே இல்லியா?"

"ம்ஹூம்! இல்லை! பாவம்! ஆளுக்கொரு வார்டுல முடியப்போறாங்க!"

"அவினாஷ்! இரு இரு! நா அங்க உடனே கிளம்பி வரேன்! உங்க புரொஃபசர்ட்ட இந்த கேஸ் பத்தி சொல்ல வாண்டாம்! ப்ளீஸ்! நா நேர வந்து பேசிக்கறேன்!"

அன்று டாக்டர் வைகுண்டத்துடன் போனில் பேசும்போது சுவாமினாதன் சகுந்தலா கேஸ் பற்றிச்சொல்லவில்லை.

வேதம் வந்தவுடன் நேரே போய் இருவரையும் பார்த்துவிட்டு வந்தாள்.

ப்யூலா! அவினாஷையும் நிம்மி ஆவ்ரில்லையும் வரச்சொல்லேன்.!"

அவர்கள் வந்தவுடன் வேதம் அவர்களுடன் விவாதித்தாள்.

"மாமி! இது பெரிய விஷயம்! புரொஃபசர்ட்ட ஏன் சொல்ல வாண்டாம்ங்கறீங்க!"

"த பாரு நிம்மி! இதுல ட்ரீட்மெண்ட் எதாவது இருந்தா அவர்ட்ட சொல்லாம்! அவரோட அட்வைஸைக்கேட்கலாம். இப்ப எதுக்கு சொல்லணும்! அங்க அவர் கவலைப்படுவார்! நா பாத்துக்கறேன்!"

"நீங்க என்ன பண்ணப்போறீங்க மாமி?"

வைகுண்டமே பிரயாணக்களைப்பில் பதட்டமானார்.

"வேதமா? என்ன பண்ணினாள் அவினாஷ்?"

"சுவாமிநாதன் சாரை அலுங்காம நலுங்காம உங்க வீட்டு எமர்ஜென்ஸி ரூமுக்கு கொண்டு வந்துட்டாங்க. முழுசா மானிட்டரிங் சிஸ்டம்ன் வெச்சிருக்கீங்களே! அவருக்கு அடுத்து இன்னொரு கட்டில் போட்டு சகுந்தலாவையும் கொண்டு வந்து படுக்க வெச்சு 24/7 பார்த்துக்கிட்டாங்க. ரெண்டு நர்ஸூம் கூடவே! புரொஃபசர்! வெயிட் வெயிட்! அவங்களே சார்ஜ் குடுத்துத்தான்! நேத்து சகுந்தலா போய்ட்டாங்க! இன்னிக்கு விடியற்காலம் சுவாமினாதன் மூச்சை நிறுத்திட்டாரு!"

"ஓ மை காட்!"

"ரெண்டு பேரும் நம்ம ஹாஸ்பிடல்ல ஆளுக்கு ஒரு வார்டுல தனியா இருந்து உசிரவிட்டிருக்க வேண்டியது. ஆனா வேதம் மாமி கடைசி தினங்கள்ள அவங்களை ஒண்ணா சேர்ந்து இருக்க வெச்சு.....! புரொஃபசர்! சாப்பிடற டைம் போக

வேதம் மாமி ரெண்டு பேரு கூடவே உட்கார்ந்து பேசிட்டே இருந்தாங்க. ராத்திரியெல்லாம் தூங்கியிருப்பாங்களான்னு கூட எனக்கு டவுட்! ரெண்டு பேருக்குமே கான்ஷியஸ்னஸ் இல்ல. ஆனா வேதம் மாமி பேசறது கேட்டிருப்பாங்க. தன்னோட வாழ்க்கைத்துணை தனக்கு பக்கத்துலயே இருக்கறத அவங்களுக்கு நிச்சயம் உணர வெச்சுட்டாங்க வேதம் மாமி!"

இப்போது டாக்டர் வைகுண்டம் மெல்ல நடந்து போர்டிக்கோவுக்குப்போய் வெராண்டா படிகளில் ஏறி வேதத்தின் நாற்காலிக்குப்பக்கத்தில் நின்று அவர் ஆசை மனைவியின் தோளில் ஆதுரமாகக் கையை வைத்ததற்குப் பெயர்தான்...

காதல் அய்யா காதல்!

சொன்னதைச் செய்...!

“நிர்மலா! என்ன அபெர்ரேஷன் இது?”

“புரொஃபசர்! நேத்து ரெண்டு வேள மெடிசன் மிஸ் ஆயிட்ருக்கு!”

“வாட்! மெடிசன் மிஸ் ஆச்சா? ஹூ ஈஸ் தி வார்ட் சூபர்வைசர்?”

“..........................!”

“என்ன மென்னு முழுங்கறே? யாரு? அவுட் வித் இட்!”

“ஆவ்ரில் புரொஃபசர்!”

“என்னது ஆவ்ரில்லா? சம் திங் ஈஸ் ராங்! என்னை வந்து பாக்கச்சொல்லு!”

ஆவ்ரில் பெரியவர் ரூமுக்குள் நுழைந்தபோது பெரியவர் நிமிர்ந்து அவள் முகத்தைப் பார்த்தார்.

ஆவ்ரில்லின் நெற்றி சுருங்கி கோடுகள். கண்களில் ஈரப்பதம். சிவந்து இருந்தன. கன்னங்கள் லேசாக உப்பினதைப்போல இருந்தது.

“குட் மார்னிங் புரொஃபசர்!”

குரலில் லேசான உலோகம் தொனித்தது.

ஆவ்ரில் பெருங்கோபத்தை எதிர்பார்த்தாள். சாந்தமான குரல் அவளை எதிர்கொண்டது.

“என்ன ஆச்சு ஆவ்ரில்? எனிதிங் ராங் வித் யூ?”

“ஒரு வாரமா சிவியர் தல வலி! வாமிட் வருது! காண்ட் ஈட் எனிதிங்!”

“என்ன மெடிசன் எடுத்துண்டே?”

“முதல் ரெண்டு நாள் க்ரோஸின்! தலவலி நிக்கல. நிர்மலாவாண்ட கேட்டேன். டிரமடால் போட்டுக்கச் சொல்லிச்சு!”

“வாட்! டிரமடாலா? நீ போட்டுண்டியா?”

“நேத்தும் இன்னிக்கும் போட்டேன் புரொஃபசர்!”

“ஆவ்ரில்! ஆர் யூ மேட்! டிரமடால்! மை ஃபுட்! டிட் யூ செக் பிளட் ப்ரெஷர்?”

“கொஞ்சம் ஹையா இருந்திச்சு புரொஃபசர்!”

“நம்பர் சொல்லு!”

“145/100!”

“இது கொஞ்சமா? வெக்கமா இல்ல? நீ ஒரு எக்ஸ்பீரியன்ஸ்ட் நர்ஸான்னு நம்ப முடியல!”

“புரொஃபசர்?”

“ஸ்டுப்பிட்! ப்யூலா! கால் நிர்மலா! அண்ட் கால் ஹர் இம்மீடியட்லி!”

அரக்கப்பரக்க நிர்மலா ஓடிவருதல்.

“டாக்டர் நிர்மலா! எங்க மெடிசன் படிச்சே?”

“புரொஃபசர்?”

“நுங்கம்பாக்கம் கார்ப்பரேஷன் ஸ்கூல்லயா?”

மௌனம்.

ஆவ்ரில்லுக்கு நீதான் டிரமடால் குடுத்தியா?"

"ஆமாம் ரெண்டு நாளா விடாம தலைவலின்னா! அதான்...?"

"பிரஷர் செக் பண்ணினியா?"

"கொஞ்சம் ஹையா இருந்துது!"

"அதாவது உங்க ஊர்ல 145/100 கொஞ்சம் ஹை! இஸிட்?"

"நா பார்த்த அன்னிக்கு இட் வாஸ் 135/95 தான்! ஆவ்ரில்?"

"நா நேத்து பார்த்தேன் நிர்மலா! 145/100 இருந்துச்சி!"

"வேற எந்த டெஸ்டும் பண்ணலியா, ஆவ்ரில்?"

"சொம்மா தலவலிதானேன்னுட்டு வுட்டுட்டேன்!"

"வீட்ல ஸ்ரீனிவாசனுக்கு தெரியுமா?"

"இல்ல சொல்லலை புரொஃபசர்!"

"ஏன்? தொர ஹாஸ்பிடல்ல ரொம்ப பிஸியா?"

"ஆமாம் புரொஃபசர்! ஏதோ ஒரு ர்யூமாடிக் சர்ஜரி ரொம்ப காம்ப்ளிகேடட்டா இருக்குன்னு சொல்லிச்சி! எப்போதும் மெடிக்கல் ஜர்னல், கூகிள்னு பார்த்துட்டே இருந்தது. அதான் டிண்ட் வாண்ட் டு டிஸ்டர்ப் சீனி...!"

"ஓகே! நிர்மலா! உடனே போய் ஆவ்ரில்ல செக் பண்ணு!"

"புரொஃபசர்! டென்ஷன் ஹெடேக் மாரித்தான் இருக்கு! டூ டேஸ் ட்ரெமடால் எட்த்தா ஐ வில் பி ஓகே!"

"டோண்ட் பி சில்லி ஆவ்ரில்! நோ மோர் ட்ரெமடால்! நிர்மலா செக் ஹர் அண்ட் லெட் மி நோ!"

இருவரும் வெளியேறினர்.

"வுடு நிம்மி! பெரிசு ரொம்ப கவலைப்படுது! ரெண்டு நாளுல சரியாப்பூடும்!"

"ஆவ்ரில்லம்மா! என்னால முடியாது! சாயங்காலம் என்னைத்தான் கூப்ட்டு கேப்பாரு! நீ யாரு? பெரியவரோட

ஃபேவரைட் நர்ஸம்மா!"

"சொம்மா கேலி பண்ணாத! வுடு நிம்மி! எனுக்கு எமர்ஜென்ஸி டூட்டி இப்ப!"

"ஹேய்! ஷட் அப்! கம் வித் மி ஆவ்ரில்!"

"த பார்ரா! பெரியவர்னு நெனப்பு!"

"சரிதான் வாடி ஆப்பகாரிச்சி!"

ஆதுரத்துடன் ஆவ்ரில்லை அணைத்துக்கொண்டு லாபரட்டரிக்குக் கூட்டிப்போனாள். உட்கார வைத்து ப்ரெஷர் பார்த்தாள்.

"எவ்வளவு நிம்மி?"

"145/85!"

"நாட் பேட்!"

"ஆவ்ரில்! நா கேட்கற கேள்விக்கு பதில் சொல்லு?"

"ஷூட் யுவர் கொஸ்டின்ஸ்!"

"எத்தன நாளா தலவலி?"

"லாஸ்ட் ஒரு வாரமா?"

"நாள் முழுக்க வலிக்குதா?"

"இல்ல ஒன்னவருக்கு ஒரு தபா வலிக்குது! அப்புறம் இல்ல?"

"ஏன்?"

"நாந்தான் டாப்லெட் துன்னுடறேனே!"

"வாமிட்டிங் சென்சேஷன் இருக்கா?"

"சில சமயம்!"

"ஒரு சைட் மட்டும் வலிக்குதா இல்ல ரெண்டு சைடும் வலிக்குதா?"

"ஒரு சைட் மட்டும்தான்னு நெனக்கிறேன்!"

"த்ராபிங் ஃபீலிங் இருக்கா?"

"எது நான் சினியோட....................ம்போது இருக்குமே அது மாரியா?"

"அடச்சீ! டர்ட்டி லேடி! ம். சொல்லு?"

"இருக்குப்பா!"

"பெயின் மாடரேட்டுன்னு சொல்வியா இல்ல சிவியரா?"

"ஆரமிக்கும்போது மாடரேட்டா இருக்கு ஆனா கொஞ்ச டைம் ஆனப்றம் சிவியராய்டுது!"

"இன்னும் ரெண்டு நாள் பார்க்கலாம்! கீப் டேக்கிங் பாராஸிட்டமால். ட்ரமடால் நிறுத்திடு! பெரியவர் கத்தறாரு!"

"ட்ரம்டால் சாப்ட்டாத்தான் ரிலாக்ஸாடா இருக்குப்பா!"

"எப்படி இல்லாம இருக்கும்? மார்ஃபைன் ஃபாமிலிம்மா அது!"

"அதான் சும்மா ஜிவ்வுன்னு இருக்கு!"

"டெய்லி என்கிட்ட வந்து சொல்லிடு ஆவ்ரில், ஓகே?"

"ஓகேப்பா! நா ஓடறேன் எமர்ஜென்ஸிக்கு! செந்தில் கத்திக்கூப்பாடு போடும் நா அங்க இல்லேன்னா!"

அடுத்த நாள் அதிகாலையிலும் ஆவ்ரில்லுக்கு தலை வலி வந்தது. எழுந்திருக்கும்போதே விண்விண்ணென்று தெறித்தது. ஸ்ரீனிவாசன் எதற்கோ லைட் போட்டுவிட, அந்த வெளிச்சம் ஆவ்ரில்லின் நெற்றிப்பொட்டில் கத்தியாய்க் குத்தி வலி கீறியது.

"சீனி! தல வலிக்குதுப்பா! லைட்டை அணை!"

ஆவ்ரில் சத்தமே போட்டாள். ஸ்ரீனிவாசன் ஆச்சரியத்துடன் லைட்டை அணைத்துவிட்டு அவனுடைய ர்யுமாடிஸம் ஆப்பரேஷன் சிக்கலில் மூழ்க அடுத்த ரூமுக்குப் போகும்போது சொல்லிக்கொண்டே போனான்.

"ஆவ்ரில்! கொழந்த மாதிரி தலைவலிக்கு சத்தம் போடற! ஹேவ் ய க்ரோஸின்!"

அன்று ஆஸ்பத்திரியிலும் மதியத்துக்கு மேல் தலை வலி வந்து போனது. ஆவ்ரில் நிர்மலாவுக்கு சொல்லவில்லை. அறுவத்தேழாம் நம்பர் பெட்டில் பேஷண்டைப் பார்த்தாள்.

“வயத்த வலிக்கும்மா! நிக்காத வலிக்குது!”

“என்ன துன்ன மத்தியானம்?”

“வூட்லேர்ந்து காரக்குழம்பு எட்த்தாந்தாங்க! அதுவும் ஆப்பமும் சாப்ட்டேன்!”

“பிளகாட்! உனுக்கு ஹெமர்ராய்ட்ஸுன்னு பெட்ல போட்டா, நீ கண்டத துன்னுட்டு பின்னம்பக்கத்துல வீங்கிக்கினு இங்க வந்திருக்கேன்னு மறந்துட்டியா? மொத்தமா உன்ன லிக்விட் டையட்டுல போட்டிருக்கணும்! நீ இன்னாடான்னா காரக்குழம்பு துன்றியா? பெரிய டாக்டராண்ட சொல்லி...!”

ஆவ்ரில் முடிப்பதற்குள் தடுமாறினாள். சில நொடிகள் கண் சுழற்றியது. ஒரு ஆட்டம் ஆடி விழப்போனவள் கட்டிலைப்பிடித்து நிலை நிறுத்திக்கொண்டாள். தலை முணுக் முணுக்கென்று வலிக்க ஆரமித்தது.

“என்ன நர்ஸம்மா எதுனா நோவா உனுக்கும்?”

பதில் சொல்லாமல் நடந்து போய் தன் சின்ன க்யூபிக்கிளில் உட்கார்ந்து ஆசுவாசப் படுத்திக்கொண்டாள். இப்போது சரியாகிவிட்டது. மீண்டும் ரவுண்ட்ஸுக்கு தயாரானாள். அரை மணி நேரம் கழித்து டாக்டர் நிர்மலா அந்த வார்டுக்கு வந்தபோது வயித்த வலி ஆசாமி கோள் சொல்லிவிட்டான்.

“டாக்டரம்மா! அந்த ஆப்பக்காரம்மா நர்ஸ் வருவாங்களே அவங்களுக்கு சொகமில்ல போல!”

“என்னய்யா சொல்றீங்க?”

நிர்மலா பரபரத்தாள். ஆசாமி நடந்ததைச்சொல்லிவிட நிர்மலா ஆவ்ரில்லைத்தேடிப் போனாள். ஆவ்ரில் தன் ரவுண்ட்ஸை முடித்துவிட்டு வாக்மேனில் ஏதோ பாட்டுக்கு இடுப்பை அசைத்து ஆட்டியபடி ரசித்துக்கொண்டிருந்தாள்.

“என்ன பிராப்ளம் ஆவ்ரில்?”

“நோ நத்திங் ப்பா! ஐயாம் ஓகே! இதக்கேளேன் க்ளிஃப் ரிச்சர்ட்ஸ் இன்னாமா பொண்ணுங்கள அசர அடிக்கிறான் பாரு! மூடு வந்துரும்போல இருக்கு1”

“ஆவ்ரில் பி சீரியஸ்! வார்டுல உனக்கு ஏதாவது ஆச்சா?”

“ஓ அதா? அந்தக்கெயவன் சொல்ட்டானா? ஜஸ்ட் சின்ன ஸ்லிப் ஆச்சுப்பா! உடனே சமாளிச்சுட்டேனே!”

டாக்டர் நிர்மலா ஒன்றும் பேசாமல் டீன் ஆஃபீசுக்கு நடந்தாள்.

“சொல்லு நிர்மலா?”

“புரொஃபசர்! ஐயாம் ஓர்ரீட் அபவுட் ஆவ்ரில்!”

“மயக்கம் வந்துதாமா? அண்ட் ஸ்பின்னிங் ஆஃப் ஹெட்?”

“யூ ஆர் ஸ்பாட் ஆன், புரொஃபசர்!”

“ஓகே கெட் ஹெர் டு டேக் கம்ப்யூடட் டொமொக்ராஃபி!”

“புரொஃபசர்! வெறும் தலைவலி! மஸ்ட் பி டென்ஷன் ஹெடேக்! ஓய் சி டி ஸ்கான்?”

பெரியவர் உறுமினார்.

“டூ வாட் ஐ சே, நிர்மலா! அண்ட் ப்ளீஸ் டு சி டி ஆஞ்சியோ டூ!”

“ஓகே ஓகே புரொஃபசர்! இப்பவே போறேன்!”

“யெஸ் டூ இட்!”

இடி போல முழங்கினார். ரெஸ்ட்லெஸ்ஸாக நாற்காலியில் இப்படியும் அப்படியுமாக அலைபாய்ந்தார். மறுபடியும் காரிடாரில் பார்த்து மறுபடி சப்தமிட்டார்.

“எத்தன நாழியானாலும் நான் இருப்பேன். எங்கிகட்ட வந்து சொல்லணும்!”

நிர்மலா ஓடினாள்.

அன்று இரவு எட்டு மணி. நிர்மலாவும் அவினாஷுடம் வந்தார்கள். ப்யூலாவும் இருந்தாள். பெரியவரின் முகம் இறுகியிருந்தது.

“என்ன?”

“கன்ஃபர்ம்ட் புரொஃபசர்! அன்யூரிஸம்!”

“ரிப்பொர்ட்ட காமிங்க!”

படபடத்தார். வாங்கி உன்னிப்பாகப் பார்த்தார். முணுமுணுத்தார்.

“நிச்சயம் ப்ரெயின் அன்யூசிஸம்! பட் மைல்டா இருக்கணும்னு ப்ரே பண்ணிக்கணும்!”

உன்னிப்பாக ஸ்கான் ரிப்போர்ட்டைப் பார்த்தார்.

“அவினாஷ்! நிர்மலா! ஆன்ஸ்வர் மை கொஸ்டின்ஸ்!”

“எஸ் புரொஃபசர்?”

“2டி ஸ்லைஸ்ல என்ன தெரியுது?”

“அன்யூரிஸம் பாசிடிவ்!”

“சி டி ஆஞ்சியோ?”

“பாஸிடிவ்!”

“ரப்ச்சர்ட் ஆர் நாட்?”

“இன்கன்க்ளூஸிவ் புரொஃபசர்!”

“தென் டூ ய செரிப்ரோஃப்ளூயிட் டெஸ்ட் அண்ட் நவ்!”

உறுமல். கோபம். கொஞ்சம் இயலாமையும் கூட.

இரவு பத்து மணி வரை காத்திருந்தார். ரிப்போர்ட் வந்ததும் பிடுங்கிப் படித்தார். சொட்டுச்சொட்டாகக் கழிந்த சில நிமிடங்கள்.

“தாங்க் காட்!”

கிட்டத்தட்ட கத்தியேவிட்டார்.

"அன்ரப்ச்சர்ட்! வெரி ஸ்மால்."

"சர்ஜரி...?"

"இல்லை வேண்டாம். ஆஸ்பிரின் வில் டு.ஓகே! *ப்யூலா கெட் ஸ்ரீனி!"*

ஸ்ரீனிவாசன் லைனில் வந்ததும் ஆவ்ரில்லின் கண்டிஷனை விவரித்தார்.

"இஅதப்பாரு ஸ்ரீனி! *நான் பாத்துக்கறேன் ஆவ்ரில்லை. நீ வீட்ல ஜாக்கிரதையா இருக்கணும். டோண்ட் கிவ் ஹர் எனி டென்ஷன்! ஏதானும் பண்ணினியோ தொலைச்சுடுவேன்!"*

"நா இப்பவே வர்ரேன் புரொஃபசர் அங்க1"

"ஒண்ணும் வேண்டாம்! இன்னும் அரை மணில வீட்டுக்கு போ! நானே வரேன்!"

"ப்யூலா! ஆவ்ரில்ல அழைச்சுண்டு வா!"

"காரிடாரில் களைப்பாக உட்கார்ந்திருந்த ஆவ்ரில் உள்ளே வந்தாள்.

"ஆவ்ரில்! உனக்கு ஒண்ணும் இல்லை! சும்மா எல்லாரையும் காபரா படுத்திவிட்டிருக்கே!"

"எனக்குத் தெரியும் புரொஃபசர்!"

"ஆமா என்ன தெரியும் உனக்கு?"

"ப்ரெயின் அன்யூரிஸம்! ஹவ் சீரியஸ் புரொஃபசர்?"

ஆவ்ரில்லின் தொண்டை கமறியது.

"ஸ்டுப்பிட்! சும்மா மெடிக்கல் வார்த்தையெல்லாம் யூஸ் பண்ணாத! அப்படியெல்லாம் நா விட்ருவேனா? யூ வில் பி ஆல்ரைட்!"

"தாங்க் யூ புரொஃபஸர்! என்னை வேலையிலேர்ந்து தூக்கிருவீங்களா?"

"ஓ உனக்கு அந்த எண்ணமெல்லாம் வேற இருக்கா? நீ இதுநாள்

வரைக்கும் வாங்கின சம்பளத்துக்கு இன்னமே தான் வேலையே செய்யணும்! பி கேர்ஃபுல்! சரி கௌம்பு! ஐ வில் டிராப் யூ ஹோம்!"

"வாட்? புரொஃபசர்! நா வெப்பேரி! நீங்க ஆழ்வார்பேட்டை!!"

"எனக்கு மெட்ராஸ் எப்படின்னு தெரியும்! கௌம்பு!"

அவினாஷும் நிர்மலாவும் ப்யூலாவும் ஆச்சரியமாகப்பார்க்க, டேபிள் மேல் இருந்த பேப்பர்களை ஓரமாக நகர்த்தி வைத்தார். தன் பையை எடுத்துக்கொண்டார்.

"வா!"

முன்னேறி நடந்தார். மூவரும் ஆவ்ரில்லின் பின்னே வந்து டீன் ரூம் வாசலில் நின்றனர். காரிடாரில் கொஞ்சம் நடந்தார். பின்னே வந்துகொண்டிருந்த ஆவ்ரில்லுக்காக சற்றே நின்றார். ஆவ்ரில் அவரருகில் வந்தும் இயல்பாக தன் கையை அவள் தோளில் வைத்துக்கொண்டதில் துல்லியமான வாத்ஸல்யம் தெரிந்தது.

ஆவ்ரில் பின்பக்கம் திரும்பி அறை வாசலில் நின்றிருந்த மூவரையும் பார்த்துக் கண்ணடிக்க, மூவரின் கண்களில் குபுக்கென கண்ணீர் வந்ததை நான் என்னவென்று சொல்ல!

ராஜ ராஜ சோழன் நான்...

தஞ்சைக்கோட்டையில் எல்லா தீப்பந்தங்களும் விளக்குகளும் அணைக்கப்பட்டாலும் மாமன்னர் ராஜராஜனின் மாளிகையில் விளக்குகள் எரிந்துகொண்டிருந்தன. அந்த இரவு நேரத்திலும் ஏதோ சபை கூடியிருந்தது போலும்.

அதில் வீர சோழ அனுக்கர், பராந்தக கொங்காவலர், மும்மடி சோழ தெரிந்த பரிவாரத்தார், ராஜராஜ தெரிந்த வலங்கை வேளைக்காரர், அனுக்க வாசல் திருமெய்க்காப்பாளர், பரிவார மெய்க்காப்பாளர் தலைவர், பலவகை புறம்படிகாவலர், கோனார்க்கிழானடிகள் மற்றும் பாகைக்குளிக்காரி ஆகியோரோடு கோட்டைத்தலைவர் சின்ன பழுவேட்டரையரும் மழவராயரும் இருந்தனர்.

மேடையின் முன்புறம் உயர்ந்த சாய்மானம் கொண்ட தங்கச்சிம்மாசனத்தில் வீற்றிருந்த ராஜராஜனின் முகத்தில் கோபம் கொப்பளித்தது.

"என்ன நடக்கிறது எம் சோழ தேசத்தில்! நான் இருக்கும்போதே என் கோட்டையில் சதிகாரக்கொலை நடக்கிறது! என்ன பாதுகாப்பு லட்சணம் இது?"

சின்ன பழுவேட்டரையர் சன்னமாக கனைத்துக்கொண்டு பேசினார்.

“மாமன்னா! மன்னிக்க வேண்டும்! இது நிச்சயம் உள் வேலைதான். ஒரே நாழிகையில் கொலைகாரனைப் பிடித்து விடுகிறேன்!”

“கொலைகாரனைப் பிடிப்பது இருக்கட்டும். நடந்தது சாதாரணக் கொலைதானா? அது உறுதிப்படுத்தப்பட்டாயிற்றா? இல்லை ஏதேனும் பெரும் சதியின் ஆரம்ப கட்டமா”

“சதிக்கெல்லாம் இடமே இல்லை மன்னா! சதிகாரர்கள் எல்லாரையும் அப்புறப்படுத்தியாயிற்றே அரசே! உடையார் குடியில் அவர்களின் சகல சொத்துக்களையும் பறித்துக் கொண்டார் கொடுத்தார் உறவினரையும் சேர்த்து துரத்தி விட்டோமே?”

“அதெல்லாம் சரி! உங்களில் ஒருவரே என்னை அப்புறப்படுத்த முயன்றால்?”:

ராஜராஜன் கோபத்திலும் பல் கடித்துச்சிரித்தான். மற்ற அனைவரும் கலக்கத்துடன் அமைதிகாத்தனர்.

இப்போது ஓரத்தில் நின்றிருந்த அந்தப்பெரியவர் நெற்றியில் திருமண் சாற்றி, சாதாரண மேலாடை அணிந்து எட்டு கச்சம் வேட்டி தரித்த தீர்க்கமாகப் பேசினார்.

“நான் போகலாமா? உங்களின் அரசியல் பேச்சில் எனகென்ன இடமிருக்கிறது!”

அவரின் பிசிறில்லாத குரலும் வார்த்தைகளின் அழுத்தமும் அச்சமில்லாத கண்களின் நேர்ப்பார்வையும் ராஜராஜன் கவனத்தை ஈர்த்தது.

“யாரிவர்? நான் இது வரை பார்த்தில்லையே? இவருக்கு இங்கென்ன வேலை? யார் அழைத்து வந்திருக்கின்றீர்?”

ராஜராஜன் குரல் படபடத்தது.

இப்போது மழவராயர் பேசினார்.

“மன்னா! இவர் தேர்ந்த மூலிகை வித்தகர்! திருநாராயணன் என்பது பெயர். வைத்திய சிகாமணி! தஞ்சைக்கோட்டை விண்ணகரக்கோவிலில் தலைக்கட்டு உடையவர். திருவரங்கத்துக்காரர்!”

“அரண்மனைத்தலைமை வைத்தியருக்கு என்ன ஆயிற்று! அவர் எங்கே?”

“அவர் பழையாறைக்குப்போயிருக்கிறார். இலாட மாதேவியாருக்குச் சில நாட்களாக சுகக்குறைவு என்பதால் நேரில் பார்த்து வர அழைக்கப்பட்டிருந்தார். அதனால் நாந்தான் இவரை அழைத்துவரச்செய்தேன்.”

வைத்தியர் கம்பீரமாக மன்னனின் முன் தயக்கம் ஏதுமின்றி நிமிர்ந்து நின்றார்.

“என்னதான் நடந்தது? எப்படி ராஜ கந்தர்வ வேளக்காரர் கோட்டைக்காவல் தலைவராக நியமிக்கப்பட்ட கூட்டத்திலேயே தலை சுற்றி வாயிலெடுத்து மரணித்தார்?”

“ஆம் இது கொலைதான்! விஷம் கொடுக்கப்பட்டிருக்கிறது! கார்க்கோடக விஷம். சேரநாட்டுக் காடுகளில் வாழும் பாம்பின் கொடிய விஷம்!”

“என்னது, விஷமா? எப்போது? அவர்தான் கூட்டத்தில் கலந்துகொண்டிருக்கிறாரே! வீட்டில் உணவு எடுத்துக் கொள்ளும்போதே விஷமிடப்பட்டாரா?”

“இல்லை! விஷம் அருந்திய சில சணிகங்களிலேயே உயிர் பிரிந்திருக்கும்!”

“எப்படி சாத்தியம்? எனக்குக் குழப்பம்தான் மிஞ்சுகிறது!”

சின்ன பழுவேட்டரையர் குறுக்கிட்டார்.

“நான் விசாரித்தேன் மன்னவா! ராஜ கந்தர்வ வேளக்காரர் தலைவராக தேர்ந்தெடுக்கப்பட்டவுடன் பாகைக்குளிக்காரி பெருந்தன்மையோடு அவருக்கு வாழ்த்துச்சொல்லி தன் குடுவையிலிருந்து ஏலம் தெளித்த நீரைக் கொடுத்திருக்கிறார்.

ராஜ கந்தர்வ வேளக்காரர் மகிழ்ச்சியோடு அருந்தியிருக்கிறார். சில மணித்துளிகளில் வாயில் எடுத்து முன்பிருந்த மேடைமேல் தலை சாய்ந்து போய் உயிர் போய்விட்டது!"

"பின் என்ன சந்தேகம்! இந்த பாகைக்குளிக்காரியைக் கைது செய்! தான் தலைவனாக முடியாமல் தோற்றுப்போய்விட்ட வன்மத்தில் விஷம் கொடுத்திருக்கிறான்!"

பாகைக்குளிக்காரி நடுங்கினபடி பேசினார்.

"அய்யோ மன்னவா! இல்லை இல்லை. அவர் அருந்தி விட்டு என்னிடம் குடுவையைத்தந்த பின் நானும் அதே குடுவையிலிருந்து அருந்தினேனே! எனக்கு ஒன்றும் ஆகவில்லையே! அந்தக்குடுவையையும் சோதித்து விட்டார் நம் வைத்தியர். அதில் விஷம் ஏதும் கலக்கப்படவில்லை!"

"என்ன விந்தை இது? பின் எப்படித்தான் ராஜ கந்தர்வ வேளக்காரர் மரணித்தார்?"

வைத்தியர் முன் வந்தார்.

சொன்னேனே மன்னா! விஷம்! கார்க்கோடக விஷம்!"

"குழப்பம்! குழப்பம்! ஆனால் ஏதோ நடந்திருக்கிறது! இன்னும் ஒரு நாழிகையில் உண்மை வெளி வந்தாக வேண்டும்."

மழவராயர் உரைத்தார்.

"மன்னா! தாங்கள் சொற்படி கோட்டையின் எல்ல காவல் தலைவர்களையும் அழைத்து கூட்டம் ஏற்பாடு செய்தோம். பாகைக்குளிக்காரி மற்றும் ராஜ கந்தர்வ வேளக்காரர் ஆகிய இருவரில் ஒருவரை கிழக்குமுகத்தலைவராக நியமிக்க ஏற்பாடு! குடவோலை வாக்கெடுப்பு நடத்தினோம். ராஜ கந்தர்வ வேளக்காரர் பாகைக்குளிக்காரியைவிட அதிக வாக்குகள் பெற்று தலைவராக நியமிக்கப்பெற்றார்."

"அதெல்லாம் சரி! அவர் இறந்து எப்படி? வைத்தியரே! என்ன ஆயிற்று?"

“விசாரித்தேன்! கூட்டம் நடக்கும்போது அவர் அருந்திய நீரில்தான் விஷம் இருந்திருக்க வேண்டும்!”

“அப்படியானால் அந்தக்குடுவை நீரில்...?”

“இல்லை! அது சுத்தமான மிளகு திப்பிலி சுக்கு கலந்த குடி நீர்தான்!”

ராஜராஜன் அலுத்துக்கொண்டான்.

“வைத்தியரே! பின் எங்கிருந்து கார்க்கோடக விஷம்! சேர நாட்டு சர்ப்பத்தின் விஷம்? என் சிந்தைக்கு எட்டவில்லை! நீரே புரிய வைக்கிறீரா?”

வைத்தியர் கம்பீரமாகப் பேசினார்.

“நான் சொல்லுவதைச்செய்ய எல்லோரும் இங்கே தயாரா?”

ராஜராஜன் அவரின் அதிகாரக்குரல் கேட்டு துணுக்குற்றாலும் மௌனமாகத் தலையை அசைத்து ஆமோதித்தான்.

“எல்லோரும் கூட்டத்தின்போது அமர்ந்த அதே முறையில் அமருங்கள்!”

கூடியிருந்த அனைவரும் அமைதியாக தத்தம் இருக்கைகளில் முன்பு போலவே அமர்ந்தனர். மரணம் அடைந்த ராஜ கந்தர்வ வேளக்காரர் இருக்கை மட்டும் காலியாக இருந்தது. பாகைக்குளிக்காரி அவருக்கு வலப்பக்கம் ஒரு இருக்கை விட்டு இரண்டாவது இருக்கையில் அமர்ந்திருந்தார். ராஜ கந்தர்வ வேளக்காரர் இருக்கைக்கு அடுத்து கோனார்க் கிழானடிகள் அமர்ந்திருந்தார்.

வைத்தியர் அந்தக் கூட்டத்தை அமைதியாக ஒரு முறை சுற்றி வந்தார். கண்கள் கூர்மையாகக் கவனித்து நோக்கின. நீள மேடையின் ராஜராஜன் அமர்ந்திருந்த எதிர்ப்பக்கத்தில் போய் நின்றார். கண்மூடி யோசனை செய்தார்.

“மன்னா!”

கம்பீரமாக வைத்தியரின் குரல் ஒலித்தது.

அதோ அவரை எழுந்திருக்கச் சொல்லுங்கள்!"

வைத்தியரின் கை கோனார்க்கிழனாடிகளிடம் நீட்டினார்.

ராஜராஜன் கோனார்க்கிழானடிகள் பக்கம் திரும்பிப் பார்த்து கண்ணசைக்க, அவர் முகம் வெளுத்து வேர்வை பொங்க தடுமாறி எழுந்தார்.

"அவர் இடுப்புக் கச்சையைச் சோதனை செய்யுங்கள்!"

சட்டென்று சின்ன பழுவேட்டரையர் அவர் வயதுக்கு மீறின வேகத்துடன் கோனார்க் கிழானடிகளைத் தழுவுவது போல அணைத்து இடுப்புக் கச்சையை இழுத்து உதற, அதிலிருந்து இன்னொரு குடுவை வெளிவந்து விழுந்தது.

"இந்தக் குடுவையிலிருந்துதான் விஷம்!"

ஆஹா காரக்குரல்கள் எழும்ப பாகைக்குளிக்காரி பேயறைந்தது போலானார். கைகள் நடுங்கின. மெல்ல எழுந்தார்.

"மன்னித்து விடுங்கள் மன்னவா! தலைமைப் பதவிக்கு ஆசைப்பட்டு துரோகம் இழைத்து விட்டேன்!

அடுத்த களேபரங்களில் பாகைக்குளிக்காரியும் கோனார்க் கிழானடிகளும் கைகள் கட்டப்பெற்று அப்புறப்படுத்தப்பட்டனர்.

"வைத்தியரே! எப்படி இது சாத்தியம்?"

"ராஜ கந்தர்வ வேளக்காருக்கு கொடுத்த குடுவை கோனார்க்கிழானடிகள் மூலம் கைமாறினபோது அவர் குடுவையை மாற்றிவிட்டதால் ஏற்பட்ட குழப்பம். சந்தேகம் வராமல் இருக்க, மாறின நல்ல நீர்க்குடுவையிலிருந்து பாகைக்குளிக்காரியும் அருந்தி தன் மீது எந்த ஐயப்பாடும் இல்லாதபடி நிருபித்துக் கொண்டார். அவ்வளவுதான்,

"வைத்தியரே! உம்மை என்னவோ நினைத்தேன்! நீர் மகா புத்திமான்!"

இனி நான் போகலாமா?"

ராஜராஜன் கனிவாகப் பேசினான்.

“உமக்கு பரிசில் தர விரும்புகிறேன். என்ன சன்மானம் அளிப்பது?”

“அந்த திருவரங்கத்துப் பெருமாள் எனக்கு வேண்டியதைத் தருகிறான். எனவே ஒன்றும் தேவையில்லை!”

“உமது ஆதுரச்சாலைக்கு நிவந்தம் அளிக்கட்டுமா?”

“வேண்டும்போது அரங்கனே அதற்கு ஏற்பாடு செய்வான்!”

சின்ன பழுவேட்டரையர் குறுக்கிட்டார்.

வைத்தியரே! என்ன இது? மன்னர் முன் அச்சமின்றிப் பேசுகிறீரே?”

“எனக்கு ஆண்டவன் மன்னன் மற்றவர் எல்லாம் அந்தப்பெருமாள் தான்! அவனன்றி ஓரணுவும் அசையாது! என் கடமை மருத்துவம்! அதைச்செய்ய அவனருள் இருக்கிறது! நான் ஏன் அஞ்ச வேண்டும்!”

ராஜராஜன் குறுக்கிட்டான்.

“இரும் பழுவேட்டரையரே! வைத்தியரே! போய் வாரும்! ஆ, உம் பெயர் என்ன திருநாராயணன் என்றா சொன்னீர்?”

“ஆம் அது என் பெற்றோர் இட்ட பெயர்!”

“உமக்கு இன்னொரு பெயரும் உண்டா?”

“ஆம் மன்னா! வைகுண்ட வாசன் என்பார்கள்! வருகிறேன்!”

அபயகுலசேகரன், அருள்மொழி வர்மன், அரிதுர்க்கலங்கன், ராஜ ராஜ சோழன் மனநிறைவுடன் வாழ்த்தினான்.

“சீரிய புத்திக்கூர்மையுடன் என் கலக்கம் நீக்கினீர்! ஏழேழு ஜென்மங்களுக்கு நீரும் உமது சந்ததியரும் இத்தொழில் புரிந்து மேன்மை அடைவீராக!”

அந்த மெலிந்த உடல் கொண்ட வைத்தியர் மன்னரை லேசான ஒரு தலையசைப்போடு வணங்கிவிட்டு நிமிர்ந்த பார்வையுடன் கம்பீரமாக வெளியேற ஆலோசனை அறையின் கடைக்கோடியில் இருக்கும் கதவு திறக்கப்பட்டு, அவரின்

வெண் மேலாடை காற்றில் அலைபாய மறைந்துபோனார்.

ஸ்ட்ரெச்சர் வேகமாக தள்ளி வரப்பட, கூடவே மனைவி, பிள்ளை, இன்னும் ஒன்றிரண்டு பணக்கார ஆசாமிகள் மற்றும் ஒரு இன்ஸ்பெக்டர்.

“யோவ்! கூப்பிடுய்யா! எமர்ஜென்சி டாக்டர் இல்லியா?

அந்தப் பக்கம் வந்த அவினாஷ் கவனித்தான்.

“என்ன ஆச்சு?”

“சாருக்கு பாய்சன் ஆயிடுச்சி! பாக்கணும்! போய்ட்டாரு!”

“ஸ்யூஸைடா?”

“யோவ் டாக்டா! பெரியவரு யாரு தெரியுதில்ல! எம் ஆர்கே ய்யா! எம் ஆர் குரூப் சேர்மன்! சதி பண்ணி வெஷம் வெச்சுட்டாய்ங்க! பெரிய எடம்! சீக்கிரமா போஸ்ட் மார்ட்டம் பண்ணி அனுப்புங்க! உங்க பெரிய டாக்டர வேணா நான் பார்த்துப் பேசறேன்!”

“அதெல்லாம் வாணாம்! இப்படி வாங்க! சவரி புட்ச்சர் ஷாப்புக்கு போ! நான் வரேன்!”

இன்ஸ்பெக்டர் சவரியிடம் விசாரித்தார்.

“என்னய்யா இங்க மட்டன்லாம் வெட்றீங்களா?”

“அட போஸ்ட் மார்ட்டம் ரூமத்தான் டாக்ட்ருங்கள்ளாம் கறி கடைன்னுவாங்க! நீ வா சார்!”

“ப்யூலா! யாரு ஃபோன்ல?”

“ஐ ஜி ஆஃப் போலீஸ், புரொஃபசர்!”

“கனெக்ட் ஹிம்!”

சில நிமிடங்கள் பேச்சு.

“மிஸ்டர் ஐஜி! இப்ப ஆசாமி க்ளோஸ்! பெரிசாவது சின்ன மனுஷனாவது! ஹி ஈஸ் ஜஸ்ட் ய டெட் பாடி! உங்க ப்ரெஷருக்கெல்லாம் எங்களால ஆடமுடியாது. அவினாஷுக்கு

ஒரு சர்ஜரி இருக்கு. அத முடிச்சுட்டு தான் பி எம்! ஓகே?"

"இல்ல மிஸ்டர் டீன்! ப்ளீஸ்! இது சஸ்பெக்டட் மர்டர்! எம் ஆர்கேவை பாய்சன் பண்ணியிருக்காங்கன்னு தோணுது! கொஞ்சம் ஒப்ளைஜ் பண்ணுங்க!"

"சரி! நானே பாக்கறேன்!"

ஒரு மணி நேரம் கழித்து மீண்டும் ஐஜியுடன் போன்.

"அழகா ஸ்யூ பண்ணி அனுப்பிட்டோம் மிஸ்டர் ஐஜி! ஆமா என்ன ஆச்சு?"

"பட்டப்பகல்ல போர்ட் மீட்டிங்கில செத்திருக்காரு. மீட்டிங்கின் போது அவரோட தம்பி, அவர்தான் டெபுடி எம் டி, அவர் ஃப்ளாஸ்க்ல ஏதோ கொடுத்தாராம். ஆனா தம்பியுமே அதையே தான் சாப்ப்டிருக்காரு, அவருக்கு ஒண்ணுமே ஆகல. இவரு போய்ட்டாரு. நீங்க சொல்லுங்க டாக்டர்! பாய்ஸன் டெத்தா எம் ஆர் கேவுக்கு?"

"யெஸ்! பொடுலினம் டாக்ஸின்! ஒரு மைக்ரோ கிராம் போறும் ஆளக்கொல்ல!"

"என்ன சொல்றீங்க! அத்தனூண்டு போதுமா?"

"மிஸ்டர் ஐஜி! நாம சாப்பிடற எல்லாமே பாய்சன்தான்! அளவுதான் அபாயத்த நிர்ணயிக்கறது!"

"ஓ மை காட்!"

"நா சொல்லல. ஐநூறு வருஷத்துக்கு முன்னமேயே பாராசெல்ஸஸ்னு ஒரு சுவிட்ஸர்லாந்து ஆல்கெமிஸ்ட் சொல்லிட்டுப்போய்ட்டாரு! எனி வே, ஃப்ளாஸ்க செக் பண்ணினீங்களா?"

"பண்ணியாச்சு டாக்டர்! அதுல வெறும் ஜீரா தண்ணிதான் இருந்தது! சொன்னேனே, அவர் தம்பி கூட அவருக்குக் குடுத்த அதே ஃப்ளாஸ்க்லேர்ந்து குடிச்சிருக்காரு, அண்ட் ஹி ஈஸ் ஃபிட் லைக் ய ஃபிடில்!"

"அதாவது ரெண்டு பேரும் ஒரே ஃப்ளாஸ்க்லேர்ந்து குடிச்சிருக்காங்க. ஒருத்தருக்கு பாய்சன், இன்னொருத்தர் கிழங்காட்டமா இருக்கார்! அதுதானே ஸ்க்ரீன் ப்ளே?"

"எஸ் அதேதான்!"

"சிம்பிள் மிஸ்டர் ஐஜி! எம் ஆர் கே குடிச்சது அந்த ஃப்ளாஸ்க்லேர்ந்து இல்ல!"

"டாக்டர்! தீர விஜாரிச்சுட்டம்! கூடவே ஆறு டைரக்டர்ஸ் இருந்திருக்காங்க! தே ஸ்வேர்! அதே ஃப்ளாஸ்க் தான்னு!"

"சாரி மிஸ்டர் ஐஜி! உங்க விஜாரணையிலதான் தப்பு! நா மெடிக்கல் சயன்ஸை நம்பறவன்! ஜீரா தண்ணி ஒருத்தரை மட்டும் கொன்னுட்டு இன்னொருத்தரை சௌக்கியமா பாதுகாக்காது! டிரை மி!"

"பட் டாக்டர்! சாட்சிகள் இருக்கு. அத்தன பேருமா தப்பாச்சொல்லுவாங்க!"

"மே பி. மே பி நாட்! பட் தென், யு நோ பெட்டர் மிஸ்டர் ஐஜி! இருந்தும் நான் ஒரு யோஜனை சொல்லட்டா?"

"சொல்லுங்க டாக்டர்!"

"அந்த ஃப்ளாஸ்க்ல எம் ஆர் கேவோட ஃபிங்கர் பிரின்ட் இருக்கான்னு பாருங்க! அனேகமா இருக்காது!"

"பட் டாக்டர்...?"

"செக் செக்! செக் அண்ட் லெட் மி நோ!"

சரியாக ஒரு மணி நேரத்தில் மீண்டும் ஐஜியின் போன் வந்தது.

ராஜ ராஜ சோழன் மக்கள் மதித்த மாமன்னன். சிவனேசச்செல்வன். சிவபாத சேகரன். அவன் வாக்கு பலிக்கும்.

பலித்துக்கொண்டிருக்கிறது!.

★★★

ஜெயராமன் ரகுநாதன்

இந்திய கார்ப்பரேட் உலகில் பல உயர் பதவிகள் வகித்த சார்ட்டர்ட் அக்கவுண்டண்ட்டான ஜெயராமன் ரகுநாதன் இப்போது சில கம்பெனிகளில் நிர்வாக இயக்குனராகப் பணிபுரிகிறார். நண்பர்களுடன் இவர் ஆரம்பித்த Knowledge Capital Investment Group என்னும் லாப நோக்கமற்ற நிறுவனத்தின் மூலம் கல்லூரி மாணவர்களுக்கு வேலை வாய்ப்புத்திறனை அதிகரிக்கும் பயிற்சி அளித்து வருகிறார். நிர்வாக இயல், செயற்கை அறிவுத்திறன் தகவல் தொழில் நுட்பத்துறை மற்றும் தமிழ் இலக்கிய ஆளுமைகள் பற்றி ஆங்கிலத்திலும் தமிழிலும் சொற்பொழிவுகளை நிகழ்த்தியிருக்கிறார்.,

பல முன்னணி இதழ்களில் இவர் எழுதிய சிறுகதைகளும் கட்டுரைகளும் வெளிவந்திருக்கின்றன. கல்கியில் தொடர்ந்து இரண்டு வருடங்களுக்கு தகவல் தொழில்நுட்பக் கட்டுரைகள், 18ஆம் நூற்றாண்டு மெட்ராஸ் சரித்திர விவரங்கள், ஞான ஆலயத்தில் 108 திவ்ய தேசங்கள், வலம் இதழில் பொருளாதாரக் கட்டுரைகள், தென்றல், விருட்சம், அமுதசுரபி, ராணி மற்றும் பல பத்திரிகைகளில் ஏராளமான சிறுகதைகளையும் மேடை ஏற்றப்பட்ட மூன்று நாடகங்களையும் எழுதியிருக்கிறார்.

வாசிப்பில் மிகுந்த ஆர்வம் கொண்ட இவர், பிரபல எழுத்தாளர்களான சுஜாதா மற்றும் பாலகுமாரன் இருவருடனும் நெருங்கிப் பழகியவர். பாலகுமாரனின் சில நாவல்களுக்கு (333 அம்மையப்பன் தெரு, வெள்ளைத் துறைமுகம், ஸ்வர்ண வேட்கை) முன்னுரை எழுதியிருக்கிறார்.

ஸ்வர்ண வேட்கை நாவல் முற்றுப்பெறும் முன்பே பாலகுமாரன் இயற்கை எய்திவிட்டதால் அவரது குடும்பத்தாரின் ஆசைப்படி அந்த நாவலை முடித்து வைத்திருக்கிறார்.

கடந்த நான்காண்டுகளில் இவர் எழுதி வெற்றி பெற்ற நாடகங்கள் - அபயரங்கதிலகா, திருஅரங்கண், குறிஞ்சி மற்றும் Never Odd or Even (ஆங்கிலம்) ஆகியவை தியேட்டர் மெரீனாவால் பலமுறை அரங்கேற்றப்பட்டு பரிசுகள் பெற்றிருக்கின்றன.

டாக்டர் வைகுண்டம் (இரண்டு பாகங்கள்), நெடுமர நிழல் கதைகள், என் அடையாரின் விழுதுகள், திரைபொரு கடல்சூழ் மெட்ராஸ், தொட்டுக்கொள்ள வா, தொடர்ந்து செல்லவா, அபயரங்கதிலகா, மிகப் பரவலாக பாராட்டுப் பெற்ற படைப்புகள். இன்னும் சில படைப்புகளான 108 திவ்ய தேசங்கள் பற்றின கட்டுரைத் தொகுப்பு, அணுவைத்துளைத்தேழ் (விஞ்ஞானக் கட்டுரைகள்), தங்க சாகசம், அற்றைத் திங்கள் அவ்வெண்ணிலவில் (நாவல்கள்) உன்னை நீ அறிந்தால், (சுய முன்னேற்றத் தொடர்) மற்றும் செர்ரிபிளாஸமும் இன்னும் சில பூக்களும் (coming of age bio-fiction) பதிப்புக்குத் தயாராகி வருகின்றன.

சென்னையின் எந்திரன் சுஜாதா, தேவனும் மெட்ராஸும் என்னும் தலைப்பில் இவரின் ஆடியோ விஷுவல் உரைகள் நல்ல வரவேற்பைப் பெற்றன.

சிறந்த தொழில் முனைவோர் விருதும், மயிலாப்பூர் அகாடமியின் சிறந்த நாடகாசிரியர் விருதும் பெற்றவர்.

www.ingramcontent.com/pod-product-compliance
Ingram Content Group UK Ltd.
Pitfield, Milton Keynes, MK11 3LW, UK
UKHW042134021026
15589UKWH000C3B/819

9 789388 860987